ரசவாதம்

எதிலும் பெரும் வெற்றி

டாக்டர் **சோம. வள்ளியப்பன்**

பங்குச்சந்தை வர்த்தகம், சுயமுன்னேற்றம், நிர்வாகவியல், மனித வள மேம்பாடு உள்ளிட்ட துறைகளில் பல புகழ்பெற்ற நூல்களை எழுதியவர். துறை சார்ந்த செழிப்பான அனுபவமும் நிபுணத்துவமும் கொண்டிருக்கும் இவர் தொலைக்காட்சி மற்றும் பத்திரிகைத்துறை ஊடகங்களில் தொடர்ந்து இயங்கிவருகிறார்.

பங்குச்சந்தை பற்றிய இவருடைய அள்ள அள்ளப் பணம் நூல்கள் (வரிசை 1-5), வெளிவந்த காலம் தொட்டு இன்றுவரை தொடர்ந்து விற்பனையில் சாதனை படைத்துவருகின்றன.

ஆசிரியரின் பிற நூல்கள்

பங்குச்சந்தை

1. அள்ள அள்ளப் பணம் 1 - *பங்குச்சந்தை: அடிப்படைகள்*
2. அள்ள அள்ளப் பணம் 2 - *பங்குச்சந்தை: அனாலிசிஸ்*
3. அள்ள அள்ளப் பணம் 3 - *பங்குச்சந்தை: ஃபியூச்சர்ஸ் அண்ட் ஆப்ஷன்ஸ்*
4. அள்ள அள்ளப் பணம் 4 - *பங்குச்சந்தை: போர்ட்ஃபோலியோ முதலீடுகள்*
5. அள்ள அள்ளப் பணம் 5 - *பங்குச்சந்தை: டிரேடிங்*

வியாபாரம்

1. நம்பர் 1 சேல்ஸ்மேன் (சிறந்த விற்பனையாளர் ஆவது எப்படி?)
2. பணமே ஓடி வா

நிர்வாகம்

1. ஆளப்பிறந்தவர் நீங்கள் (தலைமைப் பண்புகள்)
2. காலம் உங்கள் காலடியில் (நேர நிர்வாகம்)
4. உலகம் உன் வசம் (கம்யூனிகேஷன்)
5. உறுதி மட்டுமே வேண்டும் (கமிட்மெண்ட்)
6. உறவுகள் மேம்பட (Secrets of Managing People)
7. சிறந்த நிர்வாகி ஆவது எப்படி?
8. மேனேஜ்மென்ட் குரு கம்பன்
9. நாட்டுக் கணக்கு
10. வீட்டுக் கணக்கு
11. நேரத்தை உரமாக்கு (காலம் உங்கள் காலடியில் - 2)

சுயமுன்னேற்றம்

1. எமோஷனல் இண்டெலிஜென்ஸ் 2.0
2. இட்லியாக இருங்கள் - எமோஷனல் இண்டெலிஜென்ஸ்
3. தடையேதுமில்லை (சுயமுன்னேற்றக் கட்டுரைகள்)
4. மன அழுத்தம் விரட்டலாமா (மாணவர்களுக்கு - யுனெஸ்கோவுக்காக)
5. உஷார் உள்ளே பார் (மனமும் சக்தியும்)
6. ஆல் தி பெஸ்ட்! (நேர்முகங்களில் வெற்றி பெறுவது எப்படி?)
7. தள்ளு (மோட்டிவேஷன்)
8. சின்னத் தூண்டில் பெரிய மீன்
9. சிறு துளி பெரும் பணம்
10. டீன் தரிகிட (பதின் பருவத்தினருக்கு)
11. சொல்லாததையும் செய்!
12. மனதோடு ஒரு சிட்டிங்
13. இவ்வளவுதானா நீ?
14. முன்னேற்றம் இந்தப் பக்கம்
15. எல்லோரும் வல்லவரே
16. காதலில் இருந்து திருமணம் வரை

ஆன்மிகம்

1. எங்குமிருப்பவர் *(சாய் சரிதம்)*

ரசவாதம்

எதிலும் பெரும் வெற்றி

டாக்டர் **சோம. வள்ளியப்பன்**
NLP Master Practitioner - NFNLP, USA

கிழக்கு

ரசவாதம் : எதிலும் பெரும் வெற்றி
Rasavaatham : Ethilum Perum Vetri
Soma. Valliappan ©

First Edition: December 2017
224 Pages

ISBN 978-81-8493-891-3
Kizhakku - 1078

Kizhakku Pathippagam
177/103, First Floor, Ambal's Building,
Lloyds Road, Royapettah, Chennai 600 014.
Ph: +91-44-4200-9603
Email : support@nhm.in | Website : www.nhm.in

kizhakkupathippagam kizhakku_nhm

Author's Email: writersomavalliappan@gmail.com
baluvalliappan5@gmail.com

Author's Website : www.writersomavalliappan.com

Kizhakku Pathippagam is an imprint of New Horizon Media Private Limited

NLPயை
எனக்கு அறிமுகப்படுத்திய
திரு. ஆராவமுதம் அவர்களுக்கு

உள்ளே

அணிந்துரை

மேலை நாடுகளில் சுமார் ஐம்பது ஆண்டுகளாக பிரபலமாக இருக்கும் ஒரு தலைப்பு 'நியுரோ லிங்கிவிஸ்டிக்' புரோகிராமிங் என்ற NLP. ஆனால் இந்தியாவில் சுமார் இருபது ஆண்டு களாகவும், தமிழ்நாட்டில் சுமார் பத்து ஆண்டுகளாகவும்தான் இதன்மீது கவனமும் இதைப்பற்றிய கூட்டங்களும் பயிற்சி வகுப்புகளும் நடந்து வருகின்றன.

என்னுடைய இருபது ஆண்டு NLP அனுபவத்தில் நான் கண்டது, NLP என்பது பல தனி மனித மனக்குழப்பங்கள், செயல்குறைபாடு, தாழ்வு மனப்பான்மை, பயங்கள், உறவுச் சிக்கல்கள் ஆகியவற்றுக்கு ஒரு அற்புதமான உடனடித் தீர்வு. மருந்து, அறுவை சிகிச்சை போன்றவை மட்டுமல்ல, நெடுநாள் சிகிச்சை என்பதும் தேவைப் படாத ஒரு தீர்வு.

அமெரிக்காவின் பிரபல பயிற்சியாளரும் எழுத்தாளருமான ஆண்டணி ராபின்ஸ், டென்னிஸ் சாம்பியன்களான ஆண்ட்ரு அகாசி, செரினா வில்லியஸ், இளவரசி டயானா, முன்னாள் ரஷ்ய அதிபர் மைக்கல் கோர்பசேவ் மற்றும் நமது அன்னை தெரிசா அவர்களுக்கும் NLP மூலம் அவர்கள் துறைகளில் மிளிர பயிற்சிகள் கொடுத்திருக்கிறார்.

இந்தப் புதிய தனிமனித மேம்பாட்டு வழிமுறையைப் பற்றி, நாம் செய்யும் எதிலும் மிகச் சிறப்பாகப் பரிமளிக்க உதவும் இந்த வழிமுறைகள் பற்றி ஆங்கிலத்தில் நிறைய புத்தகங்கள் உண்டு. தமிழில் ஒன்றிரண்டு புத்தகங்கள் இருந்தால் அதிகம்.

பள்ளி மாணவ மாணவியர்கள், ஆசிரியர்கள், அரசாங்க, நிறுவன அதிகாரிகள், ஊழியர்கள், கலைஞர்கள், விளையாட்டு வீரர்கள், சமூக சேவகர்கள் என்று எல்லாத் தரப்பினருக்கும் உதவியாக இருக்கும் இந்த எளிய, அதே சமயம் அற்புதமான, சக்திமிக்க அணுகுமுறையை தமிழ் மக்களும் தெரிந்துகொண்டு பயன்பெற வேண்டும் என்ற நல்ல நோக்கத்துடன் சோம. வள்ளியப்பன் எழுதியிருக்கிறார்.

பல்வேறு ஆங்கிலப் புத்தகங்களின் மொழிபெயர்ப்பாக இல்லாமல், தமிழில், உள்நாட்டு உதாரணங்களுடன் ஒரு NLP புத்தகம் என்பதே பாராட்டப்படவேண்டிய விஷயம். அதிலும் எமோஷனல் இண்டெலிஜென்ஸ், லீடர் ஷிப், கம்யூனிகேஷன் போன்ற நுணுக்கமான, அறிவியல்பூர்வமான தலைப்புகளில் தமிழில் எவருக்கும் புரியும்விதமாக பல புத்தகங்கள் எழுதிய அனுபவம்மிக்க சோம. வள்ளியப்பன் எழுதியிருக்கிறார் என்பது கூடுதல் மகிழ்ச்சிக்கு உரிய விஷயம்.

சோம. வள்ளியப்பன் NLP யில் மாஸ்டர் பிராக்டிஷனர் கோர்ஸ் முடித்தவர். அவருடைய இந்தப் புத்தகம் வெறும் கோட்பாடு களாகவும் வழிமுறைகளாகவும் இல்லாமல், உடன் அவருடைய மற்றும் அவர் அறிந்த அனுபவங்களின் தொகுப்பாகவும் அமைந்திருப்பது இந்தப் புதிய தலைப்பையும் அதன் உள்ளடக் கத்தையும் எவரும் புரிந்துகொள்ள நிச்சயம் உதவியாக இருக்கும் என்று நினைக்கிறேன். புத்தகத்தின் பல்வேறு பகுதிகள் சிறப்பாக இருக்கின்றன. பின் இணைப்பாகக் கொடுக்கப்பட்டிருக்கும் ஆங்கர் குறித்து அவர் எழுதியிருக்கும் சாமிநாதன் என்ற சிறுகதை, ஆங்கர் பற்றி விளக்க ஒரு புதிய வழிமுறையாக நான் பார்க்கிறேன்.

சோம வள்ளியப்பனின் NLP பற்றிய இந்தப் புத்தகத்திற்கு அணிந்துரை வழங்குவதில் எனக்கு மட்டற்ற மகிழ்ச்சி. இந்தப் புத்தகம் தமிழுக்கு ஒரு வரப்பிரசாதம். சோம. வள்ளியப்பன் அவர்களுக்கு என் மனமார்ந்த பாராட்டுகள்.

ஆராவமுதம்
NLP கோல்ட் மாஸ்டர் டிரெயினர்
சென்னை - 4

முன்னுரை

நேஷனல் எச்.ஆர்.டி. நெட்வொர்க் (NHRD) என்று ஒரு மனிதவள மேம்பாட்டு அமைப்பு. அதன் சென்னை சேப்டர் நடத்திய ஒரு கூட்டத்தில் திரு ஆராவமுதம் என்று ஒரு என்.எல்.பி. பயிற்சியாளர் பேசுகிறார் என்ற அறிவிப்பைப் பார்த்துவிட்டுப் போனேன். என்.எல்.பியுடனான எனது முதல் அறிமுகம் அதுதான்.

அவர் பேச்சின் ஊடே பார்வையாளர்களில் ஒருவரை அழைத்து அவருக்கு எதிரில் நிற்க வைத்து அவரது வலது கையை பக்கவாட்டில் நீட்டச் சொன்னார். பின்பு 'உங்கள் பெயர் என்ன?' என்று கேட்டார். வந்தவர் 'என் பெயர் டேவிட்' என்றார். 'அப்படியா, சரி. நீங்கள் டேவிட்' என்று சொல்லிக்கொண்டே அவரது கையை முழங்கை அருகில் மடக்க எத்தனித்தார். ஆமாம், பயிற்சியாளர் ஆராவமுதம்தான் வந்தவர் நீட்டிக்கொண்டிருந்த கையை மடக்க முயற்சித்தார். கூடவே, 'உங்கள் பலம் கொண்ட மட்டும் என் முயற்சியைத் தோற்கடியுங்கள். நீங்கள் டேவிட். என்னை மடக்க விடாதீர்கள்' என்றார். என்ன முயற்சித்தும் அவரால் மடக்க முடியவில்லை. சிரித்தபடி உறுதியாக நின்றார் டேவிட்.

அடுத்து 'இப்போது நீங்கள் சாந்தி' என்றார். பார்வையாளர்கள் சிரித்தனர். 'நீங்கள் மனதிற்குள் உங்கள் பெயர் சாந்தி என்று நினைத்துக்கொள்ளுங்கள்' என்றார். டேவிட் சரி என்று சொல்லி, கண்ணை சில வினாடிகள் மூடி விட்டுத் திறந்தார். மனதில் அப்படி நினைத்திருப்பார் போலும். இந்தமுறை 'சாந்தி... நான் உங்கள் கையை மடக்கப் போகிறேன். என்னை மடக்க விடாதீர்கள்' என்று

சொல்லியபடியே ஆராவமுதம் முயற்சிக்க, என்ன ஆச்சரியம் டேவிட் கை சுலபமாக மடங்கிவிட்டது.

இதுதான் எண்ணங்களின் பலம் என்று விவரித்தார். அதன்பின் அவர் நடத்தும் என்.எல்.பி.பிராக்டிஸ்னர் கோர்ஸ் முடித்தேன். ஓராண்டு கழித்து மாஸ்டர் பிராக்டிஸ்னர் கோர்ஸூம் முடித்தேன்.

என்.எல்.பி. எனக்கு ஆச்சரியம் அளித்தது. தன்னம்பிக்கை, முன்னேற்றம், வெற்றி, மகிழ்ச்சி என்பதெல்லாம் நான் பேசும், எழுதும் விஷயங்கள். நான் ஏற்கெனவே எழுதியுள்ள 'உஷார் உள்ளே பார்', 'இட்லியாக இருங்கள்', 'மன அழுத்தம் விரட்டலாமா(2006)', 'மனதோடு ஒரு சிட்டிங், (2013)' 'எமோஷனல் இண்டெலிஜென்ஸ் 2.0' புத்தகங்களில் இது என்.எல்.பி.விஷயம் என்று தெரியாமலேயே சிலவற்றை எழுதியிருக்கிறேன் என்று தெரிந்துகொண்டேன். மகிழ்ச்சியாக இருந்தது.

தவிர, இதுவரை படித்திருக்கும், கேள்விப்பட்டிருக்கும் பலவற்றுக் கான அறிவியல் பூர்வமான விளக்கங்கள் என்.எல்.பி.யில் கிடைத்தது. உதாரணத்திற்கு, 'நீ எதுவாக நினைக்கிறாயோ அதுவாகவே ஆகலாம்.' 'எண்ணம்போல் வாழ்க்கை.' 'தீதும் நன்றும் பிறர் தர வாரா.' 'கண்ணால் காண்பதும் பொய், காதால் கேட்பதும் பொய், தீர விசாரிப்பதே மெய்' 'தான் ஆடாவிட்டாலும் தன் சதை ஆடும்' 'ஃபர்ஸ்ட் இம்ப்ரஷன் இஸ் த பெஸ்ட் இம்ப்ரஷன்' 'எதைத் தீவிரமாக விரும்புகிறோமோ, அது கிடைக்கும்.' 'வாயில் நல்ல வார்த்தைகள்தான் வரவேண்டும். துக்கிரித்தனமாக, விளையாட்டுக்கும் தவறான வார்த்தைகள் பேசக்கூடாது' போன்ற பலவற்றை அறிஞர்கள் சொன்னதாக, பழமொழிகளாகக் கேள்விப்பட்டிருக்கிறோம். சொன்னது பெரியவர்கள்தான் என்றாலும் என்ன லாஜிக் என்று கேட்கிற அளவு சமுதாயம் வளர்ந்துவிட்டது. சும்மா 'நான் சொல்கிறேன் செய்' என்று இந்தத் தலைமுறையிடம் சொல்லமுடியாது. எப்படி சாத்தியம் என்று கேள்விகள் கேட்பார்கள்.

இவற்றுக்கான அறிவியல் பூர்வமான பதில்களை, ஒப்புக்கொள்ளும் வண்ணம், ஏற்றுக்கொள்ளும் வண்ணம் என்.எல்.பி. தெரிவிப்பது கண்டு என் மகிழ்ச்சி இரட்டிப்பானது.

சிலருக்கு என்.எல்.பி.யில் இருக்கும் சில விஷயங்கள் ஏற்கெனவே தெரிந்ததுபோல இருக்கலாம். அதனால் என்ன?

மனிதனின் அறிவு வளர வளர, தெரிந்தவை பற்றியே கூடுதலாகத் தெரிந்துகொள்ளத் தேவை இருக்கிறது. அப்படி, பலரும் தேடித் தேடி எடுத்து உருவாக்கியதுதான் என்.எல்.பி.

தாங்கள் செய்வது இன்னது என்று தெரியாமலேயே வெற்றிகளைப் பெற்று வந்தவர்களைக் கவனித்து, புரிந்துகொண்டு, அவற்றைப் பிரித்துப் பார்த்து மற்றவர்களும் செய்து அதே வெற்றிகளைப் பெறும் படி விளக்குவதுதான் என்.எல்.பி.யின் அருமை.

நோய்களை வித்தியாசமாகக் குணப்படுத்தும் ஒரு ஷாமான ஹீலரிடம் ஒருமுறை கேட்டிருக்கிறார்கள், 'நீங்கள் அற்புதமாகக் குணப்படுத்துகிறீர்கள். சரி, உங்களிடம் வரும் நோயாளியின் பிரச்னை எப்போது தீர ஆரம்பிக்கிறது?'

அவரை அப்படி கேள்வி கேட்ட என்.எல்.பி. நிபுணர் குழு எதிர்பார்த்த பதில், 'நான் அவர்கள் கையைத் தொட்டவுடன்...' என்பது. ஆனால், அவர் சொன்ன பதில் என்ன தெரியுமா? 'அந்த நோயாளி என்னிடம் வரவேண்டும் என்று நினைத்த நொடியில் இருந்து!' இப்படித்தான் உறுதியாக இருக்கிறார்கள் என்.எல்.பி. பயிற்சியாளர்கள் மற்றும் வல்லுனர்கள்.

என்.எல்.பி.யின் நான்கு தூண்கள் என்று அவர்கள் தெரிவிக்கும் நான்கு விஷயங்கள்

பேசும்போது - இணக்கம்

சென்சரி அவேர்னஸ் - புலன் அறிவு

அவுட்கம் திங்கிங் - வேண்டியதை அடையும் சிந்தனை

பிகேவியர் ப்ளெக்சிபிளிட்டி - நடத்தையில் நெகிழ்வுத்தன்மை

பள்ளி, கல்லூரி, வேலையாட்கள், குடும்ப உறவுகள், சமுதாயம் என வாழ்க்கையின் எல்லாப் பகுதிகளிலும் வெற்றி பெற இந்த நான்கும் இருந்தால் போதும் என்பது எனது உறுதியான எண்ணம்.

பிரி-சப்போசிஷன்ஸ் என்ற முன் அனுமானங்கள், 'ராஸ்' என்ற மூளையின் பில்ட்டர்கள், ஹிப்னாசிஸ், மாடலிங், சென்சரி அவேர்னெஸ், அபர்மேஷன்ஸ் என்று நான் கற்றுக்கொண்ட பல புதிய கருத்துப்படிவங்களை இந்தப் புத்தகத்தில் எழுதியிருக்கிறேன்.

மாற்றங்களை உருவாக்குவது உங்கள் பொறுப்பு. மாற்றங்களுக்கு ஆயத்தமாக இல்லாதவர்கள் பெரிய வெற்றி பெறமுடியாது.

எந்தப் பெரிய விஷயத்திலும் ஒன்றும் இல்லை என்போர் உண்டு. அதே போல எந்த சிறு விஷயத்திலும், சில அற்புதங்களைக் காண்போர் உண்டு. இது எப்படி என்பதை விளக்கத்தான் வேண்டும்.

ராமகிருஷ்ண பரமஹம்சரின் சீடர் விவேகானந்தர். விவேகானந்தரும் பரமஹம்சரைப்போலவே காளி மாதாவின்மீது அபார பக்தி கொண்டவர். பரமஹம்சர் காளியுடன் நேரிடையாகப் பேசினேன் என்பார். விவேகானந்தருக்குக் காளியைப் பார்க்கவேண்டும் என்று ஆசை. அதைத் தொடர்ந்து தனது குருவான பரமஹம்சரிடம் சொல்லி வந்தார்.

ஒருநாள் பரமஹம்சர் காட்ட, விவேகானந்தர் கடவுளை, காளியைப் பார்த்தார். பரவசமானார். இவையெல்லாம் எழுதப்பட்டிருக் கின்றன. படித்துத் தெரிந்துகொள்ளலாம். இதைப் படித்த தமிழின் மூத்த எழுத்தாளர் ஒருவர் இப்படிச் சொன்னதாக அதைக் கேட்ட மற்றொரு எழுத்தாளர் என்னிடம் சொன்னார். அப்படி என்னிடம் சொன்னவர் எழுத்தாளர் சா.கந்தசாமி அவர்கள்.

மூத்த எழுத்தாளர் சொன்னது என்ன?

'இவர் கடவுளைக் காட்டினாராம், அவர் பார்த்தாராம். இதென்னய்யா அதிசயமாக இருக்கிறது!'

இங்கே நான் அந்த இரு எழுத்தாளர்களுக்கும் இடையே நடந்த உரையாடலை குறிப்பிடும் காரணம் வித்தியாசமானது.

'இவர் கடவுளைக் காட்டினாராம், அவர் பார்த்தாராம்' என்பதில் எந்தப் பகுதி முக்கியமானது என்று நினைக்கிறீர்கள்? காட்டியதா, பார்த்ததா?

பார்த்ததுதான்.

ஏன் என்று கேட்கிறீர்களா? வகுப்பில் ஆசிரியர் கணக்குப் பாடம் நடத்துகிறார். வகுப்பில் நாற்பது மாணவ மாணவிகள். ஆசிரியர் பேசியதை, எழுதியதை, விளக்கியதை நாற்பது பேருமே கேட்டார்கள், பார்த்தார்கள். ஆனால் எல்லோருக்கும் விளங்கியது என்று சொல்லமுடியுமா?

ஆசிரியர் செயல் 'காட்டியது' மாணவர்கள் செயல் 'பார்த்தது'.

இங்கே எவர் செயலில் குறைபாடு? எவரால் விளைவு இல்லாமல் போனது? கேட்பவரால்தானே!

அதுதான் இங்கே புரிந்துகொள்ளப்பட வேண்டியது. புத்தருடன் சீடர்களாக இருந்து ஞானம் பெற்றுப் போனவர்கள் பலர். ஆனால் அவருடன் மிக நீண்ட காலம் இருந்தும், கடைசிவரை ஞானம் பெறாமல் இருந்தவர், ஆனந்தன்.

புத்தர் காட்டினார். பலரும் பார்த்தார்கள். ஆனந்தனுக்குத் தெரியவில்லை. ஆனந்தனால் பார்க்கமுடியவில்லை.

மகாபாரதத்தில், 'உறவினர் என்று பார்க்காதே, கடமையைச் செய். போரிடு. எதிரிகளைக் கொல்' என்று அர்ஜுனனிடம் கண்ணன் சொல்வான். சம்மதிக்காத அர்ஜுனனுக்குப் போர்க்களத்திலேயே, தன் விஸ்வரூப தரிசனம் காட்டுவான். வானுக்கும் பூமிக்குமாக உயர்ந்து நிற்கும் கண்ணனின் விஸ்வரூபம் கண்டு, அர்ஜுனன் வில் எடுப்பான் என்கிறது மகாபாரதம்.

போர்க்களத்தில் கண்ணன் அர்ஜுனனுக்கு அப்படி தன் பெரிய உருவத்தைக் காட்டியபோது மற்றவர்களும் பார்த்திருப்பார்களே என்று சந்தேகம் வரலாம். மற்றவர் கண்களுக்கு விஸ்வரூபம் தெரியவில்லை. காரணம், முன்பு ராமகிருஷ்ணர் , விவேகானந்தர் விஷயத்தில் பார்த்ததேதான்,

விஸ்வரூபம் என்பது காட்டப்படுவதில்லை. பார்க்கப்படுவது.

விவேகானந்தருக்குத் தெரிந்தது, அர்ஜுனனுக்குத் தெரிந்தது, கணக்கு வகுப்பில் சில மாணவர்களுக்கு மட்டும் புரிந்தது எல்லாம், அவர்கள் மனநிலையைப் பொறுத்ததே.

அதன் காரணமாகவே, சிலரது செயல்கள் நமக்குக் குறிப்பிட்ட விதமாக, நல்லதாகவோ அல்லது தவறானதாகவோ தெரிவதுகூட நம் பார்வை காரணமாகத்தான். அவர்களின் அதே செயலை வேறு சிலர் வேறுவிதமாகப் பார்க்கிறார்களே!

அன்பு, வாஞ்சை, குரோதம், எரிச்சல் எல்லாம் புரிந்துகொள்ளப் படுவதில் இருக்கிறது. அதேபோலத்தான் நான் என்.எல்.பி.யை பார்ப்பதும்.

நீங்களும் முயன்றால், பார்க்கலாம். பார்த்தால் writersomavalliappan@gmail.comக்கு ஒரு மெயில் எழுதுங்கள். சந்தோஷப்படுவேன்.

கிழக்கு பதிப்பகத்தின் புத்தக தயாரிப்பு நேர்த்தியும் அவர்களது விற்பனைப் பிரிவினரின் உழைப்பும் மெச்சத்தக்கது. திரு. பத்ரி

அவர்களுக்கும் கிழக்கு பதிப்பகத்தின் ஆசிரியர் குழுவுக்கும் எனது மனமார்ந்த நன்றிகள்.

என்.எல்.பி.என்பது என்னைப் பொறுத்தவரை மற்றுமொரு அற்புதமான புரிதல். அதை அறிமுகம் செய்துவைத்த கோல்ட் மாஸ்டர் டிரெய்னர் திரு ஆராவமுதம் அவர்களுக்கும் மற்றொரு பயிற்சியாளரான திருமதி சுமதி நாராயணன் அவர்களுக்கும் எனது நன்றி. என்.எல்.பி.யுடனான எனது பயணம் இனிதே தொடங்கி விட்டது. கற்றவற்றைப் பயன்படுத்த ஆரம்பித்திருக்கிறேன்.

என்.எல்.பி.யின் அணுமுறைகள் வெற்றிதரும் என்பதால் அதைத் தவறான நோக்கங்களுக்காகவும் பயன்படுத்தக் கூடாது என்பது அதைக் கற்றுக்கொள்பவர்கள் கடைப்பிடிக்கவேண்டிய தொழில் தர்மம். கராத்தே என்ற தற்காப்பு கலையின் பயன்பாட்டைப்போல இதையும் பிரச்னைகளைத் தீர்க்கப் பயன்படுத்தலாமே தவிர சுயலாபத்துக்காக பயன்படுத்துவது நியாயம் அல்ல.

இது என்.எல்.பி. பற்றிய முழுமையான புத்தகம் அல்ல. இது நம்பிக்கைகள் குறித்த புத்தகம். இதில் என்.எல்.பி. விஷயங்கள் அதிகம் கொடுக்கப்பட்டிருக்கின்றன.

என்.எல்.பி. பற்றித் தெரியாதவர்கள் அறிமுகம் ஆகிக்கொள்ள, அதன் பயன்பாட்டைத் தெரிந்துகொள்ள இந்தப் புத்தகம் நிச்சயமாக உதவியாக இருக்கும்.

வாழ்த்துகள்

சோம வள்ளியப்பன்
அபிராமபுரம்

2.11.2017

1

எண்ணமே எல்லாம்

அவர் ஒரு வயதான பெண்மணி. வசதியானவர். வெள்ளைக்காரர். சிவப்பான முகமெல்லாம் சுருக்கங்கள். தடித்த கண்ணாடி. பொன்னிற முடி. பிங்க் கலரில் பூப் போட்ட வெள்ளை கவுன். வெளியூரில் இருந்து விமானத்தில் வந்திறங்கியவர், நேராக ஓட்டலுக்கு வந்தார். முன்கூட்டியே ஓட்டல் ஒன்றில் தங்கும் அறை பதிவு செய்திருந்தார். விடியற்காலை ஐந்து மணிக்கு, அந்த விடுதிக்குள் நுழைகிறார். கையில் ஒரு பையும் ஒரு பெட்டியும்.

ரிசப்ஷனில் இருந்த பணியாளர் விபரங்கள் பெற்றுக்கொண்டு அறை எண் 502 என்று சொல்லி சாவியைக் கையில் கொடுக்கிறார். உதவிக்கு இருக்கும் 'பெல்பாய்' பணியாளரை அழைத்து, அந்தப் பெண்மணியின் பெட்டிகளைத் தூக்கிக்கொண்டு, விருந்தினரை அறைக்கு அழைத்துப் போகச் சொன்னார்.

அந்தப் பெண்மணியிடம் இருந்து சாவியை வாங்கிக்கொண்டு, அவரது பெட்டி பைகளைத் தூக்கிக்கொண்டு அந்த பெல்பாய் அறையை நோக்கி முன்னே பெட்டிகளுடன் நடக்க, பின்னால் அந்த வயதான பெண்மணி தொடர்கிறார்.

லிஃப்டை நோக்கிப் போகிறார்கள். அப்போது பின்பக்கம் திரும்பி அவரிடம் பெல்பாய் சொல்கிறார் 'உங்கள் அறை இருப்பது ஐந்தாவது மாடியில் மேடம்'.

பதிலுக்குப் புன்னகைத்த அந்தப் பெண்மணி சொன்னார், 'ரூம் நல்லா இருக்கும்'.

மேலும் பத்தடி நடந்தவுடன் பெல்பாய் சொல்கிறார், 'உங்கள் அறை எண் 502'. தலையை மேலும் கீழும் அசைத்தபடி அவர் பதில் சொல்கிறார், 'ரூம் நல்லா இருக்கும்'

பெல்பாய் முகத்தில் ஆச்சரியம். இருவரும் நடந்துபோய் லிஃப்ட்டுக்கு எதிரே நிற்கிறார்கள். லிஃப்ட் வரக் காத்திருக்கையில் பெல் பாய் சொல்கிறார், 'உங்கள் ரூமில் இருப்பன எல்லாம் 'எக்கோ பிரண்ட்லி' பொருள்கள்.'

புன்சிரிப்புடன் 'ரூம் நல்லா இருக்கும்' என்ற அதே பதில் வருகிறது. பெல்பாய் வியப்புடன் அவரைத் திரும்பிப் பார்க்கிறார். லிஃப்ட் வந்துவிடுகிறது. உள்ளே போகிறார்கள். ஐந்தாவது தளம் என்ற பொத்தானை பெல்பாய் அமுக்குகிறார். லிஃப்ட் மேலே எழும்பிப் போகிறது. குழல் இசை மட்டும் கேட்கிறது. இருவரும் ஒருவரை ஒருவர் பார்த்துப் புன்னகைத்துக் கொள்கிறார்கள். ஐந்தாவது தளம். மெல்ல நடந்துபோய் ரூம் வாசலில் நிற்கிறார்கள்.

'உங்கள் அறையில் இருந்து பார்த்தால் ஏரி நன்றாகத் தெரியும்.'

'ரூம் நல்லாயிருக்கும்.'

அதுவரை அடக்கி வைத்திருந்த ஆச்சரியத்தைக் கேட்டே விடுகிறார் அந்த பெல்பாய். 'ஏன் மேடம், இதற்கு முன் இந்த அறையில் தங்கியிருக்கிறீர்களா?'

'இல்லை. நான் இந்த ஓட்டலுக்கு மட்டுமில்லை. இந்த ஊருக்கு வருவதுகூட இதுதான் முதல்முறை'

'பிறகு எப்படி ரூம் நன்றாக இருக்கும் என்று உறுதியாகச் சொல்கிறீர்கள்?'

அதற்கு அந்தப் பெண்மணி சுட்டுவிரலை தனது நெற்றிப் பொட்டில் வைத்தபடி சொன்னார், 'அறை நன்றாக இருக்கும் என்று நான் ஏற்கெனவே இங்கே முடிவு செய்துவிட்டேன். அதனால் அறை நிச்சயமாக நன்றாகத்தான் இருக்கும்.'

நிகழ்வு அவ்வளவுதான். விஷயமும் அவ்வளவுதான்.

எப்படி எடுத்துக்கொள்ள வேண்டும் என்று முடிவு செய்கிறோமோ, அப்படித்தான் தெரிகிறது எதுவும்.

அது எப்படி இருந்தாலும்!

அறை நன்றாக இருக்கிறது என்பது ஒரு அபிப்பிராயம். நன்றாக இல்லை என்பது மற்றொரு அபிப்பிராயம். அபிப்பிராயங்கள் அவரவர் எண்ணங்கள் சார்ந்தவை.

தமிழ்நாட்டில் திமுக, அதிமுக இரண்டு பெரிய கட்சிகள் இருக்கின்றன. இரண்டு கட்சிகளுக்கும் விசுவாசிகள் உண்டு. அவர்கள் பேச்சுகளைக் கேட்டால் தெரியும். ஒரு கட்சியைச் சேர்ந்தவர் அவர் விரும்பும் கட்சித் தலைவர் செய்ததை சரி என்பார். அதே செயலை எதிர்கட்சி விசுவாசி தவறு என்பார்.

அந்தக் கட்சித் தலைவர் செய்தது உண்மையில் சரியா, தவறா?

உலகில் சரியான சரி என்று ஏதும் கிடையாது. சரி என்பது ஒருவர் கருத்து. தவறு என்பது இன்னொருவர் கருத்து. எல்லாம் அவரவர் எண்ணங்கள் சார்ந்தவை.

கவியரசு கண்ணதாசன் பாடுவார்,

> ‘தெய்வம் என்றால் அது தெய்வம்
> கல் என்றால் அது கல்தான்’

எல்லாமே எண்ணம் சார்ந்தவைதான்.

இப்படியும் எடுத்துக்கொள்ளலாம்

அவரை மலேசியா நாட்டின் இரண்டாவது பணக்காரர் என்று கணிக்கிறார்கள். புகழ்பெற்ற மலேசிய இரட்டை கோபுரங்களைக் கட்டியவர். பெயர் டாட்பரனாநந்தம் அனந்த கிருஷ்ணன். ஏ.கே. என்று அழைப்பார்கள். 2015ல் அவருடைய சொத்து மதிப்பு சுமார் 11 பில்லியன் அமெரிக்க டாலர்கள். ரூபாய் கணக்கில் அறுபத்து ஆறாயிரம் கோடி ரூபாய்.

அனந்தகிருஷ்ணன் மணந்தது ஒரு தாய்லாந்துப் பெண்ணை. அவர்களுக்கு இரண்டு மகள்கள் மற்றும் ஒரு மகன். அந்த ஒரே மகன்

அஜன் சிரிப்பான்யோ. மகன் இங்கிலாந்தில் படித்தவர். எட்டு மொழிகள் பேசக் கூடியவர்.

பத்தொன்பது ஆண்டுகளுக்கு முன்பு ஒருநாள் அனந்த கிருஷ்ணனுக்கு பயங்கர அதிர்ச்சி. ஒரே செல்ல மகனைக் காணோம். எந்தத் தகவலும் இல்லை. ஆட்களை வைத்து பல இடங்களிலும் தேடியிருக்கிறார்.

பின்பு அவர் மகனைச் சந்தித்தது தாய்லாந்து நாட்டில். ஒரு புத்த மடாலயத்தில். பார்த்ததும் பதறிப்போய்விட்டார். காரணம், அவர் மகன் தலையில் முடி ஏதுமில்லை. முழுக்க மழிக்கப்பட்டிருந்தது. உடுத்தியிருந்தது காவி. போதாததற்கு கையில் ஒரு பிச்சை எடுக்கும் திருவோடு வேறு.

பதறிப்போன தந்தை சிறிது நேரத்திற்குப் பின் மகனைச் சாப்பிட அழைத்திருக்கிறார். அவர் மகன் அஜன் சிரிப்பான்யோ தந்தையுடன் வெளியில் போய்ச் சாப்பிட மறுத்துவிட்டிருக்கிறார். அவர் தெரிவித்த காரணம்,

'ஏனைய புத்த பிட்சுக்களைப் போலவே நானும் மற்றவர்கள் கொடுக்கும் உணவை இரந்து (பிச்சை எடுத்துத்) தான் சாப்பிட வேண்டும். அப்படியே சாப்பிடுவேன்.'

ஸ்தம்பித்துப்போன அனந்தகிருஷ்ணன் மனம் கிடந்து தவித்திருக்கிறது. 'ஆயிரக்கணக்கான கோடிகளில் என்ன பணம் இருந்து என்ன, என்னால் என் மகனுக்கு ஒருவேளை சாப்பாடு கூடக் கொடுக்கமுடியவில்லையே'

அவ்வளவு பெரிய செல்வந்தரின் மகன் புத்த பிட்சு ஆனது எப்படி?

இரண்டு வாரங்கள் தங்கியிருந்து பிட்சு வாழ்க்கை எப்படி இருக்கிறது என்று தெரிந்துகொள்ளப் போனவர்தான் அஜன் சிரிப்பான்யோ. முதல் நாள், 'அடடா இதெல்லாம் நம்மால் முடியாதப்பா, நான் கிளம்புகிறேன்' என்று சொன்னவர். ஆனால், அதன் பிறகு அங்கேயே நிரந்தரமாகத் தங்க முடிவுசெய்துவிட்டார்.

தற்செயலாக புத்த மதம் பற்றி அறிமுகம் ஏற்பட்டு, சிரிப்பான்யோ அதில் சேர்ந்துவிட்டார்.

யார் சொல்லியும் என்ன சொல்லியும் அவர் முடிவை மாற்றிக் கொள்ளவில்லை. புத்த பிட்சுகள் வசிக்கும் இடத்திலேயே வசித்தார். அப்பாவைப் பார்ப்பதற்கும் வரமாட்டார். வேண்டு மானால் ஏ.கே.தான் மகன் வசிக்கும் இடத்திற்குப் போய் பார்க்க வேண்டும்.

அனந்தகிருஷ்ணன் மீண்டும் மகன் வசிக்கும் இடம் போனார். திரும்பவும் மகனைச் சாப்பிட அழைத்தார். மகன் அதே பதிலைத்தான் சொன்னார். 'நான் மற்ற பிட்சுக்களைப் போல இரந்து தான் சாப்பிட வேண்டும். என்னை வற்புறுத்தாதீர்கள்.' இரந்து என்றால், பிச்சை எடுத்து என்று பொருள்.

விக்கித்துப் போய்விட்டார் தந்தை. ஆனாலும் அவர் மனம் அரற்றிக் கொண்டேயிருந்தது. எப்படியாவது மகன் மனதை மாற்றி, தன்னுடன் அழைத்துச் செல்ல ஆசைப்பட்டது.

பின்பு ஒரு முறை, ஒரு வயதான மற்றொரு புத்த பிட்சுவைப் பார்க்கக் கிளம்பிக்கொண்டிருந்த சிரிப்பான்யோ எதிரில் அப்பா அனந்தகிருஷ்ணன் வரவே, தான் பார்க்கச் சென்ற இடத்திற்கு அப்பாவையும் அழைத்துச் சென்றார்.

தந்தையும் மகனுமாக உடல் நலமில்லாமல் இருந்த வேறு ஒரு மூத்த பிட்சுவைக் காணச் சென்றார்கள். அந்தப் பிட்சுவுக்கு உடல் உபாதை. கால் நீட்டிப் படுத்திருந்தார்.

அவருடன் ஆதரவாகப் பேசிக் கொண்டிருந்த மகனையே கண்கொட்டாமல் பார்த்தார் ஏ.கே. தலை முடியை முழுக்க மழித்து, காவியுடுத்தி, கட்டை செருப்புடன் அவரது ஒரே செல்ல, செல்வ மகன். மீண்டும் எப்படியாவது மகனை தன்னுடன் அழைத்துச் சென்றுவிடவேண்டும் என்று மனது கிடந்து தவித்தது.

அப்போது அவருக்கு ஒரு உபாயம் தோன்றியது. திரும்பி வரும் போது மகனிடம் சொன்னார், 'பார்த்தாயா எவருமின்றி, உதவியின்றி அவர் எவ்வளவு சிரமப்படுகிறார். இந்த வாழ்க்கை முறை எல்லா நேரமும் ஒத்துவராது மகனே!'

அவர் பக்கம் திரும்பி, நிதானமாக சிரிப்பான்யோ கேட்டார்.

'அவர் சிரமப்படுவதாகச் சொன்னாரா? அவர் சிரமப்படுகிறார் என்பது உங்களுக்கு எப்படித் தெரியும்?'

சரிதானே! எது மகிழ்ச்சி, எது சிரமம் என்பதெல்லாம் மனது சொல்லித்தானே!

அந்தக் கேள்விகளின் பொருள் என்ன?

அவருக்கு நோய் வந்திருக்கலாம். உடல் சுடலாம், வலிக்கலாம். அதனால் அவர் வேதனைப்படுகிறார் என்று எப்படிச் சொல்வது? நோய்வாய்ப்பட்டவர் அதை எடுத்துக் கொள்ளும் விதத்தில் தானே, நோய் சிரமமா, இல்லையா என்பது இருக்கிறது.

எது நடக்கிறதோ, அதை எப்படி எடுத்துக் கொள்கிறோம் என்பதில் இருக்கிறது விஷயம்.

உணர்வுகள் எண்ணம் சார்ந்தவை.

நம்பிக்கை என்ற மருந்து

அக்டோபர் 2017 குமுதம் சினேகிதி இதழில் மருத்துவர் வி.எஸ்.நடராஜன் சொன்னதாக ஒரு தகவல் வந்திருந்தது.

25 ஆண்டுகளுக்கு முன்பு மருத்துவர் நடராஜன் சென்னை பொது மருத்துவமனையில் பணிபுரிந்தபோது, ஆந்திராவில் இருந்து தீராத வயிற்றுவலியுடன் ஒருவர் வந்திருக்கிறார். சோதித்ததில், அது கேன்சர் என்று தெரிந்திருக்கிறது. விவரம் சொன்னால் அந்த எளிய மனிதர் பயந்துவிடுவார் என்று யோசித்து அவரிடம் அது அல்சர் என்றும் தொடர்ந்து மருந்து சாப்பிட்டால் குணமாகிவிடும் என்று சொல்லி அனுப்பியிருக்கிறார் நடராஜன்.

நான்கு மாதங்களுக்கு அந்த நபர் மீண்டும் மருத்துவமனை வரவில்லை. நடராஜனுக்கு மனம் கேட்கவில்லை போலும். மருத்துவமனை ஃபைல்களில் இருந்து முகவரி கண்டுபிடித்து, 'வார்ட் பாய்' ஒருவரை ஆந்திராவுக்குப் போய் நேரடியாகப் பார்த்து அந்த நபர் பற்றி விசாரித்துக்கொண்டு வரச்சொல்லியிருக்கிறார்.

போய்வந்த 'வார்ட் பாய்' சொன்ன தகவல், 'அந்த நபர் ஒரு விவசாயி. போய்ப் பார்த்தபோது வயலில் வேலை செய்து கொண்டிருந்தார். 'மருந்து சாப்பிட்டதில் என் வயிற்று வலி சரியாகிவிட்டது. அந்த மருத்துவருக்கு என் நன்றிகளைச் சொல்லுங்கள்' என்று சொல்லச் சொன்னார்' என்றார்.

மருந்து வேலை செய்திருக்கிறது. அதைவிட, வந்திருப்பது சாதாரண அல்சர்தான். அது மருந்துக்குக் கட்டுப்படும் என்ற நம்பிக்கையும் எண்ணமும் மருந்து வேலை செய்ய பெரிதும் உதவி இருக்கின்றன.

நூல் அளவு வாய்ப்பிருந்தாலும் போதும்

நார்மன் கசின்ஸ் என்பவர் ஒரு பத்திரிக்கையாளர். சார்டர்ட்டே ரிவியு என்ற பத்திரிக்கையின் ஆசிரியர். அவருக்கு உடல்நலக் குறைவு ஏற்பட்டு அவரது நண்பரும் மருத்துவருமான ஒருவரைப் பார்க்க, அவர் பல்வேறு பரிசோதனைகளுக்குப்பின் சொல்லி யிருக்கிறார்:

'உனக்கு வந்திருப்பது ஒரு அபூர்வமான ஆனால் கடுமையான உயிர்கொல்லி நோய். தொடர்ந்து உடலை பலவீனமாக்கும் 'ஆங்கைலோ ஸ்பான்டிலோசிஸ்' என்பது அதன் பெயர். வலி மிகக் கடுமையாக இருக்கும். தூங்கக்கூட விடாது. சித்திரவதைதான்' என்று சொல்லியிருக்கிறார்.

நார்மென் கசின்ஸ்சுக்கு அதிர்ச்சிதான். அந்த வியாதி வந்தவர்கள் பிழைக்க முடியுமா என்று அவர் கேட்க, ஐநூறில் ஒருவர்தான் பிழைப்பார்கள். அவ்வளவு கடுமையான நோய் என்று பதில் சொல்லியிருக்கிறார்கள்.

மேலும், 'இதனால் நீங்கள் வாழ்க்கையில் என்னவெல்லாம் செய்ய வேண்டுமோ அந்தக் கடமைகளை எல்லாம் சீக்கிரம் செய்து முடித்து விடுங்கள்' என்றும் அந்த மருத்துவ நண்பர் சொல்லியிருக்கிறார்.

இதெல்லாம் நடந்தது 1964ம் ஆண்டு.

அப்படிப்பட்ட கடுமையான நோய் வந்தவர் இறந்தது 1990ல்தான். அதாவது இன்னும் சில காலமே என்று மருத்துவர்களால் கைவிடப் பட்ட பிறகு நார்மன் கசின்ஸ் 26 ஆண்டுகள் வாழ்ந்திருக்கிறார்.

அது எப்படி?

மருத்துவர்கள் அப்படிச் சொன்னபின், பத்திரிக்கையாளரான கசின்ஸ், அந்த நோயைப் பற்றிப் பல்வேறு விவரங்கள் தேடிப் படித்தார். அந்த நோய் அவர் உடலில் இருக்கும் வைட்டமின் சி சத்தை அழிக்கிறது என்றும், மருத்துவர்கள் அந்த நோய்க்காகக் கொடுக்கும் மருந்துகளும் அதே வேலையை அதாவது உடலில் இருக்கும் வைட்டமின் சி சத்தை அவையும் சேர்ந்து அழிக்கின்றன என்றும் தெரிந்துகொண்டார்.

உடனடியாக மருத்துவமனையில் இருந்து வெளியேறி, ஓட்டல் ஒன்றில் அறை எடுத்துக்கொண்டு தங்கி, பெருமளவு வைட்டமின் சி எடுத்துக்கொண்டார். மேலும் அதிகம் சிரிப்பதால் நோய்

எதிர்ப்புச் சக்தி உருவாகும் என்று தெரிந்துகொண்டு, (அந்தக் காலத்தில்) ஒரு புரொஜெக்டரை வாங்கி அறையில் வைத்துக் கொண்டு மார்க்ஸ் பிரதர்ஸ் நகைச்சுவைப் படங்கள் மற்றும் கேன்டிட் கேமரா போன்ற நகைச்சுவை நிகழ்ச்சிகளின் தொகுப்பு களை தினசரி 10 நிமிடங்கள் வயிறு வலிக்கும்வரை பார்த்துவிட்டு, அந்த அயர்ச்சி காரணமாக முதுகு வலியை மறந்து இரண்டு மணி நேரங்கள் தூங்கியிருக்கிறார்.

மருத்துவர்கள் அப்படிக் கைவிட்டபின்பும் அவ்வளவு முயற்சி எடுத்து, நோயை வென்று நார்மன் கசின்ஸ் ஆயுளை நீட்டித்துக் கொண்டது எதனால் சாத்தியமானது தெரியுமா? மருத்துவர் சொன்னதை அவர் எடுத்துக்கொண்டவிதம்தான்.

மருத்துவர் என்ன சொன்னார்?

ஆங்கைலோ ஸ்பான்டிலிடிஸ் நோய் வரப்பெற்றவர்களில் 500ல் 499 நபர்கள் இறந்துபோய்விடுவார்கள். நோயில் இருந்து பிழைக்க முடியாது என்றுதானே!

நார்மன் கசின்ஸ், நோயால் இறக்கக்கூடிய 499 நபர்களில் ஒருவராகத் தன்னை நினைத்துக்கொள்ளவில்லை. மாறாக, 500ல் ஒருவர் பிழைக்கும் வாய்ப்பு இருக்கிறதல்லவா, அந்த ஒருவர் அவராக இருப்பார் என்று நினைத்துக்கொண்டார். தீவிரமாக அதை நம்பினார்.

ஆறு மாதங்கள் சுய வைத்தியம் செய்து கொண்ட பின் நோய் முற்றிலும் குணமானது. அவருடைய அந்த அனுபவத்தை, 'ஒரு நோயின் கதை' என்ற வகையில் 'அனாடமி ஆஃப் இல்னெஸ் அஸ் டிஸ்கிரைபிடு பை த பேஷண்ட் (Anatomy of an Illness as Described by the Patient)' என்ற புத்தகம் எழுதினார்.

டம்ளர் ஒன்றில் பாதி தண்ணீர் இருப்பதை எப்படிப் பார்க்க வேண்டும் என்று சொல்வதுண்டு அல்லவா? காலியாக இருக்கும் பகுதியை ஏன் பார்க்கிறீர்கள். மாறாக, பாதி நிறைந்திருப்பதைப் பாருங்கள் என்பார்கள். அவர்கள் எல்லாம் ஒன்றும் இல்லை என்பதுபோல, நார்மென் கசின்ஸ் 500ல் ஒன்றைப் பார்த்திருக்கிறார். 499 ஐ தள்ளிவிட்டு.

அட! முடியும் என்று நினைத்தவரால் இவ்வளவு செய்ய முடிந்திருக்கிறதே!

மருத்துவர் கைவிட்ட பின்பும் நம்பிக்கை இழக்காது முயற்சித்த வருக்குக் கிடைத்த பலன், முழு வாழ்க்கையாக அல்லவா இருக்கிறது!

மருத்துவர்கள் முழுதும் கைவிட்ட பின்பும்

ராபர்ட் டில்ட்ஸ் என்பவர் தற்போது ஒரு பிரபலமான என்.எல்.பி. வல்லுநர். பிலீஃப்ஸ் (Beliefs) என்ற புத்தகத்தின் ஆசிரியர். அவர் புகழ் பெற்றதும், வல்லுநர் என உலகறியச் செய்ததும் அவருடைய அந்தப் புத்தகம்தான். அதை எழுதத் தூண்டியது, இந்த நிகழ்வுதான்.

ராபர்ட் டில்ட்ஸ்னனின் தாயார் நர்ஸாகப் பணிபுரிந்து வந்தவர். வேலை முடிந்து வீடு வர நேரமாகிவிடும். அவருடைய கணவருக்கு வேலையில் சிக்கல்கள். அதுவும் வீட்டில் எதிரொலிக்கும். அதையும் சமாளிப்பார். இதெல்லாம் போதாதென்று, அவருடைய சின்ன மகன், ராபர்ட்டின் தம்பி குடும்பத்தை விட்டுப் பிரிந்துபோய் விடுகிறார்.

இது சமயம் அவருக்கு இரண்டாவதுமுறையாக மார்பகப் புற்று நோய் வந்துவிடுகிறது. வந்ததோடல்லாமல், அது முதுகெலும்பு, விலா எலும்புகளுக்கும் பரவுகிறது.

மருத்துவச் சிகிச்சைக்குப் போகவேண்டும். கேன்சருக்கு கொடுக்கப்படும் சிகிச்சை கீமோதெரபி. தவிர கதிர்வீச்சு சிகிச்சை, மருந்து மாத்திரைகள் தலைமுடியெல்லாம் கொட்டி, மெலிந்து, உருக்குலைந்தே போய்விடுவார்கள். வலுவானவர்களையே சாய்த்துவிடும்.

ராபர்ட் டில்ட்ஸ் யோசிக்கிறார். பின்பு தான் பலருக்கும் தொழில் முறையாக செய்துவரும் 'நியூரோ லிங்விஸ்டிக் புரோகிராமிங்' எனப்படும் என்.எல்.பி. முறையை அம்மாவிடம் பயன்படுத்த முடிவு செய்கிறார்.

தொடர்ந்து நான்கு நாட்கள். சாப்பிடும் நேரம், தூங்கும் நேரம் போக மீதி நேரமெல்லாம் அம்மாவுடன் பேச்சு. என்.எல்.பி. முறையில் மருந்து என்பது பேச்சுதான். மாத்திரைகள் கிடையாது. பேசி நம்பிக்கைகளை மாற்றுவது. ஆழ்மனதின் புரிதலை மாற்றுவது. அம்மாவின் 'லிமிட்டிங் பிலீஃப்ஸ்' எனப்படும் மட்டுப்படுத்தும் எண்ணங்களை விலக்கியிருக்கிறார். ஒன்றுக்கு ஒன்று முரணான நம்பிக்கைகளை – Conflicting Beliefs - சரி செய்திருக்கிறார்.

அம்மாவின் உடல் நிலையில் வியக்கத்தக்க மாற்றம். வெறும் முன்னேற்றம் அல்ல. மாற்றம். கேன்சர் மறைகிறது. அதன்பிறகு பல ஆண்டுகள் ஆகியும் அந்தப் பிரச்னை வரவேயில்லை. ஆரோக்கியமான உடல்நிலை. அதன்பின் அவருடைய தாய், வாரம் ஒருமுறை பல கி.மீ. தூரம் நடக்கிறார். தொலைக்காட்சி நிகழ்ச்சிகளில் தொடர்களில் நடிக்க ஆரம்பித்துவிட்டார்.

ராபர்ட் டில்ட்ஸ் இதைப் பற்றி தனது புத்தகத்தில் இப்படிக் குறிப்பிடுகிறார். 'இந்த வழிமுறை சிலருக்கு வெற்றி தரவில்லை என்பதற்குக் காரணம், அந்த நோயாளிகள் தங்களுக்கு என்.எல்.பி. மூலம் முழுப் பலன் கிடைக்கும் என்று நம்பியிருக்கமாட்டார்கள்'.

'என்.எல்.பி.யா! அதென்ன?' என்ற சந்தேகம் வருகிறதா? என்.எல்.பி. பற்றிய எல்லா விளக்கங்களும் விவரங்களும் பின்னால் வருகின்றன. என்.எல்.பி.யோ அல்லது வேறு எதுவுமோ, இப்போதைக்கு நிறுவுவது, மருந்து மட்டும் போதாது, நம்பிக்கையும் வேண்டும் என்பதைத்தான்.

'நம்பினோர் கெடுவதில்லை. இது நான்கு மறை தீர்ப்பு' என்கிறது ஒரு தமிழ் வாசகம்.

'தனக்கு ஒன்றுமில்லை. தான் சரியாகி விடுவோம்' என்ற நம்பிக்கை கொடுத்த பலன், கேன்சர் மறைந்தது. ஆமாம், கொல்லும் வியாதி என்று அஞ்சப்படும் கேன்சரே குணமானது.

இல்லாததை இருப்பதாகக் கற்பனை செய்தாலும்

கேன்சர் போன்ற வியாதிகள் நல்லவேளையாகப் பரவலாக இல்லை. ஆனால் சில மனக்குழப்பங்கள் பலரிடமும் இருக்கின்றன. அதில் தாழ்வு மனப்பான்மையும் ஒன்று. மனப்பான்மை என்றாலே அது மனசு, எண்ணம் சார்ந்தவைதானே!

சேகர் என்பவருக்கு தான் கொஞ்சம் சுமாரான முகவெட்டுக் கொண்டவர் என்ற வருத்தம் இருந்தது. அப்படியே பல ஆண்டுகள் அவரது மெல்லிய வருத்தம் தொடர்ந்தது.

ஒருமுறை முடி திருத்தப் போயிருக்கையில், முடி வெட்டுபவர் முடிவெட்டி முடித்துவிட்டு, சேகரின் தலையைச் சீவிவிட்டு சொல்லியிருக்கிறார், 'சார், நீங்கள் எப்பவுமே தலைக்கு எண்ணெய் தடவாதீர்கள். இதேபோல மெஜெஸ்டிக்காகத் தெரிவீர்கள்'.

அன்று முதல் சேகர் தலையில் எண்ணெய் வைப்பதில்லை. வீட்டுக்குப்போய் ஷாம்பு போட்டுக் குளித்ததில் இருந்தே

அவருக்கு அவர் மெஜெஸ்டிக்காகத் தெரிய ஆரம்பித்துவிட்டார். அதன்பிறகு எப்போது கண்ணாடி பார்த்தாலும் அவர் முகம் அவருக்கு மெஜெஸ்டிக்காகவே தெரிந்திருக்கிறது. மற்றவர் கண்ணிலும் தான் அப்படித்தான் தெரிவதாக நினைக்க, அவரது கவலை காணாமல் போய், சேகரின் பெருமிதம் தொடர்கிறது.

பிரசாந்த் என்று ஒரு அதிகாரியைப் பயிற்சி ஒன்றில் சந்தித்தேன். அறிவாளி, திறமையானவர். ஆனால் அவர் உயரம் நாலரை அல்லது ஐந்து அடிதான் இருக்கும். அதைப் பற்றி அவரே சொன்ன தகவல் இது.

பள்ளி, கல்லூரிகளில் எல்லாம் அவரது உயரம் பற்றியே நண்பர்கள் கிண்டலடிக்க அவருக்கு எப்படியாவது உயரமாகி விடவேண்டும் என்று வேகம் வந்திருக்கிறது. அப்படியே வேலைக்கும் போயாயிற்று.

ஒருமுறை கடை ஒன்றில், 'நீங்கள் உயரமாக வேண்டுமா? ஓர் நிச்சய வழி' என்று ஒரு ஆங்கிலப் புத்தகம் கண்ணில் பட்டிருக்கிறது.

பிரசாந்தின் மகிழ்ச்சிக்குக் கேட்கவா வேண்டும்? கண்டேன் சீதையை என்பதுபோல படு சந்தோஷத்துடன் உடனே வாங்கத் துடித்து விலை கேட்டார். கடைக்காரர் சொன்ன விலை ரூ 250. அப்போது, அதாவது சுமார் முப்பது ஆண்டுகளுக்கு முன்னால் பிரசாந்தின் மாதச் சம்பளம் ரூ 750 தான். அதாவது பத்துநாள் சம்பளத் தொகை. பிரசாந்த் அந்தப் புத்தகத்தைப் புரட்டிப் பார்க்க நினைத்தார். ஆனால், அந்தப் புத்தகத்தை வாங்கிப் பிரிக்காமல் புரட்டக் கூட முடியாத அளவுக்கு அது கண்ணாடித் தாளினால் சுற்றி வைக்கப்பட்டிருந்தது.

ரூபாயா பெரிது! உயரமாக நிச்சய வழி அல்லவா? 750 ரூபாய் சொல்லியிருந்தால்கூட அவர் வாங்கியிருப்பார். வாங்கிவிட்டார்.

புத்தகத்தைப் பத்திரமாக வைத்துக்கொண்டு அவர் தங்கியிருந்த அறைக்குப்போய் வேகம் வேகமாகப் பிரிந்தார். படித்தார். சின்னப் புத்தகம்தான். புத்தகத்தின் இறுதியில்தான் ரகசியம் மூன்று தகவல்களாகச் சொல்லப்பட்டிருந்தது.

அதில் மூன்று தகவல்கள்.

1. எப்போதும் மேலிருந்து கீழே கோடு போட்ட (வெர்டிகள் ஸ்டிரைப்) சட்டைகளையே அணியவேண்டும்.

2. தலை முடியை மேல் நோக்கித் தூக்கி வாரவேண்டும்.

3. எப்போதும் குதிகாலைத் தூக்கியபடியே எம்பி நடக்க வேண்டும்.

அவ்வளவுதான்.

இன்றைக்கு அவரே அதை வேடிக்கையாகச் சொன்னாலும், அன்று நூறு சதவிகிதம் நம்பி இருக்கிறார். அந்த மூன்று வழிகளையும் தொடர்ந்து கடைப்பிடித்திருக்கிறார். அதன்பின்பு அவர் மனதில் அவர் எவர் கண்ணிலும் உயரக்குறைவாகத் தெரியவில்லை.

இந்தத் தகவலை அவர் என்னிடம் பயிற்சி வகுப்பு ஒன்றில் பகிர்ந்துகொண்டார். தற்செயலாக அவரது சட்டையைக் கவனித்தேன். கரெக்ட். வெள்ளை நிறத்தில் அழுத்தமான நீல நிறக் கோடுகள். கரெக்ட். மேலிருந்து கீழ் 'வெர்டிக்கள்' கோடுகள்தான். தலை முடியைப் பார்த்தேன். கொட்டியது போக மீதமிருந்த இருபது முப்பது முடிகளும் உயர்த்திச் சீவப்பட்டிருந்தன.

சேகர் முகவெட்டில் எந்த மாற்றமும் நிகழவில்லை. பிரசாந்த் உயரத்திலும் எந்த வேறுபாடும் ஏற்படவில்லை. அவர் முன்பிருந்த அதே உயரம்தான் அந்தப் புத்தகத்தைப் படித்த பின்பும். ஆனால், அவர்கள் இருவருமே இப்போது தன்னம்பிக்கை உள்ளவர்களாக மகிழ்ச்சியாக வாழ்கிறார்கள்.

நினைப்பில் வந்த மாற்றம் நிம்மதியில் ஏற்படுத்திய மிகப்பெரிய தாக்கம்.

சில தேவையற்ற கற்பனைகள்

சராசரி உயரமில்லாத பிரசாந்த் அப்படி யோசித்ததையாவது ஓரளவு புரிந்துகொள்ளமுடியும். ஆனால் இன்னும் சிலர் அவர்களுக்கு இல்லவே இல்லாத பிரச்னைகளை எல்லாம் அவர்களாகக் கற்பனை செய்துகொண்டு கவலைப்படுவார்கள், செயல்படாமல் இருப்பார்கள். முயற்சிக்காமல் விடுவார்கள்.

சலவைத் தொழிலாளி ஒருவர் தன்னுடைய மூன்று கழுதைகளை விற்றுவிட முடிவு செய்தார். அவற்றை ஓட்டிக்கொண்டு பக்கத்து ஊர் சந்தைக்குப் போனார். போகும் வழியில் குளம் ஒன்று தென்பட்டது. அதில் குளித்துவிட்டுப் போகலாம் என்று முடிவு செய்தார். கழுதைகளை மரத்தடியில் விட்டுவிட்டுப் போகலாம் என்று மரத்தடிக்குச் சென்றார்.

உடன் கொண்டு சென்றிருந்த கயிற்றால் முதல் கழுதையை மரத்தில் கட்டினார். மீதம் இருந்த கயிற்றால் இரண்டாவதையும் கட்டிவிட்டார். கயிறு தீர்ந்துவிட்டது. மூன்றாவது கழுதையைக் கட்ட கயிறு இல்லை. சுற்று முற்றும் பார்த்தார். கழுதையை மரத்தில் கட்டுவதற்கு ஏதுவான ஏதும் அங்கே தென்படவில்லை.

அந்த மரத்தின் வேறு பக்கம் அமர்ந்திருந்த பெரியவர், 'என்னப்பா தேடுகிறாய்?' என்று கேட்க, விஷயத்தைச் சொன்னார்.

சற்று யோசித்த அந்தப் பெரியவர், அதனால் என்ன, கயிறு இல்லா விட்டாலும் பரவாயில்லை. சும்மாவேணும் ஒரு கயிற்றால் மூன்றாவது கழுதையைக் கட்டுவதுபோல பாவனை செய். அது போதும்' என்றார்.

வேறு வழியில்லாமல் பெரியவர் சொன்னதுபோலவே அந்தச் சலவைத் தொழிலாளி கழுதையின் கழுத்தில் கயிறு சுற்றிக் கட்டுவது போலவும் அடுத்து அந்தக் கயிற்றை மரத்தில் கட்டுவதுபோலவும் பாவனை செய்துவிட்டு குளிக்கப் போனார்.

குளித்துவிட்டு வரும்வரை மூன்று கழுதைகளும் அதனதன் இடங்களில் அப்படியே நின்றுகொண்டிருந்தன. பெரியவருக்கு நன்றி சொல்லிவிட்டு கட்டிய இரு கழுதைகளையும் அவிழ்த்து விட்டு, மூன்றையும் பார்த்து, ஹாய் ஹாய் என்று விரட்டி நகரச் சொன்னார்.

கயிற்றால் கட்டப்பட்டு, பின் கட்டு அவிழ்க்கப்பட்ட இரு கழுதைகளும் நடக்க ஆரம்பித்தன. ஆனால் மூன்றாவது கழுதை அதே இடத்தில் நின்றுகொண்டிருந்தது. சலவைத் தொழிலாளிக்கு ஆச்சரியம்.

அந்தப் பெரியவர் சொன்னார், 'தம்பி நீ இப்போது கட்டை அவிழ்த்து விடு. அதுவும் நடக்கும்'

'அந்தக் கழுதையைத்தான் நான் கட்டவேயில்லையே அய்யா!'

'அந்த விஷயம் எனக்கும் உனக்கும் தெரியும். கழுதைக்குத் தெரியுமா? அது, கயிற்றால் தான் கட்டப்பட்டிருப்பதாக நம்புகிறது. அதனால்தான் நகரவில்லை. இப்போது நடக்கவும் இல்லை. போ. போய் அவிழ்ப்பதுபோல பாவனை செய்.'

அப்படியே செய்ய, அந்தக் கழுதை நடக்க ஆரம்பித்தது.

இல்லாத ஒன்றை இருப்பதாக இவ்வளவு தூரம் நம்ப முடிகிறது. நம்பிக்கை இவ்வளவு தூரம் கட்டுப்படுத்துகிறது!

எதையாவது செய்யாமல் இருக்க மட்டுமல்ல, ஏதோ பிரச்னைகள் தனக்கு வந்துவிட்டதுபோல, இருப்பது போலெல்லாம்கூட நினைப்பு செய்யும்.

முடியாது என்று நம்பிவிட்டால், முடியக்கூடியவையும் முடியாமல் போகும். நான் என் மந்திரசக்தியால் உங்கள் கைகளைக் கட்டி வைத்திருக்கிறேன் என்று எந்தச் சாமியாராவது அழுத்தம் திருத்தமாகச் சொன்னால் அதைக் கேட்பவர் நம்பிவிட்டால், சாதாரணமாகத் தூக்கக்கூடிய அவரது கைகளை அவரால் தூக்க முடியாது. பாரமாகத் தோன்றும். எண்ணம் அவ்வளவு வலுவானது.

அவன் ஒரு நாட்டின் அரசன். காட்டிற்கு வேட்டையாடச் சென்றிருந்தபோது கூடாரம் ஒன்றில் தங்கி ஓய்வெடுத்துக் கொண்டிருந்தான். அப்போது கட்டிலில் ஊர்ந்துகொண்டிருந்த வண்டு ஒன்று புகுந்துவிட்டது. பதறிப் போனான்.

காதில் இருந்த பூச்சியை எடுக்க மன்னனைச் சேர்ந்தவர்கள் படாத பாடுபட்டார்கள். அவர்கள் முயற்சி எதுவும் பலிக்கவில்லை. உடனடியாக அரண்மனைக்குத் திரும்பினான் அரசன். ராஜ வைத்தியரிடம் விவரம் சொல்லப்பட்டது.

ராஜ வைத்தியர் அவரால் இயன்றதெல்லாம் செய்தார். பச்சிலைகள் சிலவற்றை இடித்துப் பிழிந்து காய்ச்சி அரசனின் காதில் ஊற்றினார். வண்டு வெளிவரவில்லை.

அரசனின் காதிலிருக்கும் வண்டை வெளிக்கொணர்பவர்களுக்கு முழு கிராமங்களே பரிசாக வழங்கப்படும் என்று அறிவிக்கப் பட்டது. யார் யாரோ வந்தார்கள். என்னென்னவோ செய்தார்கள். என்ன செய்தும் வண்டு வெளியே வரவில்லை.

அரசனால் ராஜகாரியம் ஏதும் செய்யமுடியவில்லை. வேறு எதிலும் கவனம் செலுத்த முடியவில்லை. காரணம் வண்டு அங்கும் இங்கும் நகர்வதை அவனால் உணர முடிந்தது. குடைந்து குடைந்து மூளைக்குள் போய்விட்டால் என்ன ஆகும் என்கிற கவலையில் அவனது உணவு, தூக்கம் எல்லாம் குறைந்து போனது. உடல் மெலிந்து ஒரு நோயாளியைப் போலாகிவிட்டான். தன் வாழ்வு இந்த வண்டினால் முடிந்துவிடுமென்று அஞ்சி நடுங்கினான்.

அது சமயம் யாத்திரை சென்றிருந்த ராஜ வைத்தியரின் குரு தலைநகர் திரும்பினார். நடந்த விவரங்கள் கேட்டறிந்தார். உடனடியாக அரசனைப் போய்ப் பார்த்தார். சிறிது நேரம்

அரசனிடம் உரையாடி பிரச்னை என்னவென்று புரிந்து கொண்டார்.

'அரசே நல்லவேளையாக வண்டு உள்ளே போய் பத்து நாட்கள்தான் ஆகின்றன. இன்னும் நான்கு நாட்களுக்குள் வெளியே கொண்டுவந்துவிட்டால் உங்கள் உடல் நலத்துக்கு எந்தக் கேடும் வராது. இந்த வண்டு இதுவரை எடுத்த முயற்சிகளினால் வெளிவராததற்குக் காரணம், அதன் வேறுபாடான உடலமைப் புத்தான். மேற்கு மலைத்தொடரில் கிடைக்கும் ஒரு குறிப்பிட்ட மூலிகைக்கு அந்த வண்டைக் கட்டுப்படுத்தும் சக்தி இருக்கிறது. நானே சென்று அந்த மூலிகையை உடனே எடுத்து வருகிறேன்' என்று சொல்லிக் கிளம்பினார்.

குரு அடுத்த நாளே வந்தார். அந்த மூலிகையை நண்பகல் சூரிய ஒளியில் வைத்து சில மந்திரங்கள் சொன்னார். எல்லாவற்றையும் அரசன் உன்னிப்பாகக் கவனித்தான். பின்பு அதை சந்தனத்துடன் சேர்த்து அரைத்து அரசனின் காதில் ஊற்றினார். பின்பு அரசனின் காதில் வாயை வைத்து ஊதினார். பின்பு வாயால் காற்றை உறிந்து எடுத்துத் துப்ப, என்ன அதிசயம் ஒரு அரிய வகை வண்டு வெளியே வந்து விழுந்தது.

வண்டைப் பார்த்த அரசன் முகத்தில் நிம்மதி. ராஜ வைத்தியரின் குருவுக்கு ஏகப்பட்ட பாராட்டுகள், பரிசுகள். அன்று முதல் அரசன் இயல்பு நிலைக்கு வந்து நன்றாகச் சாப்பிட்டான், முன்போல உறங்கினான்.

சில நாட்களுக்குப் பிறகு ராஜவைத்தியர், குருவிடம் கேட்டார், 'குருவே அது என்ன மூலிகை?'

சிரித்தபடி குரு சொன்னார், 'அது மூலிகையே இல்லை. காட்டுச் செடியின் சாதாரண இலைகள்'

'அதற்கா அவ்வளவு சக்தி!'

'சக்தி அந்த இலையில் இல்லை. என் யுக்தியில் இருந்தது!'

'யுக்தியா! என்ன சொல்கிறீர்கள் குருவே!'

'ஆமாம். யுக்திதான். எந்த வண்டும் அவ்வளவு நாட்கள் உயிருடன் இருக்க இயலாது. அதனால் அது அரசனின் மனப்பிராந்தி என்று தெரிந்துகொண்டேன். யார் என்ன சொல்லியும் அரசன் அவன் காதிற்குள் போன வண்டு உள்ளே இருப்பதாகவும்

குடைவதாகவும் நம்பினான். அதனால் அவன் நம்பிக்கைக்கு ஏற்ப, கடுமையான வேலைகள் செய்து அரிய மூலிகையைக் கொண்டுவந்து ஊற்றுவதாக நாடகமாடினேன். அரசன் நம்பினான்.'

'அது சரி குருவே. அரசர் காதில் இருந்து ஒரு செத்த வண்டு வெளியே வந்ததே!'

'ஓ, அதுவா! அது என் வாயில் நான் அதக்கி வைத்திருந்த வண்டு. காதில் ஊதுவதுபோல உள்ளேவிட்டு, உறிஞ்சுவது போல வெளியே எடுத்தேன்'.

'அப்படி என்றால்...?'

'அரசர் காதில் வண்டு இல்லை. ஆனால் வண்டு இருப்பதாக ஓர் எண்ணம் அரசர் மனதில் வலுவாகப் பதிந்துவிட்டிருந்தது. இல்லாத ஒன்றை இருப்பதாக நினைக்கப்போய் அவ்வளவு மனக்குழப்பம், மனச்சோர்வு மற்றும் உயிருக்கே ஏற்பட்டிருக்கக் கூடிய ஆபத்து! அதைத்தான் என் யுக்தியினால் நீக்கினேன்!' என்றார்.

நல்ல கதைதான். ஆனாலும் கதைதானே என்ற நினைப்பு வருகிறதா? அப்படியென்றால் ஒரு நிஜமாக நடந்த நிகழ்வையே பாருங்களேன்.

அமெரிக்காவின் கலிஃபோர்னியா மாகாணத்தில் ஒரு பெரிய மைதானத்தில் கால்பந்து போட்டி ஒன்று நடந்துகொண்டிருக்கிறது. மைதானத்தைச் சுற்றிக் கட்டப்பட்டிருந்த அரங்கம் முழுக்க ரசிகர் கூட்டம்.

ஒரு நேரம் ஒரு குறிப்பிட்ட பகுதியில் இருந்த ரசிகர்களில் சிலர் வாந்தி மற்றும் மயக்கத்துக்கு ஆளாகினர். ஆராய்ந்ததில், அவர்கள் அனைவருமே ஒரு குறிப்பிட்ட தானியங்கி குளிர்பான மிஷினில் இருந்து குளிர்பானம் பானம் குடித்தது தெரியவந்தது.

'இனி யாரும் அதிலிருந்து குடிக்க வேண்டாம்' என்று ஒலிபெருக்கியில் அறிவித்தார்கள். அதற்குக் காரணமாக, குடித்தவர்களுக்கு நேர்ந்ததையும் சொல்லி, எச்சரித்தார்கள்.

அதே மிஷினில் இருந்து குடித்தும், அதுவரை சாதாரணமாக இருந்தவர்களுக்கும் வயிற்றைக் கலக்க ஆரம்பித்தது. அவர்களில் பலர் மயங்கவும் சிலர் வாந்தி எடுக்கவும் செய்தார்கள். இதனால் விளையாட்டு அரங்கத்தில் குழப்பம். ஏகப்பட்ட ஆம்புலன்ஸ்கள் வந்து சிரமத்துக்கு உள்ளானவர்களை, பக்கத்தில் இருந்த மருத்துவ மனைகளுக்கு அழைத்துச் சென்றன.

சிறிது நேரம் ஆனது. அரங்கத்தின் அத்தனை ஒலிபெருக்கிகளிலும் மற்றொரு அறிவிப்பு. 'நன்றாகச் சோதித்துவிட்டோம். அந்தக் குறிப்பிட்ட மிஷினில் இருந்து வரும் அந்தக் குளிர்பானத்தில் ஏதும் பிரச்னை இல்லை' என்று.

அப்படியென்றால் முதலில் வாந்தி மயக்கம் செய்த சிலர் அப்படிச் செய்ததற்குக் காரணம் வேறு எதுவோ.

இந்த அறிவிப்பு வந்ததும் அரங்கத்திலேயே அரை மயக்க நிலையில் இருந்தவர்கள் எழுந்து அமர்ந்தார்கள். சாதாரணமாக நடக்க ஆரம்பித்தார்கள். மருத்துவமனைகளுக்கும் இந்த இரண்டாவது அறிவிப்பு பற்றிய தகவல்போய், சிகிச்சை எடுத்துக் கொண்டிருந்த பலரும் வெளியேறினார்கள்.

இல்லாத ஒன்றை இருப்பதாக எண்ணினால், இருந்தால் என்ன தாக்கம் ஏற்படுமோ அந்தத் தாக்கம் ஏற்படுகிறது. வாந்தி மயக்கம் உட்பட! எண்ணத்தின் சக்தி அவ்வளவு.

கவியரசு வைரமுத்து நம்பிக்கை பற்றிச் சொன்னதையும் இங்கே பொருத்திப் பார்ப்பது உகந்தது. மேடைப்பேச்சு பற்றி அவர் சொன்னதுதான் அது.

'ஒரு பேச்சாளனுக்கு அவன் பேசப் போக்கும் பேச்சின் மீது இருக்கும் நம்பிக்கையும், பேச்சைக் கேட்க வந்தவர்களுக்கு அந்தப் பேச்சாளன்மீது இருக்கும் நம்பிக்கையும் சேர்ந்ததுதான் அந்தப் பேச்சின் வெற்றி' என்றார்.

நன்றாகப் பேசுவேன் என்று நம்பும் பேச்சாளன் நன்றாகவே பேசுவான். அவன் பேச்சு நன்றாக இருக்கும் என்று நம்பும் பார்வை யாளர்கள் அவன் பேச்சு நன்றாக இருப்பதாகவே பார்ப்பார்கள். பேச்சு எப்படியிருந்தாலும், இந்த இரண்டும் கைகோர்த்து விட்டால், 'பேச்சு வழக்கம்போல அற்புதம்' என்பார்கள்.

எண்ணம் போல வாழ்க்கை

ராஜராஜ சோழன் யார்? பேரரசன். இந்தியாவைத் தாண்டியும் கடல் கடந்தும் விரிந்து கிடந்த சோழ சாம்ராஜ்யத்தின் சக்கரவர்த்தி. அவன் ராஜ வாழ்க்கை வாழ்ந்திருப்பான். ஆனால், அவன் பி.எம்.டபிள்யூ போன்ற சொகுசுக் கார்களில் பயணிக்கவில்லை. குதிரைதான். அல்லது அதிகபட்சம் பல்லக்கு. அவனிடம் ஆண்டிராய்ட் என்ன... சாதாரண லேண்ட் லைன் போன் கூட இல்லை. ஒற்றர்கள், தூதுவர்கள் வந்து சொன்னால்தான் என்பது

மட்டுமல்ல, அவர்கள் சொன்னதுதான் செய்தி. தொலைக்காட்சிப் பெட்டி, இணையம், கூகுள், ஜெட் (வேக) விமானங்கள் ஏதுமில்லை. அவ்வளவு ஏன் மின்சார விளக்குக்கூட இல்லை. அவன் காலத்தில் எண்ணெய் ஊற்றி, திரி போட்டு விளக்கேற்றித்தான் வெளிச்சம் பெறவேண்டும்.

இவை ஏதும் இல்லைதான். ஆனாலும் ராஜராஜசோழன் எந்தக் குறையையும் உணரவில்லை. ஏன்? அவன் காலத்தில் அப்படிப் பட்ட வசதிகள், யந்திரங்கள், வசதிகள் உருவாக்கப்பட்டிருக்க வில்லை.

அவை இல்லை. அதனால் அவை இல்லாதது தெரியவில்லை. அதனால் குறையில்லை, வருத்தமில்லை.

காந்தி ஜெயந்தி வருவது அக்டோபர் 2ம் தேதி. அன்றைக்கு தமிழ்நாட்டில் மதுக்கடைகள் கிடையாது. விடுமுறை. வாங்கி வைத்துக்கொள்ளாத குடிமகன்கள் பாவம் திணறிப் போய் விடுவார்கள். ஏங்கித் தவித்து, கைகள் உதறல் எடுக்க மனது பரிதவிக்க பெரும் சிரமத்துக்கு உள்ளாவார்கள்.

மதுப் பழக்கமில்லாதவர்கள் நிலை என்னவாக இருக்கும்? அன்று மதுக்கடைகள் விடுமுறை என்பது அவர்கள் கவனத்துக்கு வராது. அவர்களுக்கு அதைப்பற்றி என்ன கவலை?

மது இருக்கிறது. சிகரெட் இருக்கிறது. கண்டுபிடித்தாகிவிட்டது. விலைக்குக் கிடைக்கிறது. வாங்க முடியும். ஆனாலும் சிலர் அவற்றை ‘மிஸ்’ செய்வதில்லை. அவற்றுக்காக ஏங்குவது இல்லை. காரணம்?

அவர்கள் அவற்றைப் பழகவில்லை. அதனால் அவற்றைத் தேடவில்லை.

ராஜராஜன், குடிமன்னர்கள், பழகாதவர்கள் ஆகிய மூன்று வகையினரையும் வைத்து, என்ன புரிந்துகொள்ளலாம்?

இருக்கிறதோ இல்லையோ வருத்தம் இல்லாமல், தேடாமல் வாழமுடியும். ஆக வருத்தமோ, திருப்தியோ, பொருள்களில் வசதிகளில் இல்லை. அது அதைத் தேடும் மனதில்தான் இருக்கிறது.

என் உலகம், என் மனதில்

ஃபோர்ட் கார் நிறுவனத்தை உருவாக்கிய ஹென்றி ஃபோர்டு சொல்வார், ‘என் உலகம், என்னால், என் தலையில் உருவாக்கப் படுகிறது.’

நம் மகிழ்ச்சியை, துக்கத்தை, எரிச்சலை உருவாக்குவது யார்? எவருக்கு அந்த அனுமதி இருக்கிறது? நம் எண்ணங்களைத் தவிர வேறு எதற்கும் அந்தச் சக்தி இல்லை.

நம் எண்ணங்களால்தான் நம் உலகம் உருவாக்கப்படுகிறது. இருக்குமிடம் நரகம் என்றோ சொர்க்கம் என்றோ முடிவு செய்யப்படுவது இடங்களால், பொருள்களால், வசதிகளால் அல்ல. அதுபற்றிய எண்ணங்களால்தான்.

ஒன்று நடக்கும், அது நடப்பது சாத்தியம் என்று தோன்றினால், அப்போது நாம் எடுக்கும் முயற்சிகள் முழுமூச்சாக இருக்கும். நம்பிக்கையில்லாதபோது அல்லது முழுவதும் நம்பாதபோது கிடைக்கும் பலம் போதுமானதாக, சாதிக்க வைப்பதாக இருக்காது.

2

என்.எல்.பி. : ஓர் அறிமுகம்

'நியுரோ லிங்கியுஸ்டிக் புரோகிராமிங்' என்பதன் சுருக்கம்தான் என்.எல்.பி. Neuro-Linguistic Programming (N.L.P.) என்னும் ஆங்கில வார்த்தைகளின் முதல் எழுத்துகள்.

'நியுரோ' என்பது மூளை மற்றும் நரம்புமண்டலம் தொடர்பானது. 'லிங்கியுஸ்டிக்' என்பது மொழி மூலமாக எனும் பொருள் கொண்டது. 'புரோகிராமிங்' என்பது ஒரு செய்முறை திட்டம் உருவாக்கல்.

'மொழி மூலமாக, மூளையில் மாற்றங்கள் உருவாக்கும் செயல் முறைத்திட்டம்' என்பது அதன் நேரடி மொழிப்பெயர்ப்பு.

'மொழிவழி எண்ணங்களில் மாற்றங்கள் உருவாக்கும் நிகழ்முறை' என்று தமிழில் பெயர்வைக்கலாம்.

எளிமையாகச் சொல்வதென்றால், என்.எல்.பி. என்பது, பலவீனப்படுத்தும் எண்ணங்களை விலக்கி, சுய பலம், சுய முயற்சி ஆகியவற்றின்மீது நம்பிக்கைகொள்ள வைத்து அதன் மூலம் வெற்றியை உறுதி செய்யும் ஓர் வழிமுறை.

என்.எல்.பி. மூலம், ஒருவர், அவருக்கு மிக முக்கியம் என்று நினைக்கும் துறையில் அவர் திறமையானவர் ஆக முடியும். மற்றவர்களிடம் அவர் பார்க்கும் அபரிமிதமான ஆற்றலை, திறமையை அவர் பெற முடியும். கடந்த கால அனுபவங்கள் கொடுக்கும் அழுத்தத்தில் இருந்து முற்றிலும் வெளிவரமுடியும். சுற்றியிருக்கும் மற்றும் தேர்வு செய்யும் நபர்களுடன் இணக்கமாகப் பழக, செயல்பட முடியும். மொத்தத்தில்,

வாழ்க்கையில் புதிய வாய்ப்புகள் மற்றும் நிம்மதியையும் திருப்தியையும் பெறமுடியும்.

•

என்.எல்.பி. என்பது சிகிச்சை Therapy முறை அல்ல. அதில் மருந்துகள், மாத்திரைகள், அறுவை சிகிச்சைகள் கிடையாது. அது ஒரு வழிமுறை - process மட்டுமே.

என்.எல்.பி. க்கு மக்களின் திறன்மீது மீது அபார நம்பிக்கை உண்டு. எதையும் அவர்களாலேயே சரி செய்துகொள்ள முடியும் என்று நம்புகிறது.

ஒருவர் பங்கேற்கும், சந்திக்கும் எல்லா நிகழ்வுகளும் அவரது நினைவில் பதிவாகிறது. ஆனால் அவை எல்லாம் பதிவாகின்றன என்பது அவருக்குத் தெரியாது. தேவைப்பட்டால் அவர் அவற்றை நினைவுபடுத்திப் பார்க்கலாம் என்ன ஏது எப்படி என்று பரிசீலனையும் செய்யலாம்.

எப்படி வெளிமனதையும் ஆழ் மனதையும் ஒருங்கிணைந்து வேலை செய்ய வைப்பது என்பதைப் பற்றிய வழிமுறை என்.எல்.பி.

என்.எல்.பி. என்பது அனுபவங்களின் கட்டமைப்பைப் பற்றிய ஆய்வு என்றும் தொடர்புகொள்ளலின் கலை மற்றும் அறிவியல் என்றும் சொல்வோர் உண்டு.

தன்னோடும் வெளி உலகத்தோடும் எப்படி, எந்த விதம் தொடர்புகொள்வது, அதன் மூலம் மாற்றங்கள் கொண்டுவருவது என்பதுதான் என்.எல்.பி.

என்.எல்.பி.யில் பேசுவதன் மூலமாகவே மாற்றங்கள் கொண்டு வருகிறார்களாமே. வெறும் வார்த்தைகள் போதுமா? வார்த்தைகள் என்று சுலபமாக ஒதுக்க முடியாது. ஒருவர் கேட்கும் வார்த்தைகள் மூலம் அவர் அவரது மனதில் ஒரு அனுபவத்தைப் பெறுகிறார். அவர் சொல்லும் சொற்கள் அவரது மனக் கட்டமைப்பையும் தன்மையையும் தெரிவிக்கிறது. கேட்பவரிடம் தாக்கம் கொடுக்கிறது.

என்.எல்.பி.யின் அடிப்படையே நம்பிக்கைதான். நம்பினார் கெடுவதில்லை. இது நான்கு மறை தீர்ப்பு என்பதுபோல என்.எல்.பி. யை நம்புகிறவர்கள் பலனடைந்திருக்கிறார்கள்.

ஒருவரது செயல்பாடுகள் அவரது மனது இடும் கட்டளைகளால் தான் நடக்கிறது. ஒருவருடைய மனது எதையும் எப்படிப் பார்க்கிறது, எப்படிப் புரிந்துகொள்கிறது, எப்படி செயலாற்ற வைக்கிறது என்பதெல்லாம் அதன் 'புரோகிராம்' மைப் பொறுத்தது.

பண மதிப்பிழப்பு நடவடிக்கைக்கு முன் நம் நாட்டில் இயங்கிய ஏ.டி.எம்.கள் எல்லாம் 100, 500 மற்றும் 1000 ரூபாய்த் தாள்களைக் கொடுத்துக்கொண்டிருந்தன. அதன்பின் 1000 ரூபாய் இல்லை. 2000 தான் என்றானதும் அப்படிப்பட்ட தாள்களைத் தவறில்லாமல் வழங்குகின்றன. காரணம், அவற்றின் புரோகிராம் - சாஃப்ட்வேர்- மாற்றியமைக்கப்பட்டது. என்.எல்.பி. யால் மனதிற்குள் இருக்கும் புரோகிராம்களை அதேபோல மாற்றி அமைக்க முடியும். அதன்பின் செயல்பாடுகள் மாறிவிடும்.

என்.எல்.பி. யின் நான்கு முக்கிய அணுகுமுறைகள்

- இணக்கம் உருவாக்கல் – ராப்போ பில்டிங்
- ஐம்புலன்களையும் முழுதும் பயன்படுத்தல் - சென்சரி அவேர்னெஸ்
- விளைவுகள் அணுகுமுறை – அவுட்கம் திங்கிங்
- நடத்தையில் நெகிழ்தன்மை – பிகேவியரல் பிளெக்ஸ்சிபிளிட்டி

நீங்கள் எவராகவும் இருக்கலாம். அமைச்சராகவோ அல்லது நிறுவனத்தில் பணிபுரியும் தொழிலாளியாகவோ அல்லது ஒரு ஆசிரியையாகவோ அல்லது வேறு யாராகவோ. எவராக இருந்தாலும் அவர்கள் பணியிடத்தில், குடும்பத்தில், சமுதாயத்தில் என அவர்களது வாழ்க்கையின் அனைத்துப் பகுதிகளிலும் தேவைப் படும் குணங்கள்தான் மேலே கொடுக்கப்பட்டிருக்கும் நான்கும்.

இவற்றைக் கடைப்பிடித்தால் சம்பந்தப்பட்டவருடன் நெருக்கம் உருவாக்கி, அவர் சொல்வதையும் நடந்துகொள்வதையும், அவ்விடத்தின் பிற போக்குகளையும் கவனித்து, தேவையற்ற சண்டை சச்சரவுகள் தவிர்த்து, அந்த நேரத்து நம் தேவைக்கு எது உகந்ததோ அப்படிப்பட்டவற்றை உடனடியாக எந்தத் தயக்கமும் இல்லாமல் செய்வோம்.

•

என்.எல்.பி. க்கு அதிக வயதில்லை. ஐம்பதுக்கும் குறைவுதான். இதன் ஆரம்பம் 1970களின் தொடக்கம்தான். என்.எல்.பி. பிறந்தது, வளர்ந்தது எல்லாம் அமெரிக்காவில்.

யூனிவர்சிட்டி ஆப் சாண்டாகுரூஸ் சில், இன்ஃபர்மேஷன் சயின்சஸ் - மாதமேட்டிக்ஸ் முதுகலை படித்துக்கொண்டிருந்தவர் ரிச்சர்ட் பேண்ட்லர். அதே பல்கலையில் மொழியியல் பேராசிரியராக இருந்தவர் டாக்டர் ஜான் கிரிண்டர்.

இவர்கள் இருவருடன் மூன்றாவதாக பியூஸ்னிக் என்பவரும் சேர்ந்துகொண்டு, இவர்கள் மூவருமாக, வேறு மூன்று நபர்களைப் பற்றித் தீவிரமாக ஆராய்ந்திருக்கிறார்கள். ஆராயப்பட்ட அந்த மூவர், பிரிட்ஸ் பேர்ல்ஸ், வெர்ஜினியா சாடிர், மில்டன் எச்.எரிக்ஸன். அவர்கள் செய்த ஆராய்ச்சி வித்தியாசமானது.

அது சரி. ஏன் அந்த மூன்று பேரை மட்டும் தேர்வுசெய்து அவர்களின் பேசும் முறைகளைக் குறிப்பெடுத்தார்கள் என்ற கேள்வி வரலாம்.

பிரிட்ஸ் பேர்ல்ஸ், வெர்ஜினியா சாடிர், மில்டன் எச்.எரிக்ஸன் ஆகிய அந்த மூன்று பேரும் பெரிய அறிவுஜீவிகள் மற்றும் பெரும் வெற்றியாளர்கள். அவர்களிடம் பிரச்னையுடன் வரும் மக்களிடம் பேசியே, வெறும் பேச்சின் மூலமாகவே அணுகுபவர்களின் பிரச்னைகளை ஒன்றும் இல்லாமல் ஆக்கியிருக்கிறார்கள்.

என்ன மாதிரி பிரச்னைகள்?

சிலவற்றின் மீது தீராத பயம், காரணமின்றித் தெரிவிக்கப்படும் வலிகள், விடமுடியாத பழக்கங்கள். இதுபோன்ற சிக்கல்களைத் தீர்க்க, மனோதத்துவ நிபுணர்கள் மாதக்கணக்கில் எடுத்துக் கொண்டிருந்தபோது, இவர்கள் மூவர் மட்டும் பிரச்னையுடன் வருபவருடன் ஒரு மணி நேரத்திற்கும் குறைவாகப் பேசி, பேச்சின் மூலமே மருந்துகள் ஏதும் இன்றி முற்றிலுமாகச் சரி செய்திருக்கிறார்கள்.

ஆமாம், முக்கியமாக அவர்கள் பிரச்னைகளைத் தீர்த்த அந்த விதம்தான் அவர்களைக் கவனிக்க வைத்தது. அதெப்படி மருந்து மாத்திரைகள் இல்லாமல் அறுவை சிகிச்சை செய்யாமல் வெறுமனே பேசியே பெரும் சிக்கல்கள் சிலவற்றை இவர்களால் தீர்க்க முடிகிறது என்று வியந்துபோய், அவர்கள் பேசும் முறைகளை நுணுக்கமாகக் குறிப்பெடுத்தார்கள்.

அவர்கள் குறிப்பெடுத்தவற்றைப் பிரசுரங்கள் செய்து எப்படி மனிதர்களிடம் துரிதமாக மாற்றங்கள் கொண்டுவரமுடியும் என்று காட்டினார்கள். அவர்களால் அந்த மூவரின் அணுகுமுறை மற்றும் பேச்சுகளைக் கவனிக்க, பதிவு செய்து மற்றவர்களையும் அதே போல செய்ய வைத்து, அதே விளைவுகளை உருவாக்க முடிந்தது தான், என்.எல்.பியின் 'மாடலிங்' என்பதற்கு அடித்தளம்.

அதன் பிறகு மிகச்சிறந்த விற்பனையாளர்கள், மிகச்சிறந்த ஆசிரியர்கள், விளையாட்டு வீரர்கள், மேடைப்பேச்சாளர்கள் என்று பலரையும் கவனித்து அதை எடுத்துச் சொல்லி வேறு சிலரை அவர்களைப் போலவே ஆக்கினார்கள்.

உணவு தயாரிக்க ரெசிப்பி என்ற செய்பொருள்கள் பட்டியல் மற்றும் வழிமுறை கைவசம் இருந்தால், அதன்படி அப்படியே மாறாமல், யார் செய்தாலும் அதே உணவு, அதேபோல வருமா வராதா? அப்படித்தான் இதுவும் என்று செய்து காட்டினார்கள்.

பிறந்த குழந்தை வீட்டில் மற்றவர்கள் செய்வதை எல்லாம் பார்த்து அதேபோல செய்தே கற்றுக்கொண்டுவிடுகிறதல்லவா. அப்படித்தானாம் இதுவும்.

என்.எல்.பி.யை உருவாக்க, ரிச்சர்ட் பேண்ட்லரும் ஜான் கிரிண்டரும் மொழியியல் வல்லுனர்களான ஆல்ப்ரட் ஹப்டான்க் ஸ்கார்பெக் கோர்சப்கி (Alfred Habdank Skarbek Korzybski) மற்றும் நோஅம் சோம்ஸ்கி (Noam Chomsky) கிரிகாரி பேட்சன் (Gregory Bateson) ஆகியோரின் மொழி தொடர்பான பங்களிப்புகளைப் பயன்படுத்திக்கொண்டிருக்கிறார்கள்.

தற்போது என்.எல்.பி. இவர்களை எல்லாம் தாண்டி வெகுதூரம் வந்துவிட்டது. பல்வேறு நபர்களும் செழுமைப்படுத்துகிறார்கள். பல்வேறு துறைகளிலும் பயன்படுத்தப்படுகிறது.

என்.எல்.பி. பற்றி

வெற்றிகரமான விற்பனையாளர்கள், ஆசிரியர்கள், பெற்றோர், அதிகாரிகள், ஆட்டோ, டாக்சி ஓட்டுனர்கள், நர்ஸ்கள் ஆகியோரின் பேச்சுகளைக் கவனித்தால் அதில் வெற்றிகரமான சிலரின் பேச்சுகளில் பல என்.எல்.பி. அணுகுமுறைகள் இருப்பது தெரியவரும். என்.எல்.பி.என்பது மாடலிங் எக்ஸ்சலென்ஸ்.

என்.எல்.பி. பயிற்சி பெற்றவர்கள் அவர்களிடம் உதவிக்காக வருபவர்களின் சிக்கல் விவரங்களைத் தெரிந்துகொள்ளாமலேயே கூடத் தீர்க்க முடியும். உதாரணத்துக்கு ஒருவருக்கு லிஃப்ட்டில் போவது என்றால் பயம் என்றால், அவர், அவருடைய பயம் அதுதான் என்று அவர் என்.எல்.பி. வல்லுனரிடம் தெரிவிக்கத் தேவையில்லை. தனக்கு ஒன்றின்மீது பயம் என்று சொன்னால் போதும். அந்தப் பயத்தை (போபியாவை) வல்லுனர்களால் பேசியே போக்க முடியும்.

வெற்றிக்குத் தேவைப்படும் நான்கு திறன்கள் என்று என்.எல்.பி. சொல்வது

வெற்றிகரமான மனிதர்களின் வெற்றிக்குக் காரணம் என்று என்.எல்.பி. நம்புவது நான்கைத்தான். இவற்றை நான்கு தூண்கள் என்கிறது என்.எல்.பி.

பர்பஸ்: எதற்காக என்று தெரிந்து வைத்திருப்பது. இலக்கு களில் தெளிவாக இருப்பது. எதிலுமே நாம் அடைய நினைப்பது என்ன? எதற்காக ஒரு வேலையில் இறங்கு கிறோம், முயற்சிக்கிறோம் என்பதைத் தெளிவாகத் தெரிந்து வைத்திருப்பது.

ராப்போ: பழகுபவர்களுடன் மட்டுமல்ல சந்திப்பவர் களிடமும் இணக்கம் உருவாக்கல்.

அவேர்னெஸ்: நம்மைச் சுற்றி என்ன நடக்கிறது என்பது குறித்த விழிப்புணர்வு. உலகம் எங்கே போகிறது. என்ன மாற்றங்கள் நடக்கின்றன. நாம் எப்படி செயல்பட்டுக் கொண்டிருக்கிறோம், தொடர்புடையவர்கள் என்ன நினைக் கிறார்கள், என்ன செய்கிறார்கள், நாம் நமது அணுகுமுறையில், செயல்பாட்டில் ஏதேனும் மாற்றம் கொண்டுவர வேண்டுமா என்று தெரிந்துகொள்வது.

பிளெக்சிபிளிட்டி: தேவைப்படும் மாற்றங்கள் கொண்டு வரத் தயாராக இருப்பது.பிடிவாதம் இல்லாமல், சூழ்நிலை, மாற்றங்களுக்கு ஏற்ப விட்டுக்கொடுத்து, நெகிழ்தன்மை யுடன் நடந்துகொள்வது. குழந்தை வளர்ப்போ, குடும்ப வாழ்க்கையோ, விற்பனையாளர் வேலையோ, நிறுவன நிர்வாகமோ அல்லது வேறு எதுவுமோ. அது எதுவாக இருந்தாலும் இந்த மூன்றும் இருந்தால் அதில் வெற்றிதான்.

பிளெக்சிபிளிட்டி பற்றி ஒன்று சொல்வதென்றால், ஒருவிதத்தில் சீட்டுக்கட்டில் இருக்கும் ஜோக்கர் கார்ட் போல என்று சொல்லலாம். யாராவது எந்தச் சூழ்நிலையிலும் ஜோக்கர் கார்ட் ஏனடா வந்தது என்று நினைப்பார்களா? அல்லது வேண்டாம் என்று கீழே போடுவார்களா? காரணம், அது எதனுடனும் சேரும். பூக்களோ நிறமோ அதற்கு பிரச்னை அல்ல.

யோசித்துப் பாருங்கள். சில குழந்தைகள் அவர்களுக்கு ஏதும் வேண்டும் என்றால் எத்தனை விதங்களில் மீண்டும் மீண்டும்

முயற்சிக்கிறார்கள்! அவர்கள் அவ்வளவு கிரியேடிவ் மட்டுமல்ல, கேட்டதையே வேறுவிதமாகக் கேட்க பிளெக்சிபிளிட்டியும் தேவையல்லவா!!

ஆண்டனி ராபின்ஸ் சொல்வார், ‘நீங்கள் எப்போதும் செய்ததையே செய்தால் எப்போதும் கிடைத்ததுதான் கிடைக்கும்’ என்று.

தேவைக்கு ஏற்ப செயல்பாடுகளில் மாற்றங்கள் செய்துகொண்டே இருக்கவேண்டும்.

என்.எல்.பி. வெளி உலகத்தையோ, சூழ்நிலைகளையோ, சுற்றியிருப்போரையோ மாற்றாது. வெளி உலகம், சூழ்நிலைகள் மற்றும் சுற்றியிருப்போர் பற்றிய நமது பார்வையை, புரிதலை, அணுமுறைகளை மாற்றும். அதனால் வெற்றி கிடைக்கும்.

ஒருவர் முழுமையாகப் பயனடைய வேண்டுமென்றால் அவர் அவரது தற்போதைய அளவீடுகள், மதிப்பீடுகள், அபிப்பிராயங் களைக் கேள்வி கேட்கவேண்டும். அவரே கேட்டுக்கொள்ள வேண்டும். பிறர் அவரைக் கேட்கவும் அனுமதிக்க வேண்டும். தேவைப்படும் மாற்றங்கள் செய்ய கேள்விகள் முக்கியம்.

என்.எல்.பி.யின் அணுகுமுறைகள் வெற்றிதரும் என்பதால் அதைத் தவறான நோக்கங்களுக்காகவும் பயன்படுத்தக் கூடாது என்பது அதைக் கற்றுக்கொள்பவர்கள் கடைப்பிடிக்கவேண்டிய தொழில் தர்மம். கராத்தே என்ற தற்காப்புக் கலையின் பயன்பாட்டைப்போல இதையும் பிரச்னைகளைத் தீர்க்கப் பயன்படுத்தலாமே தவிர சுயலாபத்துக்காகப் பயன்படுத்துவது நியாயம் அல்ல.

இந்தப் புத்தகம் ஒரு உதவி. மாற்றங்களை உருவாக்குவது உங்கள் பொறுப்பு. மாற்றங்களுக்கு ஆயத்தமாக இல்லாதவர்கள் பெரிய வெற்றி பெறமுடியாது.

3

கண், காது, மூக்கு – சென்சரி அவேர்னஸ்

கண், காது, மூக்கு, நாக்கு (சுவை) உடல் (தொடு உணர்வு) என்கிற ஐந்தையும் தமிழில் ஐம்புலன்கள் என்கிறோம். இவை ஐந்தும்தான் நமது மூளைக்குத் தகவல்கள் பெற்றுத்தரும் ஆண்டனாக்கள், சென்சார்கள். மொத்தத்தில் தகவல் பெறுவதற்கு உதவும் ஐம்பெரும் வாசல்கள்.

பல்வேறு அம்சங்கள் பொருந்திய கைப்பேசியை, காரை, மடிக் கணினியை எல்லாம் 'அட! இவை என்னவெல்லாம் செய்கிறது!' என்று வியப்புடன் பார்க்கிறோம். அவற்றையெல்லாம்விட பல ஆயிரம் மடங்கு மேம்பட்டவை இந்த ஐம்புலன்கள்.

ஆனால், இவற்றினால் கிடைக்கக்கூடிய முழுப் பலன்களையும் எல்லோரும் பெறுவதில்லை. காரணம், இவற்றை முறையாகவும் முழுமையாகவும் பயன்படுத்துவதில்லை.

டாவின்ஸி கோட் என்ற புத்தகம் எழுதிய டான் பிரவுன் சொன்னது இது. 'மனிதர்கள் ருசி தெரியாமல் சாப்பிடுகிறார்கள், உணர்வில்லாமல் தொடுகிறார்கள். மனதில் வாங்காமல் கேட்கிறார்கள். நினைக்காமல் பேசுகிறார்கள். பார்க்காமல் வெறிக்கிறார்கள். வாசனை அறியாது சுவாசிக்கிறார்கள்' என்று.

சமையல் அறையில் இருக்கும் சல்லடைத் தட்டுகளில் காலப் போக்கில் அடைப்புகள் வந்துவிடுவதைப்போல, ஏசி ஃபில்டர் களில், புகை உள்வாங்கிகளில் தூசுகள் அடைத்துக் கொண்டு அவற்றின்

வேலைத் திறனைக் குறைத்து விடுவதுபோல, ஐம்புலன்களின் வேலைத் திறனும் நாளடைவில் குறைந்து போகிறது.

அதிகம் பயன்படுத்தப்படாத எதுவும் காலப்போக்கில் மட்கிப் போகிறதோ இல்லையோ செயல்பாட்டில் மங்கிவிடும். ஐம்புலன்கள் விதிவிலக்கல்ல.

என்ன இது! கண், காது, மூக்கு, நாக்கு போன்றவற்றை சரியாகப் பயன்படுத்தவில்லையா? அதெப்படி! தினசரியே பயன்படுத்திக் கொண்டுதானே இருக்கிறோம்!! பயன்படுத்தாமல் இருக்கவும் முடியுமா? என்ற கேள்வி வருகிறதா? கரெக்ட். வரத்தான் வேண்டும்.

பயன்படுத்தத்தான் செய்கிறோம். ஆனால் எப்படி, எவ்வளவு தூரம் என்பது பற்றித்தான் இந்த விவாதம். முழுதும் பயன்படுத்து வதில்லை என்று குறை சொல்வது சரியா இல்லையா என்பதைக் கீழே கொடுக்கப்பட்டிருக்கும் இரண்டு பத்திகளைப் படித்துப் பார்த்தபின் சொல்லுங்கள்.

இரண்டு நபர்கள் அவர்கள் அனுபவத்தை விவரிக்கும் இரண்டு பத்திகள்.

முதல் நபர்: 'நான் சத்யம் தியேட்டருக்கு படம் பார்க்கப் போனேன். படம் பார்த்துவிட்டு வந்தேன்'.

இரண்டாவது நபர்: 'நான் சத்யம் தியேட்டருக்குப் போனேன். அடேயப்பா, வாசலில் எவ்வளவு கூட்டம். அதுவும் எல்லாரும் இளைஞர்கள், இளைஞிகள். ஜீன்ஸ் பேண்டும், வண்ண வண்ண டீ ஷர்ட்டுடனும் சந்தோஷமாக சிரித்துப் பேசிக்கொண்டு, சுவர்கள் மீது அமர்ந்துகொண்டு... தவிர, அது படம் விட்ட நேரம் போல, இருக்கிற வாகனங்களையும், கார்களும், எஞ்சின் சத்தமும் ஹார்ன் சத்தத்துடன், காலருகில் சைலன்ஸர்களில் இருந்து வந்து மோதிய சூடான காற்று.

வழுவழுப்பான படிக்கட்டுகளில் தாவி ஏறி, கவுண்டரில் நின்று, ஒரே போல கருப்பு சீருடை அணிந்திருந்த இளம் ஊழியர் கேட்ட கேள்விகளுக்கு ஆங்கிலத்தில் பதில் சொல்லி டிக்கெட் வாங்கி, அரங்குக்குள் போகையிலேயே டபுள் பாப்கார்ன் வாங்கி, அது பொரியும் வாசனையும் அதன்மீது போடப்பட்ட வெண்ணெய் உருகும் வாசனையும் தூவப்பட்ட மிளகுத் தூளின் தும்மல் வரவழைக்கும் சிறு குறுகுறுப்பும்...'

மற்றதை எழுதத் தேவையில்லை அல்லவா. படத்தைப் பார்க்க திரையரங்குக்குள் போவதற்குள் இவ்வளவும் நடக்கிறதா இல்லையா?

முதலில் தன் அனுபவத்தை விவரித்த நபர் எப்படிச் சொன்னார், இரண்டாமவர் எப்படிச் சொன்னார்? யார் தன்னுடைய புலன்களைக் கூடுதலாகப் பயன்படுத்தியிருந்தார்?

சிலர் சாப்பிடுவார்கள். எப்படித் தெரியுமா? ஆவ் ஆவ் என்று வாயில் அள்ளிப்போட்டுக்கொள்வார்கள். என்ன சாப்பிட்டார்கள், அதன் சூடு, மணம், பதம், சுவை எதுவும் அவர்கள் கவனித்திருக்க மாட்டார்கள்.

வேறு சிலர் அப்படியில்லை அல்லவா?

இருவருக்கும் ஒரே போல உணவு வழங்கப்பட்டாலும், ஒரே அளவு நேரம் கொடுக்கப்பட்டாலும் இப்படிப்பட்ட வித்தியாசங்கள் இருக்கவே செய்கின்றன. காரணம், சிலர் அவர்களது புலன்களை முழுதும் பயன்படுத்துவதில்லை.

சுற்றுலா போனால், விருந்தினர் வீட்டுக்குப் போனால் என்று எங்கே போனாலும் இலகுவாக மேலோட்டமாக செய்பவர்கள் எல்லாம் அவர்கள் புலன்களை மிகக் குறைந்த அளவே பயன்படுத்து கிறார்கள்.

ஆண்டிராய்ட் போன்களில் எவ்வளவு அம்சங்கள் இருக்கின்றன! அந்தப் போன்களை வைத்திருக்கும் அனைவருமா எல்லா அம்சங்களையும் பயன்படுத்துகிறார்கள்?

'கண்ணிருந்தும் குருடராய் காதிருந்தும் செவிடராய்' என்று ஒரு சொல்லாடல் கேள்விப்பட்டிருப்பீர்கள். இவர்களையும் சேர்த்துதான் அவர்கள் குறிப்பிடுகிறார்கள் என்று தோன்றுகிறது.

கண் இருப்பவர்கள் எப்படி அய்யா பார்க்காமல் இருப்பார்கள் என்று இன்னமும் கூட சிலருக்கு சந்தேகம் வரலாம். வரட்டும். அந்தச் சிலரில் நீங்களும் இருக்கலாம். இப்போது உங்களுக்கு ஒரு சோதனை (டெஸ்ட்). இந்தப் புத்தகத்தின் இந்தக் குறிப்பிட்ட பக்கத்தைக் குறிப்பிட்ட வரியைப் படித்துக்கொண்டிருக்கும் நீங்கள் இன்னும் சற்று நேரத்தில் படிப்பதை நிறுத்தவேண்டும்.

நிறுத்திவிட்டு என்றால், எந்தச் சொல்லின்மீது கண்பார்வை இருந்ததோ அந்தச் சொல்லின் மீதே கண் பார்வை குத்திட்டு இருக்க வேண்டும். அடுத்த சொல்லுக்குப் போகக் கூடாது.

அப்படியே கண்களை வைத்துக்கொண்டு, உங்களுக்கு பக்க வாட்டுகளில், அதாவது வலது மாறும் இடது பக்கங்களில் இருக்கும் பொருள்களைப் பார்க்க முடிகிறதா என்று சோதியுங்கள்.

இடது, வலது பக்கங்கள் என்றால், கண் விழிகளை கண்ணின் இடது, வலது ஓரங்களுக்கு நகர்த்திப் பார்ப்பதில்லை. விழியும் கருமணியும் வைத்த சொல்லின் மீதே இருக்கவேண்டும். அப்படி விழியை நேராக இருக்கும் எழுத்தின்மீது வைத்தவாறே, பக்கவாட்டுகளில் எவ்வளவு தூரம் தெரிகிறது என்று கவனியுங்கள்.

நீங்கள் நினைத்துக்கொண்டிருப்பதைக் காட்டிலும் கூடுதலாகத் தெரியலாம்.

ஆம், நாம் நேராகப் பார்க்கும்போதே, பக்கவாட்டுகளில் இருப்பனவும் நம் பார்வை வளையத்தில் இருக்கின்றன. ஆனால், நாம் கவனிப்பதில்லை. இப்படிக் கவனித்தால் நம் பலம் கூடுதலாகும் இல்லையா?

எல்லோரும் வல்லவரே என்று நான் எழுதியிருக்கும் புத்தகத்தில் குறிப்பிடப்படும் ஒரு சம்பவத்தை அப்படியே தருகிறேன். ஒருவரால் அவரது பார்வையை எவ்வளவு தூரம் விரிவாக்கம் செய்ய முடியும் என்று தெரியும்.

புத்த பிக்கு ஒருவரிடம் சேர்ந்து பலவற்றையும் கற்றுக்கொள்ள வேண்டும் என்று ஆசைப்பட்ட ஒருவன் புத்த மடம் ஒன்றில் போய்ச் சேர்ந்தான். சேர்ந்த அவனுக்கு அங்கு வகுப்பு ஏதும் எடுக்கப்படவில்லை. மாறாக அவனை அங்கே வேலை செய்யச் சொன்னார்கள். தரையைக் கூட்டுவது, கழுவுவது, கதவுகளைத் துடைப்பது போன்ற வேலைகள் செய்தான். ஒரு மாதம் ஆயிற்று. குருவான பிக்குவிடம் போய், ‘எப்போது எனக்கு பாடங்கள் ஆரம்பிக்கும்?’ என்று கேட்டான். அதற்கு பதில் ஏதும் சொல்லாமல், ‘கொடுத்த வேலையைச் செய்’ என்று சொன்னார்.

செய்தான். மேலும் ஒரு மாதம் ஆயிற்று. ஏதும் சொல்லித் தராமல் இப்படி வேலை வாங்குகிறார்களே என்று அவனுக்கு கோபம். மீண்டும் பிக்குவிடம் போய்க் கேட்டான். இந்தமுறை அவர் பதில் ஏதும் சொல்லாமல் கொடுத்த வேலையைப் பார் என்பதுபோல ஒரு பார்வை பார்த்தார்.

எரிச்சலுடன் போனான். என்னடா இங்கு வந்தோம். இது நமக்குத் தேவையா. ஏதும் கற்றுத்தராமல் வேலை மட்டும் வாங்குகிறார்களே என்று மனதிற்குள் புழுங்கினான். வருத்தம் மேலிட்டது. ஆனாலும் சொல்லப்பட்ட வேலையைத் தொடர்ந்து செய்தான்.

அன்று மாலை அவன் வேலை செய்துகொண்டிருந்தபோது திடீரென அவனை யாரோ பின்பக்கமிருந்து ஒரு அடி கொடுத்தார்கள். திடுக்கிட்டுத் திரும்பிப் பார்த்தால்... யாரையும் காணோம். சுற்றுமுற்றும் பார்த்தான். அவன் அடிவாங்கியதைச் சிலர் பார்த்தது தெரிந்தது. அவனுக்கு அவமானமாகப் போய் விட்டது. ஆனாலும் வேலையைத் தொடர்ந்தான். அடுத்த இரண்டு மணிநேரத்தில் யாரோ அவனைப் பின்பக்கம் இருந்து திடீரென உதைத்தார்கள். யார் என்று அவனால் கண்டுபிடிக்கமுடிய வில்லை.

இப்படியாக அடுத்தடுத்து அவன் எதிர்பாராத நேரங்களில் அவனுக்கு அடியும் உதையும் கிடைத்தது. வலி, அவமானம், கோபம் மூன்றும் சேர்த்து அவனை வதைத்தது.

கொஞ்சம் யோசித்ததில் எல்லாம் அந்தப் புத்த பிக்குவின் வேலையாகத்தான் இருக்கும் என்று தோன்றியது. யுத்தக் கலை சொல்லித்தரக் கேட்டு வந்தால், சொல்லித் தராததுடன், வேலை வாங்குகிறார். அதைக் கேட்டால், கண்டபடி, அதுவும் மறைந்து நின்று அடிக்கிறார். இனி இங்கிருந்து பலனில்லை. போய்விட வேண்டியதுதான். ஆனால், அதற்குமுன், அந்தப் பிக்குவை சரியாக ஒரு அடியேனும் அடித்துவிட்டுத்தான் போகவேண்டும் என்று முடிவு செய்தான். சரியான தருணத்திற்காகக் காத்திருந்தான்.

அந்தத் தருணம் அடுத்த நாளே வந்தது.

பிக்கு பெரிய பத்திரம் ஒன்றில் அன்றைய உணவிற்காக எதையோ காய்ச்சிக்கொண்டிருந்தார். அவன் சத்தம் வராதவாறு அடிமேல் அடி வைத்து, அவருக்குப் பின்பக்கம் போய் நின்றுகொண்டான். அவன் கையில் ஒரு கனத்த துடுப்பு. பிக்குவை தலையில் அடிப்பதற்காக துடுப்பை ஓங்கினான். துடுப்பை வேகமாக பிக்குவின் தலையில் அடிக்க எத்தனித்தான். துடுப்பு அவர் தலையில் அடிப்பதற்கு முன்பாக அவர் துடுப்பைப் பிடித்துத்

தள்ளிவிட்டார். இதை பிக்கு பின்புறம் திரும்பிப் பார்க்காமலேயே செய்தார்.

அவனுக்கு வியப்பு தாங்கவில்லை.

'அதெப்படி பின்பக்கம் நடந்ததைப் பார்க்காமலேயே உணர்ந்து கொண்டீர்கள்?' என்று பிக்குவிடமே கேட்டான்.

'தம்பி உனக்கு வகுப்பு ஆரம்பம் ஆகிவிட்டது. இதுதான் உனக்கு முதல் பாடம்' என்றார்.'

கண் என்ற அதி அற்புதமான சாதனம் நம்மிடம் இருக்கிறது. அது நாள் முழுக்க வேலை செய்கிறது. ஆனால், அதன் வேலை எப்படி இருக்கிறது. அதன் முழுத்திறனையும் நாம் பயன்படுத்திக் கொள்கிறோமா?

பார்வை என்பதிலேயே பல பரிமாணங்கள் உண்டு. முதலாவது எவ்வளவு தூரம், அகலம் பார்க்கிறோம் என்பது. இதை பயிற்சி மூலம் அதிகரிக்கலாம்.

இரண்டாவது எவ்வளவு தூரம் ஊன்றிப் பார்க்கிறோம் என்பது. ஆழமாக ஊடுருவிப் பார்ப்பது. சிலர் பார்வை அப்படித்தான் கூர்மையாக இருக்கும்.

கண் என்ற ஒரு புலன் பற்றியே இன்னொரு தகவலும் பார்க்கலாம்.

1750ம் ஆண்டு ஒரு 16 வயதுப் பையனுக்கு விபத்து நிகழ்ந்து அவன் வாதத்தில் வீழ்ந்தான். அவனால் அவனுடைய கை கால்கள் எதையும் அசைக்க முடியாது. மேலும் பேசவும் முடியாத நிலை. மற்றவர் பேசுவதைக் கேட்கலாம், பார்க்கலாம். கண்களால் சாடை செய்யலாம். அவ்வளவுதான். அதற்கு மேல் ஏதும் செய்ய முடியாது.

என்ன தம்பி தண்ணீர் வேண்டுமா என்றால், ஆம் என்றோ இல்லை என்றோ கண் விழி அசைவுகளால்தான் தெரிவிக்க வேண்டும். அப்படியென்றால் அவனால் எப்போதும் இரண்டே விதமாகத்தான் எதையும் தெரிவிக்க முடியும். நிலைமை இப்படி என்பதால், கேள்வி கேட்பவர்தான் விவரமாகக் கேட்கவேண்டும்.

அவன் கண் அசைவுகளினால் சொன்ன பதில்களை ஆராய்ந்ததில் தெரிய வந்தது, 'ஆம்' என்பதிலேயே 17 வகைகளும், 'இல்லை' என்பதில் 16 வகைகளும் இருந்ததாகச் சொல்கிறார்கள்.

ஒரு தொலைக்காட்சி நிகழ்ச்சி பார்த்துக்கொண்டிருக்கிறீர்கள். எப்படி இருக்கிறது என்று எவரேனும் கேட்டு, அதற்கு நீங்கள் கண்

விழிகளை அசைப்பது மூலமாக மட்டுமே பதில் சொல்ல வேண்டும் என்றால் எப்படிச் செய்வீர்கள்? கொஞ்சம் செய்துதான் பாருங்களேன்.

- மிகவும் நன்றாக இருக்கிறது என்று
- சுமார் என்று
- நன்றாகவேயில்லை என்று
- கொஞ்சம் நீளம் என்று
- சீக்கிரம் முடிந்துவிட்டதே என்று

வித்தியாசமாகச் செய்ய முடிகிறதல்லவா? ஆனால் முன் எப்போதாவது கண்களை இவ்வளவு தூரம் பயன்படுத்தியிருக் கிறீர்களா? மேலும், மற்றவர் அவர்களது கண்கள் மூலம் அவர்கள் அறிந்தோ அறியாமலோ தெரிவித்த பல்வேறு உணர்வுகளை, செய்திகளை, வேண்டுகோள்களை, நிராகரித்தல், கேலி, பொறாமை உணர்வுகளைக் கவனித்திருக்கிறீர்களா?

என்.எல்.பி.யில் ஆராய்ந்து மற்றொரு பயன்தரும் தகவல் தருகிறார்கள். அது கண் அசைவுகள் பற்றியது.

பதில் சொல்பவர் கண் அசைவுகளைக் கவனித்தால் போதும். அவர் எதையாகிலும் கற்பனை செய்து சொல்கிறாரா, நினைவு படுத்திச் சொல்கிறாரா, படமாக யோசிக்கிறாரா, ஓசையாக யோசிக்கிறாரா என்றெல்லாம் சொல்லிவிடலாம் என்கிறது என். எல்.பி.

கருவிழி நகரும் விதங்கள் திசைகள்

எவரும் அவருக்கு ஏற்கெனவே தெரிந்ததை, அவர் ஏற்கெனவே பார்த்திருப்பதை மனதில் நினைவுப்படுத்திப் பார்க்கும்போது, Remembering or Recalling - அவரது கண்மணியான கருவழி அவருடைய கண்ணின் இடது ஓரமாகப் போகும்.

அதுவரை நடக்காததை, அவர் பார்க்காததை, கேட்காததை அவர் தன் மனதில் உருவாக்கிப்பார்க்கும்போது, கண் வழி அவரது வலது பக்கமாக நகரும்.

இவையெல்லாம் ஆயிரக்கணக்கானவர்களை ஆராய்ந்ததில் கிடைத்த தகவல்கள். அதாவது, ஒருவரது தலைக்குள் நடக்கும் குறிப்பிட்ட செயல்பாட்டுக்கு அவரது கண்கள் குறிப்பிட்ட திசையில்தான் நகரும் என்பது ஆராய்ச்சியாளர்கள் முடிவு.

**கண்மணி இரண்டும் ஒரே போல நகரும் திசைகளும்,
அது சமயம் அவர்கள் மூளை / மனது செய்யும் வேலைகளும்**

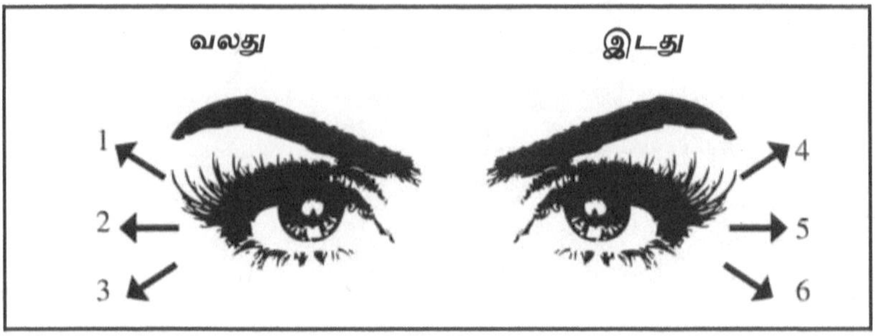

1. மனதில் உருவத்தை உருவாக்கும் போது
2. மனதில் ஒலியை உருவாக்கும் போது
3. மனதில் உடல் ரீதியானவை குறித்து படங்கள் உருவாக்கும் போது
4. உருவத்தை நினைவுப் படுத்திப்பார்க்கும் போது
5. ஒலியை நினைவுப் படுத்திப் பார்க்கும் போது
6. மனதிற்குள் பேசிக்கொள்வது

தேர்ந்த என்.எல்.பி. நிபுணரால் இவற்றை வைத்து ஒருவர் பொய் சொல்கிறாரா, இட்டுக்கட்டிச் சொல்கிறாரா, நினைவுபடுத்திச் சொல்கிறாரா என்றெல்லாம் கண்டுபிடித்துவிடமுடியும். இதையெல்லாம் பயன்படுத்தினால், போலீஸ் வேலைக்கு ஆள் எடுக்கும் எச்.ஆர். மேலாளர்கள், நிறுவனத் தலைவர்கள், விற்பனையாளர்கள், ஆசிரியர்கள் எல்லாம் கூடுதல் தகவல்கள் பெறுவார்கள்.

மேலும் விவரமாகச் சொல்வதென்றால், கருவழி கற்பனைகளுக்கு வலது பக்கமும், நினைவில் இருப்பனவற்றை யோசிக்க இடது பக்கமும் நகர்ந்து நிற்கும். தவிர வலது, இடது பக்கங்களிலேயே மேல் பக்கமா, பக்கவாட்டிலா, கீழ் பக்கமா என்பது கூடுதலாக அவர் மனதில் ஓடும் எண்ணங்களைக் காட்டிக்கொடுக்கும்.

இவையெல்லாம் கண் என்ற ஒரு புலன் பற்றியது மட்டுமே. இப்படியாக மேலும் நான்கு புலன்கள் நம் வசம்! உண்டு

என்.எல்.பி. பரிந்துரைப்பது, இந்த ஐந்து புலன்கள் பற்றியும் கூடுதலாகத் தெரிந்துகொண்டு கூடுதலாகப் பயன்படுத்தினால்

கருவிழிகள் வலதுமூலையில், மேல்நோக்கி  இதுவரை கண்ணால் பார்த்திராததை மனதில் உருவாக்கிப்பார்க்கும்போது. கற்பனையாக அல்லது பொய் சொல்ல முற்படுவதாக இருக்கலாம்.	**கருவிழிகள் இடதுமூலையில், மேல்நோக்கி.**  ஏற்கெனவே பார்த்திருப்பதை நினைவு படுத்திக் கொள்ளும் போது. கண்ட ஒரு காட்சியை திரும்பப் பார்க்க முயலும்போது.
கருவிழிகள் வலதுமூலையில், பக்கவாட்டில்  புதிதாக இசையை, ஒலியை மனதில் உருவாக்கிப் பார்க்கும் போது. பாடல் உருவாக்கும் போது கற்பனையாக அல்லது பொய் சொல்ல மனதில் ஏற்பாடு செய்வதாக இருக்கலாம்.	**கருவிழிகள் இடது மூலையில், பக்கவாட்டில்**  ஏற்கனவே கேட்டிருப்பதை நினைவுப்படுத்திக் கொள்ளும் போது. கேட்ட இசை அல்லது பாடலை நினைத்துப் பார்ப்பது.
கருவிழிகள் வலது மூலையில், கீழ்நோக்கி  உணர்வை நினைத்துப்பார்ப்பது உணர்வு / உணர்வு நிலையை கற்பனை செய்து பார்க்கும் போது. உடல் உணர்வு தொடர்பானவற்றை நினைத்துக் கொள்ளும்போது. உடல்உணர்வு தொடர்பானவற்றை நிலையை கற்பனை செய்து பார்க்கும்போது.	**கருவிழிகள் இடதுமூலையில், கீழ்நோக்கி.**  மனதுக்குள்ளேயே தன் குரலைக் கேட்கும்போது தனக்குத் தானே பேசிக்கொள்ளும்போது.

உங்கள் முயற்சிகள் எதை நோக்கி இருந்தாலும் அவை செழுமையடையும் என்பது தான்.

புலன்கள் ஐந்தாக இருந்தாலும், பயன்பாட்டை அதிகரித்துக் கூடுதல் பலனடைய எல்லோருக்கும் வாய்ப்புத் தருவன மூன்று என்று சொல்லலாம். அவை, கண்கள், காதுகள் மற்றும் உடல். அதாவது, பார்ப்பது, கேட்பது மற்றும் உணர்வது. என்.எல்.பி.யில் இவற்றைச் சுருக்கமாக VAK என்கிறோம். Visual (கண்கள்), Auditory (காதுகள்), மற்றும் Kinesthetic (உடல் ரீதியாக உணர்தல்). இவற்றைப் பற்றி இனி சற்று விரிவாகப் பார்ப்போம்.

இந்த மூன்றில் ஏதாவது ஒன்று ஒருவருடைய ஆதிக்கப் புலனாக இருக்கலாம். அதாவது சிலர் பார்ப்பதில் வல்லவர். சிலர் கேட்பதில், சிலருக்கு தொடு உணர்வால் கூடுதல் பலம். வலு, பலம் என்பதுபோக அவர்கள் அதிகம் பயன்படுத்தும், அவர்கள் சௌகரியமாக உணரும் வழிமுறை அதுவாக இருக்கலாம்.

கவனித்திருப்பீர்கள், சிலர் எவரேனும் பேசினால், கண்களை மூடிக்கொண்டு கேட்பார்கள். சிலருக்குக் கேட்பதைவிடப் படிப்பது (பார்வை) அல்லது வரைபடங்களைக் கண்டு புரிந்து கொள்வது சுலபமாக இருக்கும். இவர்கள் எல்லாம் பார்வை (Visual) மக்கள்.

இப்படியாக கேட்பது, உணர்வதில் வல்லமை பெற்ற சில மருத்துவர்கள் நாடி பார்த்தே, வயிற்றை அழுத்திப் பார்த்தே, கழுத்தில் தொட்டுப் பார்த்தே நோயை, அதன் தீவிரத்தைக் கண்டுபிடிப்பார்கள்.

சிலர் எதிராளி சொல்லாமலேயே, முகத்தைப் பார்த்தே அவர்களுக்குப் பசிக்கிறதா, கோபமாக இருக்கிறார்களா என்பது போன்றவற்றைச் சொல்வார்கள். உணர்வுகள் கண்டுபிடிக்கும் திறன்.

துணி வாங்கும்போது அதன் எடை, வழவழப்பு முதலியவற்றை வைத்து வாங்குவார்கள். சிலர் முகர்ந்து பார்ப்பார்கள். நான் எனது புத்தகங்கள் வெளிவந்ததும் அவற்றை ஒரு குழந்தையைப்போல அதிக நேரம் கையில் வைத்திருப்பேன். தடவிப் பார்ப்பேன். முகர்ந்து பார்ப்பேன். புரட்டிப் பார்ப்பேன். பிறகுதான் படித்துப் பார்ப்பேன்!

இந்த மூன்று விதமானவர்கள் பயன்படுத்தும் வார்த்தைகளிலேயே, அவர்கள் எந்த வகை என்பதற்கான குறிப்பு இருக்கும்.

உதாரணத்துக்கு,

'நான் காலையில ஏழு மணிக்கே போய் பார்க்கிறேன். ஒரு பயலையும் காணோம். வயக்காடு மொத்தமும் காலியா கிடக்கு. இங்கிட்டு எங்காளுக எவனையாயிலும் கண்டீகளான்னு டீக்கடையில விசாரிச்சேன்'

இப்படிச் சொல்பவர் எந்தப் புலனை அதிகம் சார்ந்திருக்கிறார்? கண்களைத்தானே!

அதே விஷயத்தை காதுகளை அதிகம் சார்ந்திருக்கும், பயன்படுத்தும் வேறு ஒருவர் எப்படிச் சொல்வார்?

'ஏழு மணிக்கே போயிட்டேன். ஒரு பயபுள்ள சத்தமும் கேட்கல. மொத்த இடமும் அமைதியா கிடக்கு. எங்காளுக வந்துபோன மாதிரி ஏதும் சத்தம் கேட்டிச்சான்னு டீக்கடையில கேட்டேன்'.

தொடு உணர்வு, செயல்பாடு ஆகியவற்றில் அதிக கவனமும் ஈடுபாடும் கொண்டவர் சொல்வார், 'ஏழுமணிக்கு வயல்ல இறங்கி செருப்பு போடாம வெறுங்கால்ல நடக்கிறேன். எதிர்ல வர ஒரு ஆள் இல்ல. எங்காளுக எவனாச்சும் வந்து டீ குடிச்சானா, இங்கன நின்னு பேசினானான்னு கேட்டேன்'.

உங்களோடு பேசுபவர்களின் வார்த்தைகளை இந்தக் கோணத்தில் இருந்து கவனித்துப் பார்த்தால் அவர்களுடைய வகை தெரியவரும். அப்படிப்பட்ட வார்த்தைகளில் சொல்லும்போது அவர்களுக்கு உரையாடலில் கூடுதல் ஈடுபாடு வரும். அவர்களிடம் அந்த விஷயத்தை ஏற்றுக்கொள்ளும் தன்மையும் அதிகரிக்கும்.

அடுத்தது காட்டும் பளிங்குபோல் நெஞ்சம்
கடுத்தது காட்டும் முகம் (706)

என்கிறார் திருவள்ளுவர் (அய்யன் வள்ளுவர் என்.எல்.பியிலும் மாஸ்டர்!)

ஐம்புலன்களை வலுப்படுத்துவது

ஜென் ஞானிகளில் சிலர் பாறை வளர்வதன் ஓசையைக் கேட்பார்களாம். பாறை வளர்கிறதா என்பதே கேள்வி. அதில் அது வளர்வதன் ஓசையா? பூ பூக்கும் ஓசையையே கேட்ட முடியாதவர்கள் நாம்!

உங்கள் ஐம்புலன்களின் திறனை மேம்படுத்த கீழ் கண்டவற்றுக்கு விடை கண்டுபிடியுங்கள்.

கோபத்தின் நிறம் என்ன?

இனிப்பின் சப்தம் என்ன?

இசையின் வடிவம் என்ன?

மற்றவர்கள் மனதுக்குள் யோசிப்பதன் சத்தம் உங்களுக்குக் கேட்குமா?

பயிற்சி- 1 - கேட்டல்

படிப்பதைச் சற்று நிறுத்திவிட்டு, நீங்கள் இருக்கும் அறையில் சுழலும் மின்விசிறியின் ஒலியைக் கேட்கிறீர்களா?

வேறு எதன் மீதும் கவனம் போகக்கூடாது. மின்சார விசிறியின் ஒலி மட்டும் அல்லது அங்கே தொடர்ந்து கேட்கும் ஏதாவது ஒரு ஒலியை மட்டும் கேட்கவேண்டும்.

உங்கள் காதுகள் கேட்கும். ஆனால் மனம்?

மனம் அலைபாயும். வேறு எதை எதையோ யோசிக்கும். விடலாகாது. அதைப் பிடித்து இழுத்து மீண்டும் மின்சார விசிறியின் ஒலிமீது நிறுத்தவேண்டும்.

இப்போதைக்கு காது, மனம் எல்லாம் அதை மட்டுமே கவனிக்கவேண்டும்.

பயிற்சி - 2 - உணர்தல்

மூன்று அழகான பொருள்களை கற்பனை செய்துகொள்ளுங்கள்.

பூ, பேனா மற்றும் அரிசி.

கண்களை மூடிக்கொண்டு அவற்றைத் தூக்கி மேலே போட்டு அவற்றைத் தலையால் தாங்குவதாக கற்பனை செய்யுங்கள்.

இப்போது அவை மெல்ல மெல்ல தலையில் இருந்து கீழ் இறங்குவதாக உணருங்கள்.

4

இணக்கம் – ராப்போ

என்ன இது ஆங்கிலத்தில் Rapport, ராப்போர்ட் என்று இருக்கும் சொல்லை தமிழில் ராப்போ என்று எழுதியிருக்கிறதே என்று பார்க்கிறீர்களா? 'ராப்போர்ட்' என்ற ஆங்கில வார்த்தையை ராப்போ என்றுதான் உச்சரிக்கவேண்டுமாம். அதில் 'ர்' சைலெண்ட்டாம். சரி, இந்த ராப்போவுக்கு தமிழில் என்ன பெயர் வைக்கலாம்?

நெருக்கம் என்பது சரியாக இருக்குமா? இல்லை. அதைவிட இணக்கம் என்ற சொல் பொருத்தமாகத் தெரிகிறதோ!

இணக்கம் என்றே வைத்துக்கொள்வோம். சமயத்தில் ராப்போ என்றும் குறிப்பிடுவோம்.

ராப்போ என்றால், ஒருவருக்கு மற்றொருவரிடம் இருக்கும் அன்பான புரிந்துணர்வு, மரியாதை மற்றும் நம்பிக்கை. இவற்றால் நிலவும் சினேக பாவம் மற்றும் இணக்கமான உறவு.

நாம் ஒருவருடன் பேசினால் அவர் அதற்கு, மதிப்புக்கொடுத்துக் கேட்கவேண்டும். அதைப் பற்றிய அவரது கருத்துகளை இணக்க பாவத்துடன் வெளிப்படையாகச் சொல்லவேண்டும். நமக்கு உதவ, நல்லது செய்ய அவர் விரும்பவேண்டும். நமது தவறுகளைப் பெரிதுபடுத்தாமல், நம் பலங்களை உயர்வாக மதிக்கவேண்டும்.

ராப்போ என்றால்...

நீங்கள் ஓர் அலுவலகத்தில் குறிப்பிட்ட துறையில் பணியாற்று கிறீர்கள். உங்களுக்கு வேறு ஒரு துறையில் ஒரு வேலை

ஆகவேண்டும். அது அலுவலகம் சார்ந்த 'அஃபீஷியல்' வேலையாகக்கூட இருக்கலாம். அதை வேகமாக முடிக்க வேண்டும். அப்படி முடிப்பதற்கு அதே துறையில் சில மேல் விபரங்கள் சேகரித்துத்தான் முடிக்க முடியும். என்ன செய்வீர்கள்?

நீங்களே நேரடியாகப்போய் கேட்பதைவிட, அந்த அலுவலகத்தில் உங்களுக்குத் தெரிந்தவர் எவரேனும் இருக்கிறார்களா என்று முதலில் யோசிப்பீர்களா இல்லையா?

தெரிந்தவர் இருந்தால் அவரிடம் போய்க் கேட்பது சுலபம். மேற்கொண்டு விவரங்கள் கேட்கலாம். சிலவற்றை அனுசரித்துச் செய்ய முடியுமா? செய்வார்களா என்று கேட்கலாம். சீக்கிரம் முடித்தாக வேண்டும் என்றும் கேட்கலாம். தயங்காமல் கேட்க, அந்த அறிமுகம் உதவுமில்லையா?

இனி, அடுத்த கட்டத்துக்குப் போவோம். அப்படி யாரோ ஒருவர் உங்களுக்குப் பரிச்சயமானவர் இருக்கிறார். இருந்தாலும் போகத் தயக்கமாக இருக்கிறது. ஏன் அப்படி? அவருடன் அறிமுகம் உண்டுதான். ஆனால் ஏற்கெனவே ஒரு விஷயத்தில் உங்கள் இருவருக்கும் ஒத்துவரவில்லை. அவரிடம் போவீர்களா? மாட்டீர்கள்.

இனி மூன்றாவது கட்டம். அந்தத் துறையில் உங்களுக்கு எவரையுமே தெரியாது. என்ன செய்ய? 'அஃபீஷியலாக' செய்துதரச் சொல்லி மின்னஞ்சல் அனுப்புவதற்கு முன்பாக, எவருடனாவது கொஞ்சம் பேசி விபரம் தெரிந்துகொண்டு, அதற்கு ஏற்றாற்போல மின்னஞ்சல் எழுதலாம் என்று முடிவு செய்கிறீர்கள். அந்தத் துறைக்குப் போகிறீர்கள். நீங்கள் தேர்வு செய்யும் நபரிடம் பேச ஆரம்பிக்கிறீர்கள்.

பேச்சின் முடிவு என்ன ஆகலாம்?

ஒன்று, சாதகமாக முடியும். அவர் உங்களுக்குத் தகவல்கள் கொடுத்து உதவுவார். அல்லது, 'அதெல்லாம் சொல்ல முடியாது சார். நீங்க நேரடியா மெயில் போடுங்க அல்லது மேலதிகாரிகிட்ட கேளுங்க' என்று சொல்லிவிடலாம்.

முதல் 'ரெஸ்பான்ஸ்'தான் உங்களுக்கு மட்டுமல்ல. எவருக்குமே வேண்டும்.

அதெப்படி சாத்தியம்? உறுதியாக எவரோ ஒருவரை நமக்கு சாதகமாக நடக்க வைக்க முடியுமா? முடியும் என்கிறது என்.எல்.பி.

அதற்கான கருவிதான் ராப்போ அல்லது இணக்கம். அதை உருவாக்கினால் எவரும் நம்மோடு சாதகமாக நடந்து கொள்வார்கள்.

ராப்போ ஏன் தேவை?

மக்களுக்கு மத்தியில் நல்ல புரிந்துணர்வு, கருத்துப் பறிமாற்றம் நடக்க ராப்போ முக்கியம்.

ராப்போ இல்லாவிட்டால்தான் அதன் அருமை தெரியும். வெயிலில் தெரியும் நிழலின் அருமை என்பதுபோல.

ஒருவர் நாம் சொல்வதை கவனிக்க வேண்டும், கேட்க வேண்டும் என்றால் அவர்களுடன் நமக்கு ராப்போ இருக்க வேண்டும். அது, ஆசிரியர், மாணவர், ஊழியர், முதலாளி, வாழ்க்கைத் துணை என்று அது யாருடனான பரிவர்த்தனையாக இருந்தாலும்.

ஒருவர் மீது 'டிரஸ்ட்'டுக்கும் 'கான்பிடென்ஸ்' சும் வருவதற்கு 'ராப்போ' முக்கியம்.

ஒருவரைப் பிடித்தால்தான் அவருடன் ராப்போ உருவாக்க முடியும் என்றுதானே நினைத்துக்கொண்டிருக்கிறோம். பிடிக்காதவர் களுடனும் ராப்போ உருவாக்கலாம் என்கிறது என்.எல்.பி.

ராப்போ எப்படி உருவாகிறது?

ஆழ்மனம்தான் முடிவெடுக்கக்கூடியவர். அவர்தான் கூடுதல் மட்டுமல்ல, இறுதி அதிகாரம் படைத்தவரும். அவர் கையில்தான் எல்லாவற்றையும் முதலாளி ஒப்படைத்திருக்கிறார். (யார் முதலாளி என்கிறீர்களா? அந்த ஆழ்மனதின் சொந்தக்காரர்தான் முதலாளி) ஆழ்மனம் முதலாளிக்கு மிகவும் விசுவாசமானவர். ஆரம்பத்தில் (பிறந்த நேரத்தில்) இருந்தே முதலாளியுடன் இருப்பவர். ஆனால் என்ன, அவருக்குப் பகுத்து அறியும் திறன் கிடையாது.

ஆழ்மனம் படிக்காதவர். தான் கேட்பதை, பார்ப்பதை நம்பி விடுவார். அதை வைத்து முடிவுகள் எடுப்பார். அவருக்குத் தெரிந்ததை வைத்து முதலாளியின் பாதுகாப்பு, மற்றும் முக்கியத் தேவைகளுக்காக அவர் முடிவுகள் எடுத்துவிடுவார். அதுவும் மிக வேகமாக எடுப்பார்.

வெளி மனம் பலவிதங்களிலும் வித்தியாசமானவர். படித்தவர், பகுத்து அறியும் திறன் படைத்தவர். அவரும் முதலாளியால் வேலைக்கு வைக்கப்பட்டிருக்கிறார். புதிதாக வேலைக்குச்

சேர்ந்தவர். தவிர இந்த வேலைக்கு அடிக்கடி ஆட்கள் மாற்றப் படுவார்கள். அல்லது இந்த வேலையில் இருப்பதால் புதிய புதிய விஷயங்களைக் கற்றுக்கொண்டேயிருப்பார். அதனால் இவர் பார்வை மாறும்.

எதையும் ஆராய்ந்து முதலாளியின் பாதுகாப்பு மற்றும் பிற தேவைகளை நிறைவு செய்ய முடிவுகள் எடுப்பார். பெரும்பாலும் இவர்தான் பணியில் (டியூட்டியில்) இருப்பார். ஆனால் சமயங்களில் பொழுதுபோக்குகளில் மூழ்கிவிடுவார். அதுபோன்ற நேரங்களிலும் விழிப்புடன் எப்போதும் அரை கூட அல்ல, கால் தூக்கம்கூட இல்லாமல் ஆழ்மனம்தான் முதலாளியைப் பாதுகாப்பார்.

வெளிமனம் கெடுபிடியான பாதுகாப்பு அதிகாரிபோல. யார் (எது) வந்தாலும் விசாரிப்பார். எல்லோரையும் (எல்லாவற்றையும்) உள்ளே அனுமதிக்க மாட்டார். மேலதிகாரி 'ஆழ்மனம்' சொன்னதை நம்பிவிடுவார் என்பதால் அவரைச் சந்திக்க, அவருடன் பேச எல்லோரையும் சாதாரணமாக அனுமதித்துவிட மாட்டார். அவரே சுற்றிச் சுற்றி வந்து அலைமோதும் லட்சக்கணக் கானவற்றில் தேவையானவற்றை, தேவையானவர்களை மட்டும் உள்ளே அனுப்புவார். மற்றவற்றை இவர் ஏறெடுத்துப் பார்த்துப் புறந்தள்ளி விடுவார். இது 'ராஸ்' செய்யும் வேலை, வித்தியாச மான வேலை. ('ராஸ்' பற்றி அடுத்து வரும் அத்தியாயத்தில்).

ஆக, வெளிமனத்தைத் தாண்டி உள்ளே போக 'விஐபி பாஸ்' வேண்டும். அவசரக் காலங்களில், ஆபத்துக் காலங்களில் வெளிமனத்தைத் தள்ளிவிட்டு ஆழ்மனமே எழுந்துவந்து பார்ப்பார், நடவடிக்கைகள் எடுப்பார். இந்த நடவடிக்கைகளில் பல 'உணர்வு கடத்தல்' என்று சொல்லப்படும் 'எமோஷனல் ஹைஜேக்' வகையைச் சேர்ந்தவை.

எச்சரிக்கைகளை வெளி மனதைக் கடந்து பெரிய அதிகாரியான ஆழ்மனத்தைச் சென்று அடைவது எப்படி என்பதுதான் என்.எல்.பி. கற்றுத் தரும் வழிமுறை.

எச்சரிக்கையுணர்வுகள் வெளிமனதை கண் அசர வைக்க வேண்டும் அல்லது அவரே நம்பிக்கைகொண்டு, 'சரி, சரி இவரால் தொந்தரவில்லை' என்று நம்மை அனுமதிக்க வைக்கவேண்டும்.

அப்படி வெளி மனது அயர்ந்து, தன் வேலை பார்க்காமல் நகர்ந்து கொள்ளும், ஆழ்மனதைப் பார்க்க வழிவிடும் நேரம்தான் 'டிரான்ஸ்' நிலை.

மேடையில் இருந்து இறங்கி வரும் விவிஐபியைச் சுற்றிலும் பாதுகாப்பு அதிகாரிகள் இருப்பார்கள். அவர் படியில் இறங்கும் நேரம் பாதுகாப்பு அதிகாரிகளும் அவர் தனிச் செயலாளரும் வேறு சிலவற்றைக் கவனிக்கிறபோது யாரோ ஒருவர் அல்லது ஒரு தொண்டர், சடார் என கண நேரத்தில் விவிஐபியை நெருங்கி அவர் காதில் சிலவற்றைச் சொல்லிவிடுவார். இதைக் கவனித்த அதிகாரிகள் ஓடிவந்து அந்த நபரைத் தள்ளி விடுவார்கள். ஆனால், விவிஐபியிடம் அந்த நபர் சொன்னது சொன்னதுதானே. விவிஐபி யின் தலைக்குள் போய்விட்டது அல்லவா?

ஒருவரை ஹிப்னடைஸ் செய்யும்போது, அவருடைய வெளிமனம் நகர்த்தி வைக்கப்பட்டு, ஆழ்மனதுடன் தொடர்பு உருவாக்கப் படுகிறது. செய்தி பரிமாற்றம் நடக்கிறது. ஒன்று, ஏற்கெனவே நடந்தவைபற்றிக் கேட்டுத் தெரிந்துகொள்ளப்படுகின்றன. அல்லது உள்ளே இருப்பவை மாற்றி வைக்கப்படுகின்றன. சில அழிக்கவும் படுகின்றன.

அவர் மீண்டும் இயல்பு நிலைக்கு, டிரான்ஸ் விடுத்து வரும்போது, டிரான்ஸ் நேரத்தில் ஆழ்மனதில் நடத்தப்பட்ட மாற்றங்கள் வெளிமனதுக்குத் தெரியாது.

ஒருவரை ஹிப்னடைஸ் செய்துதான் அவர் ஆழ்மனதுடன் உரையாட முடியுமா என்றால், இல்லை என்று சொல்லலாம். சில பேச்சு விற்பன்னர்கள், சாதாரணமாகப் பேசும்போது எதிராளியின் வெளிமனதை நகர்த்திக்கொள்ள வைத்துவிடுவார்கள்.

எச்சரிக்கையாக இருப்பது என்றால் என்ன? உதாரணத்துக்கு ஒரு தொழிற்சாலை வாசலில் இருக்கும் பாதுகாவலர், தொழிற் சாலைக்குள் அவரை அணுகும் அனைவரையும் அப்படியே அனுப்பிவிடமாட்டார். சோதித்துப் பார்த்தே அனுப்புவார். என்ன சோதனை? அணுகுபவர் தொழிற்சாலைக்கு வேண்டியவரா, வேண்டாதவரா? உதவி செய்பவரா, தொந்தரவு கொடுப்பவரா? இதைத் தவிர தொழிற்சாலையைச் சேர்ந்தவரா? சேர்ந்தவர் என்றால் அதே சீருடையா, அடையாள அட்டை வைத்திருக்கிறாரா? பரிச்சயமான முகமா? என்று பலவற்றையும் கவனிப்பார்.

புதிதாக ஒருவர் நம்மிடம் பேசுகிறார் என்றால் நம் வெளிமனம் அவரது வார்த்தைகள் மற்றும் உடல்மொழியைக் கவனிக்கும். அதில் பரிச்சயம், இணக்கம் தெரிந்தால் அனுமதிக்கும். புதிய

அல்லது முரணான விஷயங்கள் இருந்தால் கூடுதலாகச் சோதிக்கும், எதிர்நடை பேசி திருப்பி அனுப்பிவிடும். அந்த இணக்கம் உருவாக்கத்தான் ராப்போ.

எவரைச் சந்திக்கும்போதும் அவர் ஆழ்மனம் ஏற்ற தோதான வார்த்தைகள் பிரயோகித்தால், வெளியே எச்சரிக்கை உணர்வைக் குறைத்துக் கொள்ளும். ஒரு குறிப்பிட்ட கட்சித் தலைவர் வீட்டுக்குச் சிலர் வருகிறார்கள். பாதுகாவலரிடம் அனுமதி கேட்கிறார்கள். வந்தவர்கள் கட்சியின் உடை (கதரோ, கருப்பு சட்டையோ, காவி சட்டையோ அல்லது கரை வேட்டியோ) அணிந்திருந்தால், பாதுகாப்பு அதிகாரி கொஞ்சம் இலகுவாக சோதிப்பார். அதுவே முதலாளி கட்சிக்கு எதிரான கட்சியில் இருந்து வந்தவர்கள் என்பதாக அணிந்திருக்கும் உடை காட்டினால், பாதுகாப்பு அதிகாரிகள் எச்சரிக்கை அதிகமாகிவிடும்.

அதனால்தான் பேச்சு விற்பன்னர்கள் அனுமதி பெறுவார்கள் என்கிறோம். விற்பன்னர்கள் என்றால் அடுக்குமொழி, அழகு மற்றும் அரிதான சொற்கள் பேசுபவர்கள் அல்ல. இணக்கமான சொற்கள். உள் உணர்வைப் பிரதிபலிக்கும் சொற்கள்.

ராப்போ உருவாக்கம்தான் பேச்சு விற்பன்னர்கள் செய்வது. ராப்போ ஏழு வகைப்படும். ஏழும் இருக்க வேண்டும் என்றில்லை. பெரும்பாலானவை இருந்தாலே இணக்கம் உருவாகும், அனுமதி கிடைக்கும்.

உதாரணத்துக்கு உள்ளடக்கம் என்று பொருள்படும் 'கண்டென்ட் ராப்போ' விற்பன்னர் பேச்சின் சாராம்சம் கேட்பவர் நினைப்பை ஒட்டியே இருக்கும். எதிரானதாக, மாறானதாக இருக்காது. உதாரணத்துக்கு ஒருவர் படு வருத்தத்தில் இருக்கிறார். விற்பன்னர் (கொஞ்ச நேரத்துக்கு அவரை அப்படியே அழைக்கலாமே), என்ன செய்வார் என்றால், கேட்பவரின் சோகத்தை உணர்ந்தவராக அவர் மனதில் ஓடும் எண்ணத்தைப் பிரதிபலிப்பதாகப் பேசுவார்.

'எவ்வளவு பேருக்கு எவ்வளவு நல்லது செய்த உங்களுக்குப் போய் இது வரலாமா?'

கேட்பவர் மனது இப்படி ஒரு வாக்கியம் வந்ததும், சரி நம்மிடம் பேச வந்திருப்பவர், நம்ம முதலாளிக்கு வேண்டியவர்தான் என்று நினைத்து, கட்டுப்பாட்டைக் கொஞ்சம் தளர்த்தும். இப்படியே உள்ளடக்கம் முழுக்க கேட்பவர் மனநிலைக்கு அனுசரித்து இருக்கும்.

அடுத்து எமோஷனல் ராப்போ.

இதில் கேட்பவர் உணர்வைப் பிரதிபலிக்கும் விதம் சொல்வது.

'சே! அப்படியே விட்டுவிட்டுப் போய்விடலாமா என்று கூடக் கேட்கத் தோன்றும். பின் என்னங்க...'

பேசுபவர் மூச்சு, உடல் கொண்டிருக்கும் போஸ்சர் (posture). எதிராளியின் பேச்சு வேகம் என்று எல்லாவற்றிலும் செய்வதுபோலவே செய்ய, விற்பன்னர்மீது இருந்த சந்தேகம் போய்விடும். விற்பன்னருக்கு அனுமதி கிடைக்கும். அதன்பின், அவர் எது பேசினாலும் அது உள்ளே போய்விடும். தடுப்பார் இன்றி, எதிர்ப்பில்லாமல் ஏற்றுக்கொள்ளப்படும்.

ராஜேந்திரன் என்பவர் ஒரு தொழிலதிபரைப் பார்க்கச் சென்றார். உடன் கோபாலையும் அழைத்துச் சென்றார். கோபால் என்.எல்.பி. தெரிந்தவர்.

அந்தத் தொழிலதிபர் பெரிய இடம். அவர் ராஜேந்திரன்மீது கடுமையான கோபத்தில் இருந்தார். போனதுமே அதை நமது கோபால் புரிந்துகொண்டுவிட்டார். இருவரையும் தொழிலதிபர் அமரச் சொன்னார். அமர்ந்தார்கள்.

இப்போது தொழிலதிபர் யார் இந்த கோபால், ராஜேந்திரனுடன் வந்திருப்பது என்பதுபோல பார்க்க 'எனக்குத் தெரிந்தவருங்க. புரபசர். காலையில வேற வேலையா வீட்டுக்கு வந்தார். உடன் அழைத்து வந்தேன். வேண்டுமென்றால் வெளியில் இருக்கச் சொல்லவா' என்றார்.

'வேண்டாம். இருக்கட்டும்' என்று சொல்லிவிட்டு, ராஜேந்திரனுக்கு அர்ச்சனையை ஆரம்பித்தார். கடுமையான குற்றச்சாட்டுகள். ராஜேந்திரனால் பதில் சொல்ல முடியவில்லை.

கோபால் என்ன செய்தார் தெரியுமா?

தொழிலதிபர், 'அது ஏன் அப்படி' என்பதுபோல ராஜேந்திரனைப் பார்த்துக் கேட்கையில், அதானே என்பதுபோல தொழிலதிபரைப் பார்ப்பார். உடன் ராஜேந்திரன் ஏன் அப்படி செய்தார் என்பது போன்ற முகபாவத்துடன் ராஜேந்திரனைப் பார்ப்பார்.

அடுத்து தொழிலதிபர் அடுத்த கேள்வியைக் கேட்கையில் அவர் முகத்தையும், கேட்டு முடித்தவுடன் 'இதற்கு உன் பதில் என்ன?' என்பது போல முகபாவத்துடன் ராஜேந்திரனைப் பார்ப்பார்.

இப்படியே தொடர்ந்து செய்ய, தொழிலதிபர் கோபாலை தன் ஆள் போல பாவிக்க ஆரம்பித்துப் பின்பு ஒரு நேரம் 'உங்க பிரண்டு இப்படிப் பண்ணிபுட்டாருங்க... நான் அதுக்கு அப்புறம் என்ன செய்ய முடியுங்க!' கோபாலிடம் நியாயம் கேட்க ஆரம்பித்தாரே பார்க்கவேண்டும். தொழிலதிபருக்கு கோபாலை முன்பின் தெரியாது. ஆனால், நடந்துகொண்ட முறையினால் தொழிலதிபருக்குக் கொஞ்ச நேரத்தில் கோபாலுடன் நல்ல 'ராப்போ' வந்துவிட்டது.

இன்னொரு நிறுவனம். நான் பணிபுரிந்த நிறுவனம், அதன் முதலாளிதான் நிறுவனத்தின் சேர்மன். அந்த நிறுவனத்தின் ஒரு துறையின் தலைவராக ஒரு இளைஞரை தேர்வு செய்து பணி அமர்த்தினேன். அந்த இளைஞர் நிர்வாகக் கூட்டங்களுக்கு வரும்போது, சேர்மனும் வருவார் என்று தெரிந்து, சேர்மன் தேர்வு செய்து போடுவது போன்ற வெள்ளையில் சீனா கல்கண்டு கட்டம் போட்ட சட்டைகளையே போடுவார் என்பது எனக்கு இப்போது நினைவு வருகிறது. அதே போன்ற வாட்ச்சும் கட்டுவார்.

ராப்போ என்றெல்லாம் அவருக்குத் தெரிந்திருக்குமா என்று சொல்லமுடியாது. ஆனால், அப்படிச் செய்தால் சேர்மனுக்குப் பிடிக்கும் என்று நினைத்திருப்பார்போல. எதனால் செய்தால் என்ன... அதன் விளைவுதானே முக்கியம். அது அந்த இளைஞருக்குச் சாதகமாகவே இருந்தது.

சில நிறுவனங்கள் தங்களது மைல் கற்கள் எட்டிய இலக்கு அடைந்த காரணங்களுக்காக அதற்குக் காரணமாக இருந்த ஊழியர்களை விருந்துகளுக்காக வெளியே ஓட்டல்களுக்கு அழைத்துப் போவதுண்டு. எல்லோரும் அமர்ந்து பேசிக் கொண்டிருக்கையில், பேரர் வருவார். யார் யாருக்கு என்ன என்ன ஐயிட்டங்கள் வேண்டும் என்று ஆர்டர் எடுப்பார்.

'என்ன சாப்பிடுகிறீர்கள் என்று கேட்டதும், சிலர் நீட்டி முழக்கு வார்கள். ஆனால், புத்திசாலிகள் என்ன செய்வார்கள் தெரியுமா? தலைவர் அல்லது மேனேஜர் என்ன சொன்னாரோ அதையே தங்களுக்கும் கேட்பார்கள். அது ராப்போ. இதை 'ஆமாம் சாமி போடுபவர்கள்' என்று சொல்பவர்களும் உண்டு. அவர்கள் என்னவும் சொல்லட்டும். ஆனால், அப்படி நடந்துகொள்வது கண்டிப்பாக ராப்போ உருவாக்கும்.

ராப்போவைக் கெடுத்துக்கொள்வது

அவர் ஒரு பெரிய பேச்சாளர். பிரபலமான ஒரு ரெடிமேட் கடையின் ஆண்டுவிழாவில், விற்பனைத் துறை ஊழியர்களிடம்

பேசப் போகிறார். காலை பத்து மணிக்குக் கூட்டம். எட்டு மணிக்கெல்லாம் அவர் தங்க வைக்கப்பட்டிருந்த அறைக் கதவைத் தட்டுகிறார்கள். திறந்தால், அந்தக் கடையின் மேலாளர், கையில் ஒரு பேக்கிங் பிரிக்காத புதிய வெள்ளைச் சட்டை பார்சலுடன்.

'இதை அணிந்துகொண்டு வாங்க சார்' என்றார். அவர் ஏன் எதற்கு என்று சரியாகச் சொல்லாததாலோ என்னவோ, பேச்சாளர் நன்றி சொல்லி அந்தப் புதிய சட்டையை வாங்கிப் பெட்டியில் வைத்து விட்டு, தான் திட்டமிட்டு எடுத்துப் போயிருந்த தன்னுடைய வெள்ளைச் சட்டை அணிந்து பேசப் போகிறார்.

முதலில் முதலாளியிடம் அழைத்துப் போகிறார்கள். முதலாளி ஒரு கட்டத்தில் மேலாளரை , பேச்சாளர் முன்னிலையில் நேரடியாகவே கேட்டு விடுகிறார். 'ஏன்ப்பா. சாருக்கு நம்ம சட்டை கொடுக்கவில்லையா?'

மேலாளர் பதில் சொல்லவில்லை. மௌனமாக இருக்க , பேச்சாளர் சொல்கிறார், 'கொடுத்தாங்க. அது கொஞ்சம் மெல்லியதாக இருந்தது அதனால்தான்...'

'நம்மகிட்டயும் கனமான சட்டை இருக்கிறதே! அதைக் கொண்டு வாங்கப்பா'

'வேண்டாம். இருக்கட்டும். இப்போதைக்கு இதையே போட்டுக் கொள்கிறேன்'.

அதன்பின் அந்தப் பேச்சாளரை அந்த நிறுவனம் வேறு எந்த நிகழ்ச்சிக்கும் அழைக்கவில்லை. முடிந்தது உறவு. காரணம், கெட்டுப்போன ராப்போ. ஆமாம், சட்டைகூட ராப்போ செய்யும்.

தெளிவான பேச்சு உதவியா தொந்திரவா?

நான் ஒரு தொழிற்சாலையில் மனிதவளத் துறைத் தலைவராகச் சேர்ந்திருந்த சமயம். ஊழியர்களின் பிரதிநிதிகளுடன் ஒரு பேச்சு வார்த்தை. நிர்வாகத்தின் சார்பாகப் பேச என்னுடன் உற்பத்தி மற்றும் பராமரிப்புத் துறை மேலாளர்களும் இருந்தார்கள்.

பேச்சுகள் முடிந்தபின் நாங்கள் எங்களுக்குள் பேசிக் கொண்டிருக்கையில், பராமரிப்புத்துறை மேலாளர், 'வள்ளியப்பன் சார், இதுவரை இவர்களுடன் இவ்வளவு தெளிவாக எந்த மனிதவளத் துறைத் தலைவரும் பேசியதில்லை' என்றார். பெருமையாக இருந்தது.

அந்தப் பேச்சுவார்த்தையில் எனக்கு ஊழியர்களின் ஒத்துழைப்புக் கிடைக்கவில்லை. பத்து பதினைந்து ஆண்டுகளுக்குப் பின், இப்போது என்.எல்.பி. படிக்கையில்தான் அது ஏன் என்று புரிந்தது.

உறவுகளில், நம்பிக்கை ஏற்படுவதுதான் முக்கியம். தெளிவாகப் பேசி வெற்றிபெற அவையெல்லாம் என்ன நீதிமன்றங்களா?

முன்னாள் முதல்வர் எம்.ஜி.ஆர். பேச்சு என்ன தெளிவானதா? வார்த்தை உச்சரிப்புகள்கூடத் தெளிவாக இருக்காது. ஆனால், அவர் சொன்னால் மக்கள் ஏற்றுக்கொண்டார்கள். உயிருடன் இருந்தவரை அவர்தான் ராஜா. அரசியல் எதிரிகளால் அவரைத் தொடக்கூட முடியவில்லை. காரணம், மக்களுக்கு அவர்மீது இருந்த அபாரமான நம்பிக்கை.

ஆக, பேசிச் சமாதானப்படுத்தலாம். பேசி ஜெயிக்கலாம். சாமர்த்தியமாகப் பேசி மடக்கலாம் என்பதெல்லாம் ஆகாத கதை.

டிரான்ஸ் - Trance

பொதுவாகச் சொல்லிக்கூட நகர்த்த முடியும். தெளிவு, அர்த்தம், இலக்கணம் எல்லாம் தேவையில்லை. உணர்வுதான் அங்கே மொழி. நம்பிக்கைதான் பாலம்.

பேச்சுகளில் இடைவெளிகள் இருந்தால்கூட மக்கள் அவர்களாகவே விடுபட்டுப் போன இடங்களை நிறைவு செய்துகொள்வார்கள்.

முன்னாள் அமைச்சர் ஒருவர் ஒரு திருமண நிகழ்விற்குப் போயிருந்தார். நடைப்பயிற்சி நட்பு என்பதால் நானும் போயிருந்தேன். அது காதல் திருமணம். அந்த அமைச்சர் பேசினார். திருமணவிழாவில் அப்படி என்ன பேசிவிடமுடியும். தவிர, எவர் கவனித்துக் கேட்பார்கள் என்றுதான் நினைத்திருந்தோம். ஆனால் அவர் பேச்சு மிகவும் ரசிக்கப்பட்டது.

அவர் பேச்சில் பெரும்பாலும் எப்படி கல்யாணம் ஆச்சு.. அவுங்க... இவுங்க... ஆயிடுச்சு.. என்பது போல அவர் இழுத்து இழுத்து அரை குறை வார்த்தைகளாகச் சொல்ல... கூட்டம் ரசித்து கைதட்டிச் சிரித்தது. அவர் கோர்வையாகப் பேசாவிட்டாலும், கேட்டவர்கள் எல்லோரும் புரிந்துகொண்டார்கள். காரணம், மனதில் இருக்கிறது அர்த்தம். அவ்வளவுதான்.

பல இக்கெட்டான சமயங்களில் இப்படி மேலோட்டமாக, பொதுவாக அதாவது ஆங்கிலத்தில் வேக்ஃகாக (Vague) இருப்பதே நல்லது.

காமராஜர் அடிக்கடி சொன்ன, 'ஆகட்டும் பார்க்கலாம்' என்பதைக் கூட இந்த வகையில் சேர்க்க முடியும்.

நல்ல சிறுகதைகளின் அடையாளம் முடிவில் அதன் ஆசிரியர் ஏதும் செய்தி சொல்லக்கூடாது. அவர் சம்பவத்தைச் சொல்லி நிறுத்திக்கொள்ளவேண்டும். படிப்பவர்கள் அவர்கள் நினைக்கும் விதம் வெவ்வேறுவிதங்களாகப் புரிந்துகொள்வார்கள்.

இதை என்.எல்.பி. யில், 'மில்டன் மாடல்' என்பார்கள்.

மில்டன் ஏ. எரிக்சன் என்ற இந்த நபர் 'டிரான்ஸ்' சில் மன்னர். அவர் சொல்லும் சில வாக்கியங்களை எவரும் மறுக்கவே முடியாது. எவர் மனமும் ஏற்றுக்கொள்ளும். உதாரணத்திற்குச் சில...

- 'நாம் அதைச் சரி செய்திடலாம்'
- 'இனி எல்லாம் சரியாகிவிடும்'
- 'இது இப்படி இருக்கக்கூடாதே. சரியில்லையே'
- 'ஒருநாள் நாம் எல்லோருமே விடுதலை பெற்றுவிடுவோம்'
- 'நம் எல்லோருக்கும் பிரச்னைகள் இருக்கின்றன'.
- 'இதெல்லாம் தீர்க்கக்கூடியதுதானுங்க... கவலைப்படாதீங்க'

இப்படிப்பட்ட சொற்களைச் சொல்லுவதன் மூலம், சொல்பவர் மிகச் சுலபமாகக் கேட்பவரின் உள்மனதோடு இணைப்புப் பெறுகிறார். இணைந்துவிடுகிறார்.

கேட்பவர்கள் அவர்கள் வேண்டும் விதம், அவர்களுக்கு சௌகரிய மானவிதமாக அவற்றைப் புரிந்துகொள்கிறார்கள். இந்த வார்த்தை கள் சக்தி வாய்ந்தவையாகவும் நீண்டகாலம் கேட்பவர் மனதில் தங்குபவையாகவும் ஆகிவிடுகின்றன.

இப்படிப்பட்ட சொற்கள் கேட்பவரிடம் எதிர்ப்பை உருவாக்கு வதில்லை. ஏற்புடையதில்லை என்று தள்ள வைப்பவை அல்ல.

இப்படிப்பட்ட சொற்களைக் கேட்பவர், விஷயம் தன் பிடியில், கட்டுப்பாட்டில் இருப்பதாக நினைக்கிறார்.

ஒரு தொழிலகத்தில் நான் சேர்ந்த புதிது. அந்தத் தொழிலகத்தின் தலைவரான பிளான்ட் டைரக்டரைப் பார்க்கிறேன். அந்தத் தொழிலகத்தில் என்னவெல்லாம் மனிதவளத்துறையால் செய்ய முடியும் என்று என் முன் அனுபவங்கள் மற்றும் என் எதிர்காலத் திட்டங்கள் அடிப்படையில் சொல்கிறேன். ஆர்வத்துடன் கேட்ட

அவர், நாங்கள் பேச்சை முடிக்கும் முன்பாக, 'வள்ளியப்பன், நீங்கள் சொல்வதில் பெரும்பாலானவற்றை இங்கே செய்ய முடியும்' என்றார். ஆனால் அதைப் பற்றிய விளக்கங்கள், எவற்றையெல்லாம் செய்யலாம், எவற்றைச் செய்ய முடியாது, ஏன் என்றெல்லாம் அவர் சொல்லவில்லை. 'நீங்கள் சொல்வதில் பெரும்பாலானவற்றை இங்கே செய்ய முடியும்' என்று அவர் சொன்னது - இப்போது நினைத்துப் பார்க்கிறேன் – உண்மையிலேயே எனக்கு அந்தச் சமயம் மிகத் திருப்தியாகவும் நம்பிக்கை தருவதாகவும் இருந்தது.

எதெல்லாம் ராப்போ

ஒருவர் பேசும்போது அவரைக் கவனிப்பதே பெரிய 'ராப்போ' தெரியுமா?

உலக அளவில் நடக்கும் பெரிய கூட்டங்கள் சிலவற்றை தொலைக்காட்சி செய்திகளில் காட்டும்போது பார்த்திருக்கலாம். நமது பிரதமர் பேசும்போது மற்றொரு நாட்டின் தலைவர் எப்படி ஊன்றிக் கவனிக்கிறார் என்பதை. அப்படிக் கவனிக்காமல் வேறு வேலைகள் செய்துகொண்டோ அல்லது அலட்சியமாக அங்கும் இங்கும் பார்த்துக்கொண்டு இருந்தால், பேசுபவருக்கு அந்தத் தலைவரிடம் இணக்கம் ஏற்படாது. பேச வேண்டிய தேவைக்காகப் பேசுவார்கள். அவ்வளவுதான். அதில் தனிப்பட்ட ஆர்வம் மதிப்புத் தெரியாது.

பெரிய தலைவர்கள், பிரதமர்கள் மற்றும் உலக அளவில் மட்டுமல்ல, இந்தக் கவனிப்பதால் உருவாகும் இணக்கம், எல்லா இடங்களிலும் எல்லா மட்டங்களிலும் அதேபோலத்தான். அடுத்தமுறை நீங்கள் இணக்கம் ஏற்படுத்திக்கொள்ள விரும்புவர் பேசும்போது, அவர் பேச்சை, சொல்வதை ஆழ்ந்து கூர்ந்து கவனியுங்கள். அதன்பின் வரும் மாற்றத்தைப் பாருங்கள்.

மதித்து பதில் சொல்வது, ஆமோதிப்பது, அவர் ஆரம்பித்த சப்ஜெக்ட்டையே பேசுவது. அவர்கள் பேச ஆரம்பித்த சப்ஜெக்ட்டை மாற்றாமல் இருப்பது எல்லாம் ராப்போ உருவாக்கும்.

மேலதிகாரிகள், தலைவர்கள், நீதிபதிகள், அரசு அதிகாரிகளுக்கு இது ரொம்ப முக்கியம். இப்படியெல்லாம் செய்வதை ஜால்ரா போடுவது, காக்கா பிடிப்பது, சோப்பு போடுவது, ஐஸ் வைப்பது என்போரும் உண்டு! *(அட! இந்த ஒரு சொல்லுக்குத்தான் எத்தனை தமிழ் பதங்கள்!)*

சில பெண்கள் அவர்கள் கணவர் பற்றி இப்படிச் சொல்வார்கள். 'நான் A என்றால் இவர் B என்பார்' என்று. எல்லாவற்றிலும் முரண். இது ராப்போவுக்கு எதிர்.

ஒருவர் கொட்டாவிவிட்டால் அதைப் பார்த்தவர்களும் கொட்டாவி விடுவது தெரியும்தானே. கவனித்திருக்கிறீர்களா? அனுபவம் உண்டா? ரயில், பேருந்து மற்றும் விமானநிலையங்களில் பார்த்திருப்பீர்கள். ஒருவர் தன் மொபைல் போனை எடுத்துப் பார்த்தால், தேவையில்லாமலேயே அதைப் பார்த்த மற்ற பலரும் தங்கள் போனை எடுத்துப் பார்ப்பார்கள். இதெல்லாம் ராப்போவில் சேர்த்தியில்லை.

பயன்படுத்தும் வார்த்தைகள் மூலம் ராப்போ

ஒருவர் பயன்படுத்தும் அதே வார்த்தைகளைப் பயன்படுத்தினால் அது பெரிய ராப்போ. அந்த வார்த்தைகளுக்குப் பெயர், டிரான்ஸ் வேர்ட்ஸ் (Trans words). டிரான்ஸ் என்பது அரை மயக்க நிலை. டிரான்ஸ் வேர்ட்ஸ் என்றால், மயக்கம் தரும் வார்த்தைகள் என்று சொல்லலாம்.

உதாரணத்திற்கு,

'உங்களில் யார் யாருக்கு வீட்டிற்குப் போகவேண்டும் என்று விருப்பம் இருக்கிறதோ அவர்கள் போகலாம். சொல்லுங்கள் உங்களுக்கு விருப்பம் இருக்கிறதா?' - என்று ஹாஸ்டல் வார்டன் கேட்கிறார். அதற்கு ஒரு மாணவன் சொல்லும் பதில்,

'என் பெற்றோரைப் பார்க்காமல் என்னால் இருக்க முடியாது. நான் கிளம்பட்டுமா சார்?'

மேலே பார்த்த பதில் எப்படி இருக்கிறது?

பதில் சரியாகத்தான் இருக்கிறது. ஆனால் பதிலில் இருக்கும் சொற்கள் எப்படி இருக்கின்றன?

எப்படி என்றால்?

பதிலில் இருக்கும் சொற்கள் கேள்வியில் இல்லாத சொற்கள். அப்படியென்றால் அதில் கொஞ்சமும் 'டிரான்ஸ்' வராது.

எந்தச் சொற்கள்?

'பெற்றோர்', 'பார்க்காமல் இருக்க முடியாது'. 'கிளம்பட்டுமா?' இவை அனைத்துமே கேள்வியில் பயன்படுத்தப்படாத சொற்கள்.

அப்படியென்றால் பதில் எப்படி இருந்தால் அதில் டிரான்ஸ் வரும்?

'டிரான்ஸ் வேர்ட்ஸ்' பதில் எப்படி இருக்கும் தெரியுமா? 'எனக்கு வீட்டிற்குப் போக மிக விருப்பம் சார். நான் போகட்டுமா சார்?'

'இதில் வீட்டிற்குப் போக விருப்பம்'. 'போகட்டுமா' ஆகியவை கேள்வியில் பயன்படுத்தப்பட்ட சொற்கள். இவற்றை உபயோகித்ததால், கேட்பவருக்கு டிரான்ஸ் வரும். அவர் ஆமோதிப்பார். 'சரி, போய் வா' என்பார்.

இந்த 'டிரான்ஸ்' என்பது மிக மிக முக்கியமான ஒன்று.

நாம், நம் மனம் நமது மூளை எல்லாம் சேர்ந்து நாம், ஒரு பெரிய நாம்.

நம்முடைய ஆழ்மனதின் நோக்கம், நம் நலன், நம் பாதுகாப்பு, நம் விருப்பங்கள் ஆகியவற்றுக்குப் பழுது வராமல் பார்த்துக்கொள்வது.

ஆழ்மனதுதான் எஜமான். அவர் முடிவு செய்துவிட்டால் எதுவும் சரி. இல்லாவிட்டால் எல்லாம் தவறுதான். அவருடைய படித்த வேலைக்காரன்தான் அறிவு. அவர் இருக்குமிடம் 'கான்ஷியஸ் மைண்ட்' எனும் வெளிமனது.

வெளி அல்லது மேல் மனது எல்லாவற்றையும் சந்தேகத்துடன் பார்க்கும், ஆராயும், கேள்விகேட்டு நிறுத்தும். அது அனுமதித்தால்தான் எதுவும் உள்ளே போகமுடியும்.

இப்போது மீண்டும் அந்தப் பழைய கேள்விக்கு வருவோம்.

'உங்களில் யார் யாருக்கு வீட்டிற்குப் போகவேண்டும் என்று விருப்பம் இருக்கிறதோ அவர்கள் போகலாம். சொல்லுங்கள் உங்களுக்கு விருப்பம் இருக்கிறதா?'

இப்படி ஒரு கேள்வியைக் கேட்டுவிட்டு பதிலுக்குக் காத்திருக்கிறது. வரும் பதிலில் இருக்கும் சொற்கள், அது கேட்ட கேள்வியில் இருந்த சொற்களாகவே அல்லது அதுபோலவே இருந்தால், வெளிமனது கொஞ்சம் ஏமாந்து, சரி இதில் சந்தேகிக்க ஒன்றும் இல்லை என்பது போல எண்ணி, பதிலை உள்மனதுக்கு அனுப்பிவிடும்.

மாறாக வந்த பதிலில் புதிய சொற்கள் இருந்தால், வெளிமனதுக்கு வேறுவழியில்லை. புதிதாக இருக்கிறதே. சோதிப்போம் என்று முடிவுசெய்து காக்க வைத்துவிடும். உள் மனதுக்குள் அனுமதிக்காது.

ஆக ஒருவர் உள் மனதுக்குள் போக, அவரது வெளிமனதுக்குச் சந்தேகம் வராத வகையில் உடுத்த, பேச, நடந்துகொள்ள வேண்டும். ஆழ்மனது, 'இது நம்மாள்' என்று (ஏமாந்து) விட்டுவிடும்.

நிறுவனச் சீருடை போலவே போட்டுக்கொண்டு வரும் ஒருவரை வாசலில் நிற்கும் பாதுகாவலர் எப்படிப் பார்ப்பார். அப்படி!

இதுதான் டிரான்ஸ்.

அப்படிப்பட்ட சொற்கள் டிரான்ஸ் வேர்ட்ஸ்.

அதே சொற்களைப் பயன்படுத்துவதால் இன்னொரு பயன், புரிதல் சுலபமாகும்.

இந்த இடத்தில் வார்த்தைகள் குறித்து ஒரு தகவல். ஆங்கிலத்தில் 17 லட்சம் வார்த்தைகள் இருக்கிறதாம். அதில் ஷேக்ஸ்பியர் தனது படைப்புகளில் பயன்படுத்தியவை 8,84000. பைபிளில் பயன் படுத்தப்பட்டிருக்கும் ஆங்கிலச் சொற்களின் எண்ணிக்கை மொத்தம் 7 லட்சத்து 83 ஆயிரம்.

ஒருவருடன் நெருக்கம் ஏற்படுத்திக்கொள்ள, உடல், கண்கள் மற்றும் ஒலி ஆகிய மூன்று புலன்களையும் பயன்படுத்தவேண்டும்.

ஒரு திரைப்படம் என்றால் அதில் பாட்டுகள், ஸ்டண்ட், நடிப்பு, வெளிப்புறக் காட்சிகள் என்று பலவும் சேர்ந்து இழுப்பதுபோல, ஒருவருடன் பேசுகையில் பழகுகையில் உறவாடுகையில் இவற்றை நினைவு வைத்துக்கொள்ள வேண்டும்.

உறுதியாகக் கைகளைப் பற்றி, கண்களை அகல விரித்து, அவர்கள் கண்களுக்குள் பார்த்து, முகத்தில் புன்னகை தவழ, 'காலை வணக்கம்' என்று உற்சாகம் கொப்பளிக்கச் சொன்னால், நாம் பல புலன்களையும் பயன்படுத்தி நெருக்கம் உண்டாக்குகிறோம்.

சோதித்துப் பார்க்க

ஒருவருடன் காப்பி சாப்பிடுகிறீர்கள். நீங்கள் இருவர் மட்டும். எதை வேண்டுமானாலும் பேசுங்கள். ஆனால் செய்கை எப்படி இருக்கவேண்டும் தெரியுமா? அவர் காப்பி கப்பை எடுத்து வாயில் வைக்கும் போதெல்லாம் நீங்களும் அதே வேகத்தில், அதே லாகவத்தில் உங்கள் கப்பை எடுத்து வாயில் வைத்து அவரைப் போலவே குடிக்கவேண்டும்.

இப்படியே சிலமுறைகள் நீங்கள் அவர் செய்வதைத் தொடர்ந்து செய்துவிட்டு, பின்னர், நீங்களாக ஒருமுறை எடுத்துக் குடியுங்கள்.

அவரும் அதேபோல (அவரை அறியாமல்) செய்வார். அதுதான் மேட்டர்.

அவர் (இதில்) உங்கள் வழிக்கு வருகிறார்.

இதையெல்லாம் மிகவும் வெளிப்படியாக நாடகத்தனமாக, அவரைப் பார்த்துப் பார்த்துச் செய்யக்கூடாது. இயல்பாகச் செய்வதுபோலச் செய்தால்தான் பலன். எதிராளி கண்டுபிடித்து விட்டால் சந்தேகப்படுவார்தானே.

ராப்போவில் பலவகை

ராப்போவில் ஏழு வகைகள் இருக்கின்றன.

- போஸ்ட்சர் (Posture)
- பிரீத்திங்
- வால்யூம்
- ஸ்பீட்
- பிட்ச்
- ரிதம்
- கன்டென்ட்

தொலைக்காட்சி நிகழ்ச்சிகளில் பார்த்தால் தெரியும். சில பிரபலங்கள், தொகுப்பாளர்/தொகுப்பாளினி கேள்வி கேட்கும் தோரணையிலேயே பதில் சொல்வார்கள். அதில் ஒரு இணக்கம் தெரியும்.

மேட்சிங் - கிட்டத்தட்ட 60 முதல் 70 சதவிகிதம் வரை செய்வது

மிர்ரரிங் - அச்சு அசலாக அப்படியே செய்வது

பேசிங் - அதே வேகத்தில் செய்வது, பேசுவது, நகர்வது.

பிரீத்திங் ராப்பொ

இது ராப்போ உருவாக்குவதில் இன்னொரு வகை, இன்னொரு நிலை.

ஒருவருடன் பேசிக்கொண்டு இருக்கும்பொழுது அவரை கவனித்தால் தெரியும், அவரது சுவாசம் எப்படி இருக்கிறது என்று. குறுகிய

மூச்சிழுப்பா (ஷார்ட் சைக்கிள் பிரீத்) அல்லது நீண்ட ஆழமான மூச்சிழுப்பா (லாங் சைக்கிள் பிரீத்) என்று. தவிர அதன் 'ரிதம்' எனும் பாங்கு எப்படி என்று கவனிக்க வேண்டும்.

முன்பு காப்பி குடிப்பதில் பார்த்த அதே அணுகுமுறைதான் இதிலும். முதலில் அவருடைய மூச்சிழுப்பின் அளவு, வேகத்திலேயே நாமும் மூச்சிழுத்து விடவேண்டும். இப்படிச் சில முறைகள் (ஆறு அல்லது ஏழு முறைகளாவது) செய்தபின், நாம் மூச்சிழுக்கும் வகையை மாற்றினால், அவரிடமும் அது மாறும்.

காரணம், ஆழ்மன அளவில் எல்லோருமே இணைக்கப்பட்டவர்கள் தான். நாம் குறிப்பிட்டவிதமாக மூச்சுவிட்டு அவருக்கு செய்தி சொல்லலாம். இதன் மேல்விவரங்கள் 'அன்கான்ஷியஸ் மைண்ட்' அத்தியாயத்தில் கொடுக்கப்பட்டிருக்கிறது.

கன்டென்ட் ராப்போ

எதிராளி சொல்வதன் அர்த்தத்துடனே நாமும் பேசுவது. அவர் ஒன்றை ஆதரிக்கவில்லை என்றால் நாமும் ஆதரிக்காமல் பேசுவது. அவர் சரி என்பதை நாமும் சரி என்பது.

இன்டென்ட் ராப்போ (Intent Rapport)

இப்படி ஒன்று என்.எல்.பி. யில் சொல்லப்படவில்லை. ஆனால் இதுவும் வெற்றிதரும் ஒருவகைதான் என்று நான் நினைக்கிறேன். இண்டெண்ட் என்றால் நோக்கம். எதிராளி எதை விரும்புவாரோ எதற்காக ஆசைப்படுவாரோ அப்படி பேச்சை ஆரம்பிப்பது. அப்படிச் செய்தால் எப்படி இணக்கம் வராமல் போகும்?

இப்படி யார் செய்கிறார்கள், எங்கிருந்து இந்த யோசனை வந்தது என்று கேட்டால், தொலைக்காட்சியில் வரும் கல்யாணமாலை நிகழ்ச்சியில் திரு மோகன் அவர்கள் பேச்சைக் கவனித்தபோது தான் இது தோன்றியது.

கல்யாண மாலை மோகன் அவர்கள் செய்வது 'இன்டென்ட் ராப்போ'.

மணமகனோ, மணமகளோ எதிர்பார்த்து வருபவர்கள் கேட்பதை வைத்து, அவர்கள் மனது குளிருமாறு நல்ல வார்த்தைகள் சொல்லி அனுப்புவார். அவர்கள் சந்தோஷமாகப் போவார்கள்.

அப்படி என்ன சொல்வார்?

‘நீங்கள் எதிர்பார்க்கிற மாதிரியே, உங்களை நீங்க இருக்கிற மாதிரியே ஏற்றுக்கொள்கிற நல்ல மருமகன் கூடிய சீக்கிரமே கண்டிப்பா வருவார். இந்நிகழ்ச்சியில் கலந்துக்கிட்டீங்க ரொம்ப நன்றி’.

இந்த வார்த்தைகளில் என்ன மேட்சிங்தான் இல்லை!

Imitation is the sincerest flattery என்று, ‘ஒருவரைப் போலவே செய்வதைப் போன்ற உண்மையான துதி வேறு ஒன்றும் இல்லை’ என்று பொருள்படுமாறு சொல்கிறார், நாம் மிகவும் மதிக்கும் போற்றும் ஒருவர்.

அது வேறுயாருமில்லை மகாத்மா காந்திதான்.

சிலருடன் தொடர் மற்றும் ஆழமான இணக்கம் உருவாகக் காரணமாக அமையும் சில அடிப்படைகள்

- நீங்கள் அடிக்கடி போகும் இடங்கள், பழகும் மனிதர்கள்
- உங்கள் தோற்றம், பேச்சு மற்றும் நடத்தை
- உங்கள் திறன்கள், அறிவு
- நீங்கள் மதிக்கும், கடைப்பிடிக்கும் மதிப்பீடுகள்
- உங்கள் நம்பிக்கைகள்
- உங்கள் வாழ்க்கை நோக்கம், குறிக்கோள்
- உங்கள் அடையாளத்திற்கு நேர்மையாக, உண்மையாக நடத்தல்

தற்காலிக மற்றும் அறிமுகம் இல்லாதவருடன் ராப்போ உருவாக்க சில வழிகள்:

- அவருக்கு எது விருப்பமோ அதைப் பேசுங்கள். அவர் முக்கியம். நீங்கள் அல்ல.
- அவருடைய உடல் மொழி, அவர் போஸ்ட்சர் முதலிய வற்றை வெளிப்படையாக இல்லாமல் பின்பற்றுங்கள்.
- அவர் மூச்சுவிடும் பாணியைக் கவனித்து, அதே லகுவில் மூச்சு விடுங்கள்.
- அவர் பயன்படுத்தும் சொற்கள், வாக்கியங்களை வெளிப் படையாக அல்லாமல் உள்ளீடாக உங்கள் பேச்சில் சேருங்கள்.
- பேசுபவர் பேச்சின் அளவைக் கவனித்து, அதேபோன்ற அளவு மற்றும் விவர அமைப்புகளுடன் (விவரமாகவா அல்லது பொதுவாகவா என்பது போல) பேசுங்கள்.

- பேசுபவரின் பேச்சில் கோலோச்சும் புலன் எது என்று கவனியுங்கள். அதை உங்கள் வாக்கியங்களில் பயன்படுத்துங்கள்.
- அவர் பேசுவதில் இருக்கும் நோக்கம் தவிர அவர் மனதில் என்ன நோக்கம் இருக்கிறது என்று புரிந்துகொண்டு அதற்கு ஏற்ப பேசுங்கள்.
- பேசுபவரின் நேரம், சக்திஅளவு, நண்பர்கள், மற்றும் பணம் ஆகியவற்றுக்கு நீங்களும் முக்கியத்துவம் கொடுத்துப் பேசுங்கள்.

ராப்போ குறைக்க

சில நேரங்களில் மற்றும் சில மனிதர்களிடம் வேலை நடைபெற, சரியாகக் காரியம் ஆற்ற, வேண்டும் என்றே ராப்போவைக் குறைக்க வேண்டியிருக்கும்.

உதாரணத்துக்கு, ஓர் ஆசிரியர் வகுப்பில் மாணவர்களுடன் கனிவாக புரிந்துணர்வோடு இருப்பவர், பொதுத்தேர்வு நடைபெறும் இடத்தில் மேற்பார்வையாளராகப் போகிறார். மாணவர்கள் தங்களுக்கு அவரிடம் இருக்கும் ராப்போவைப் பயன்படுத்தி நெருங்கு கிறார்கள். அவர்கள் சிறுவர்கள். அவர்களுக்கு விவரம் தெரியாது. அதனால் ஆசிரியர், தேர்வு முடியும்வரை எந்தப் பேச்சு வார்த்தையும் வைத்துக்கொள்ளக்கூடாது என்று முடிவு செய்தால், அந்த நேரம் அவர் அவர்களுடனான ராப்போவை விரும்பிக் குறைத்துக்கொள்ளலாம். விவரமான ஆசிரியர்கள் கொள்வார்கள்.

அலுவலகத்தில் ஆய்வு நேரம், வீட்டில் படிக்கும் நேரம், சில அதிக சலுகைகள் எதிர்பார்க்கும் வாடிக்கையாளர்களிடம் முதலாளி அல்லது மேலதிகாரி இருக்கும் நேரம், வாங்கியதைத் திருப்பித் தராமல் மீண்டும் கடன் கேட்க வருபவரிடம் என்று இது எவருக்கு வேண்டுமானாலும் தேவைப்படலாம்.

பேசும் வார்த்தைகள், நடந்துகொள்ளும் விதம், உடல் மொழி, பேச்சில் உறுதி, முகபாவம், நேரடியான குறுகிய கேள்விகள், பதில்கள் ஆகியவற்றால் இணக்கத்தைக் குறைக்க முடியும். சிலர் அற்புதமாகச் செய்கிறார்கள்.

உங்கள் ராப்போ எவருடன், எப்படி?

இந்தப் பகுதியை எழுதும் நேரம் எனக்கு யாரிடம் எல்லாம் இணக்கம் இருக்கிறது என்று எழுதிப் பார்க்க பட்டியல் இட ஆசை வந்தது. யாரிடம் இல்லை. எவரிடம் எல்லாம் நடுவாந்திரம் என்றும் எழுதிப் பார்த்தேன். ஒரு தெளிவு கிடைத்தது.

உங்களுக்கும் அப்படி விருப்பம் இருக்கும்தானே!

எழுதிப் பாருங்கள்

1. எவரிடம் நீங்கள் பேச, கேட்கத் தயங்க வேண்டாம். எவர் உங்களிடம் பேசத் தயங்க மாட்டார். எவர் நீங்கள் சொன்னால் செய்வார்.

2. மேல் சொன்னவைகள் உறுதியில்லை. செய்தாலும் செய்யலாம்.

3. எவரிடம் பேச, கேட்கத் தயங்குவீர்கள். எவர் உங்களை சாதாரணமாக அணுகிவிடமாட்டார். எவர் நீங்கள் சொல்வதற்கு எதிர் செய்பவர்?

1. உங்களுக்கு நல்ல ராப்போ இருப்பவர்கள்	2. உங்களுக்கு ஓரளவே ராப்போ இருப்பவர்கள்	3. உங்களுக்கு ராப்போவே இல்லாதவர்கள்
1.	1.	1.
2.	2.	2.
3.	3.	3.
4.	4.	4.
5.	5.	5.
6.	6.	6.
7.	7.	7.
8.	8.	8.
9.	9.	9.
10.	10.	10.

5

ஆழ்மனம் எனும் சக்தி பீடம் – அன்கான்ஷியஸ் மைண்ட்

நாம் ஓரிடத்திற்குப் போகிறோம். போகும்போது வேறு ஒரு சிறுவனையும் நம்முடன் அழைத்துப் போகிறோம். போன இடத்தில் நாம் நம் வேலைகளைக் கவனிக்கிறோம். நம்முடன் வந்த சிறுவன் என்ன செய்வான்? அவன் சும்மாவா இருப்பான். அவனும் அங்கே நடக்கும் சிலவற்றைக் கவனிப்பான். அதில் சில நாம் கவனிக்காததாக இருக்கலாம். அவன் கவனிப்பவை அவன் ஈடுபாடு பொறுத்தவை.

ஒருவர் எங்கே போனாலும் அவருடன் போகிற அந்தச் சிறுவன் யார்? அந்தச் சிறுவன் வேறு யாருமல்ல. நமது ஆழ்மனம்தான். நாம் எங்கே போனாலும் நம்முடன் இருக்கும் நமது ஆழ்மனம் பலவற்றையும் அந்தச் சிறுவனைப்போல கவனிக்கிறது, உள்வாங்குகிறது. அதன் கவனிப்பும் உள்வாங்குதலும் என்ன என்று நமக்கு, அதாவது நமது வெளிமனதிற்குத் தெரியாது.

இந்த இடத்தில் ஒரு விளக்கம் தேவைப்படலாம். அதென்ன ஆழ்மனம்? என்ற கேள்வி வரலாம்.

விளக்கம் கொடுப்பதற்கு முன்னால் மற்றொரு காட்சியையும் தெரிவித்தால், கேள்வி இன்னும் பலமாக விழும், விளக்கமும் எடுபடும்.

நீங்கள் இரு சக்கர வாகனத்தில் அல்லது காரில் போய்க் கொண்டிருக்கிறீர்கள். ஒரு சிக்னலில் நிற்கையில் செல்போன் மணி அடிக்கிறது. எடுத்துப் பேச ஆரம்பிக்கிறீர்கள். முக்கியமான,

நீங்கள் பலநாட்களாக எதிர்பார்த்த அழைப்பு அது. பேசி முடித்து விட்டுப் பார்த்தால், சிக்னல் தாண்டி வெகுதூரம் வந்துவிட்டீர்கள். சரியாகவே ஓட்டி வந்திருக்கிறீர்கள். எந்தப் பிரச்னையும் இல்லை. ஆனால், எப்படி வந்தீர்கள் என்று நினைவில் இல்லை! சுத்தமாக, துளியும் நினைவில் இல்லை!!.

இது எப்படிச் சாத்தியம்?

வண்டி ஓட்டும் நினைவாக வண்டியை ஓட்டினால், அது வெளிமனம் சார்ந்த வேலை. வெளிமனம் முடித்துக்கொடுக்கும் வேலை. போனில் கவனம் வைத்தபடி வண்டி ஓட்டினால், வெளிமனம் போன் உரையாடலிலும், ஆழ்மனம் வண்டி ஓட்டும் வேலையை யும் செய்திருக்கின்றன என்று பொருள்.

என்னது ஆழ்மனம், வெளிமனம் என்று இரண்டு மனங்களா? என்ற கேள்வி வருகிறதா? விளக்கம் இதோ.

இரண்டு மனங்கள்

மூளையில் இடது பக்க மூளை, வலது பக்க மூளை என்று பகுத்துப் பார்த்து, ஒன்று லாஜிக்கலாகவும் மற்றொன்று கிரியேடிவ் ஆகவும் இயங்கவல்லவை என்று ஆராய்ச்சியாளர்கள் தெரிவிக்கிறார்கள் என்று பாடங்களில் படித்திருக்கலாம் அல்லது கேள்விப்பட்டிருக்கலாம்.

அதேபோலத்தான் மனது பற்றியும் பகுத்துப் பார்த்திருக்கிறார்கள். மூளையாவது ஒரு உருவம் இருக்கிற உறுப்பு. மனதுக்கு உருவமும் கிடையாது. ஆனாலும், ஆராய்ச்சிகள் மற்றும் அனுபவம் காரணமாக மனதும் இரண்டு வகைப்பட்டது என்று ஆராய்ந்து தெளிந்திருக்கிறார்கள்.

ஆங்கிலத்தில் அதை வெளிமனம் என்றும் ஆழ்மனம்என்றும் சொல்கிறார்கள். கான்ஷியஸ் என்பது நினைவாகச் செய்வது. நமது கட்டுப்பாட்டில் இருப்பது. 'ப்ரஞ்ஞை மனம்' என்றும் இதைச் சொல்வது உண்டு. நமது சௌகரியத்துக்காக இதை நாம் வெளிமனம் என்றும் சொல்லலாம்.

இரண்டாவது பகுதி அன்கான்ஷியஸ் மைண்ட். இதுபற்றி அதன் உரிமையாளருக்கே தெரியாது. ஆழ்மனம் அல்லது உள் மனம் என்பன இதன் பிற பெயர்கள்.

மனதின் பகுதிகள்தான் இரண்டே தவிர, இரண்டும் ஒரே அளவோ வீரியமோ கொண்டதல்ல.

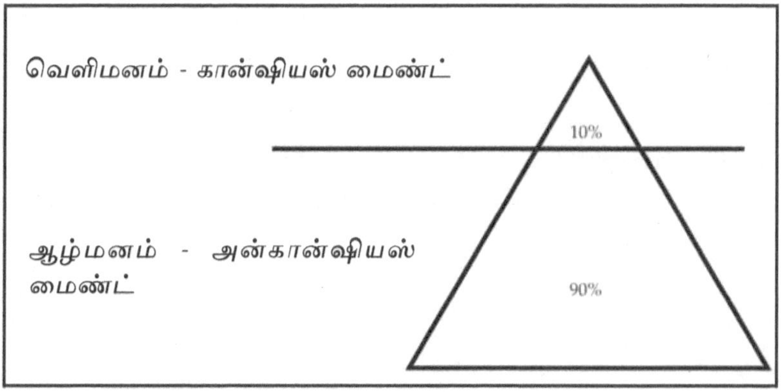

ஆழ்மனம்தான் வலியது, பெரியது, வீரியம் மிக்கது. வெளிமனம் சிறியது. மேலே இருக்கும் படத்தில் காட்டப்பட்டிருப்பதுபோல, ஆழ்மனம் பத்தில் ஒன்பது பங்கும், வெளிமனம் பத்தில் ஒரு பங்கும் தான்.

வெளிமனது, ஆழ்மனது இரண்டுக்கும் இன்னும் பல வேற்றுமைகளும் உண்டு. அவற்றை ஒரு பட்டியலே போடலாம்.

வெளி மனது	**ஆழ்மனது**
அதிகாரி போல	பணியாளர் போல
எல்லாவற்றையும் ஆராய்ந்து என்ன செய்யலாம், எதைச் செய்யக் கூடாது	சொல்வதை அப்படியே நம்பி பிரமாதமாகச் செய்பவர்
என்று கட்டளை இடுபவர். இங்கிதம் தெரிந்தவன்.	கொஞ்சம் முரடன்
இவர் புரிதல் தவறாகவும் போகலாம்	இவராக யோசிக்க, சிந்திக்க மாட்டார்.
இவர் கவனமாக இருக்கும் போது இவரைத் தாண்டி எவரும் உள்ளிருக்கும் பணியாளரிடம் பேச முடியாது.	வெளிமனம் அசரும் நேரம் உள்ளே நுழைந்து விடலாம்.

அவரை மாற்றிவிட, ஆழ்மனதிடம் பேசலாம்.	அதைச் செய்ய முடியாது.
‘இன்புளுவன்ஸ்’ செய்து மாற்றலாம்	இப்படிச் செய், செய்யாதே என்பது போல ஆட்டுவிக்க முடியாது.

மேலே கொடுக்கப்பட்டுள்ளவற்றைப் பார்த்தால், வெளிமனம் பெரிய ஆள்போலத் தெரிகிறதோ! இல்லை. உண்மையில் வெளிமனம் பாவம் ஒரு தற்காலிக ஒப்பந்தத் தொழிலாளிபோலத்தான். சொல்லப்போனால் அவர் ஒரு ஊழியர் மட்டும்தான். ஆழ்மனம்தான் முதலாளி. கொள்கை முடிவுகள் எல்லாம் ஆழ்மனம்தான் எடுக்கும். வெளி மனம் ஒரு ஆலோசகர் போலத்தான்.

ஆழ்மனதுக்கு ஏன் எப்படி கூடுதல் அதிகாரம் என்று கேட்டால், ஆழ்மனம் அண்ணன்போல. மூத்தவன். நம்மோடு முதலில் வந்தவன். வெளிமனம், இளையவன். தம்பிபோல. அடுத்துப் பிறந்தவன். நாம் வெளி உலகத்தில் கற்றுக்கொண்டவைகள் எல்லாம் சேர்ந்தவன்.

ஆழ்மனதின் இயல்பு

வெளிமனதிற்கு தவறு என்று தெரிந்தாலும், ஆழ்மனதில் அதற்கு ஆதரவு இருந்தாலோ அல்லது குறைந்தபட்சம் எதிர்ப்பு இல்லா விட்டாலோ, தவறு நிற்பதில்லை. தொடர்ந்து செய்யப்படுகிறது.

கிளப்டோமேனியா என்று ஒரு வியாதி. வசதி இருந்தும் படித்திருந்தும் நல்ல நிலையில் இருந்தும் சிறிய அழகிய பொருள்களைத் திருடும் பழக்கம். வெளிமனதிற்குத் தவறு என்று தெரியும். ஆனாலும் அதைச் செய்யாமல் இருக்க முடியாது. ஏன்?

திருட்டு மட்டுமில்லை. சிலருக்கு சர்க்கரை நோய். இனிப்பு சாப்பிடக்கூடாது. இது அவருக்கு நன்றாகத் தெரியும், சாப்பிட்டால் கண், சிறுநீரகம் என்று ஒவ்வொரு உறுப்பாகக் கெடும் என்று அவருக்கு அறிவுறுத்தப்பட்டிருக்கும். ஆனாலும் சாப்பிடுவார். ஏன்?

ஆழ்மனம் அழகிய பொருள்களுக்கு, இனிப்பிற்கு ஆசைப்படுகிறது. அதனால் வரக்கூடிய பிரச்னைகள் பற்றித் தீவிரமாக எடுத்துக் கொள்ளவில்லை.

உடற்பயிற்சி நல்லது. தெரியும். படிப்பது நன்மை தரும். நன்றாகவே தெரியும். ஆனால், இந்த வேலைகள் நடக்காது. காரணம், முதலாளியான ஆழ்மனம் இன்னும் அவற்றை ஏற்றுக் கொள்ளவில்லை.

ஒரு ரயிலில் 'சேர் கார்' என்ற அமர்ந்துகொள்ளும் ஏசி வசதிகொண்ட பெட்டி. பலரும் அமர்ந்திருக்கிறார்கள். ஒருவர் மட்டும் காலியாக இருந்த மூன்று இருக்கைகளிலும் கால் நீட்டிப் படுத்திருக்கிறார்.

அவை காலியாக இருந்தன. படுத்தார், தூங்கிப் போனார். அடுத்த ஸ்டேஷனில் ஒரு குடும்பம் ஏறியது. அவர்களில் இருவர் முன்பதிவு செய்திருந்த இருக்கைகளில்தான் இவர் படுத்திருக்கிறார். தட்டி எழுப்புகிறார்கள்.

கண் விழித்து எழுகிறார்.

சிலர் எப்படி எழுவார்கள்? பதறியபடி எழுவார்கள்.

'ஓ, இது உங்கள் சீட்டா? ஸாரி, ஸாரி' என்பார்கள்.

வேறு சிலர்?

மெல்லக் கண்விழித்து, என்ன என்று பார்வையாலேயே கேட்பார்கள். எழவும் மாட்டார்கள். பிறகு விபரம் கேட்டு, 'ஓ அப்படியா?' என்றபடி மெதுவாக எழுந்து உட்கார்ந்து, நிதானமாக நீங்கள் வேறு சீட்டுக்குப் போகமுடியுமா? என்று முன்பதிவு செய்தவர்களைக் கேட்டுவிட்டுத்தான் போவார்கள்.

தூக்கம் கலைக்கப்பட்டதும் எழுந்ததும் அவர்கள் காட்டும் ரியாக்ஷன்தான், அந்த அனிச்சை செயல்தான் அவர்களது ஆழ்மனம். அதுதான் அவர்கள் இயல்பு. அதுதான் அவர்கள்.

விழித்திருக்கும்போது வெளிமனம் செயல்பாட்டில். தூங்கும் போது வெளிமனம் ஓய்வில். நடப்பது அதற்குத் தெரியாது. எழுப்பப்பட்டவுடன் முதல் ரியாக்ஷன் ஆழ்மனதில் இருப்பது.

உண்மை கண்டறியும் சோதனைகளில் சிலர் சொல்லும் பொய்களைக் கண்டுபிடித்து விடுகிறார்கள். எப்படித் தெரியுமா?

சில தகவல்களைச் சொல்லி அவர்கள் உடலில் ஏற்படும் மாற்றங்களைப் பதிவு செய்து கவனிக்கிறார்கள். அந்தக் குற்றவாளியோ, நிரபராதியோ, விசாரணையின்போது என்ன சொல்வார்? தான் தவறு செய்யவில்லை, எடுக்கவில்லை என்பது போல சொல்வார்.

எப்படி மடக்கிக் கேட்டாலும் சாமர்த்தியமாக மாட்டிக் கொள்ளாமல் பதில் சொல்லும் கல்லுளி மங்கர்கள் உண்டு.

அந்தச் சாமர்த்தியமான செயலைச் செய்வது, அவர்களது வெளிமனம்.

அதே நபர்களை உண்மை கண்டறியும் நாற்காலியில் அமர வைத்து கேள்வி கேட்கும்போது அவர்கள் ஆழ்மனம் செய்யும் வேலைகளும் பதிவாகும். ஆழ்மனதுக்கு இந்த விபரம் பெயர் தெரியாது. உண்மையைக் கண்டுபிடித்து விடுவார்களோ என்று பதற்றப்படும். குறிப்பாகக் குறுக்குக் கேள்விகள், மடக்கும் கேள்விகள் வரும் போது அதிகமாகவே பதற்றப்படும். பதற்றப்பட்டால் என்ன ஆகும்? அய்யோ இது பதற்றமாயிற்றே என்று அதை சமாளிக்கத் தேவையான அமிலங்களை ஆழ்மனம் சுரக்க வைக்கும். அதனால் இதயம் படபடக்கலாம், வியர்க்கலாம். தவிர வேறு சிலவும் உடம்பில் நடக்கலாம். அவற்றைத்தான் பதிவு செய்து, சொன்னது பொய்யா மெய்யா என்று கண்டறிகிறார்கள்.

வெளிமனம் ஏமாற்ற உதவும். ஆழ்மனம்காட்டிக்கொடுத்து விடும்.

ஆழ்மனதும் வெளிமனதும்

வகுப்பில் இருக்கும் பயிற்சியாளர், வகுப்பில் அமர்ந்திருப்பவர் களைப் பார்த்துச் சொல்கிறார்,

'எல்லோரும் உங்கள் தாடையைத் தொடுங்கள்'

வகுப்பில் இருந்தவர்கள் அனைவரும் தொட்டார்கள்... தாடையை அல்ல. கன்னத்தை.

ஏன் அப்படி ஒன்றுபோலச் சொன்னதை விட்டுவிட்டு வேறு ஒரு இடத்தில் விரல் வைத்தார்கள்?

காரணம், அந்தப் பயிற்சியாளர், 'எல்லோரும் உங்கள் தாடையைத் தொடுங்கள்' என்று சொன்னபோது வேண்டுமென்றே அவரது விரலால் அவரது கன்னத்தைத் தொட்டுக் காட்டியிருக்கிறார்.

அவர் வாய்மொழியாகச் சொன்னது, தாடையைத் தொடுங்கள் என்று. ஆனால், செயல்படுத்திக் காட்டியதோ, அவரது கன்னத்தைத் தொட்டு.

பார்வையாளர்களின் வெளிமனம் கேட்டது வேறு, அவர்கள் உள்மனம் கவனித்தது வேறு.

Actions speak louder என்றும் இந்தப் பயிற்சிக்குப் பின் விளக்கம் சொல்லலாம். சொன்னதைப்போலச் செய்வதைவிட நாம் செய்வதைப் போலவே குழந்தைகள், ஊழியர்கள் செய்வார்கள் என்பதற்கும் இந்தப் பரிசோதனை ஒரு சான்று.

'What are you' speaks louder than what you speak. நீங்கள் சொல்வதை விட நீங்கள் எப்படி இருக்கிறீர்கள் நடந்துகொள்கிறீர்கள் என்பது அதிகச் சத்தமாகக் கேட்கிறது.

விசிபிளிட்டி - கிரிடிபிளிட்டி

நிறுவனங்களில் ஆய்வுக் கூட்டங்கள் நடக்கிறபோது, உங்கள் இருப்பை அங்கீகரிக்கிறார்களா அல்லது கவனிக்காமல் விடுகிறார்களா? நீங்கள் பேசினால் மற்ற செயல்களை நிறுத்தி விட்டுக் கவனிக்கிறார்களா? அல்லது விட்டுவிடுகிறார்களா? மதித்து ப்தில் சொல்கிறார்களா இல்லையா என்றெல்லாம் யோசித்திருக் கிறீர்களா? நாலு பேராக உறவினர்கள் நண்பர்கள் நிற்கையில் பேசிக்கொண்டிருக்கையில்கூட, இதை நீங்கள் கவனித்து, எடை போட்டுப் பார்க்கலாம்.

இதை 'விசிபிளிட்டி - கிரிடிபிளிட்டி' என்பார்கள்.

இதை மேலும் விளக்குவதற்காக நடக்காத ஒன்றை, உதாரணத்திற் காகக் கற்பனை செய்து சொல்கிறேன்.

நான் என்னுடைய உறவினர் ஒருவர் பெரியவருடன் பேசிக் கொண்டிருக்கிறேன். அப்போது மற்றொருவர் வருகிறார். அவர் ஒரு அரசு வேலையில் பெரிய பதவியில் இருப்பவர். என் உறவினர் அவரைப் பார்த்துப் பேச ஆரம்பிக்கிறார். தொடர்ந்து அவரைப் பார்த்தே பேசுகிறார். எப்போதாவது என்னைப் பார்க்கிறார்.

இடையில் நான் ஒரு கேள்வி கேட்கிறேன். அதற்கு அவர் பதில் சொல்வதற்குள், அங்கே மூன்றாவதாக இருந்த அந்த நபர் வேறு ஒரு கேள்வி கேட்கிறார்.

என் உறவினர் நான் கேட்ட கேள்விக்குப் பதில் சொல்லவில்லை. மூன்றாவது நபர் கேட்ட கேள்விக்குப் பதில் சொல்கிறார். சொல்லிவிட்டு அடுத்த விஷயத்துக்குப் போய்விடுகிறார்.

எனக்கு எப்படி இருக்கும்?

எனக்கு மட்டுமல்ல. அந்த நிலையில் எவர் இருந்தாலும் சங்கடமாகத்தான் இருக்கும். சங்கடங்களை விட்டுவிடுவோம். புரிந்துகொள்ளவேண்டியது என்ன? அதுதானே முக்கியம்.

நான் சொல்கிறேன், அந்தப் பெரியவருக்கு என்னைக் காட்டிலும் அந்த மூன்றாவது நபரான அரசு அதிகாரி மீது மதிப்பு அதிகம். அல்லது அவரை 'இம்பிரஸ்' செய்ய விரும்புகிறார்.

நான் சொல்வது சரியா? தவறா?

இதில் தொடர்பில்லாத நீங்கள் ஒப்புக்கொள்வீர்கள் ஆமாம் என்று. ஆனால், அந்தப் பெரியவரிடம் இப்படிச் சொன்னால் அவர் ஒப்புக் கொள்வாரா?

மாட்டார். அதெல்லாம் இல்லையே என்பார். அவரால் மட்டுமல்ல வேறு எவராலும் அப்படி வெளிப்படையாக ஒப்புக்கொள்ள முடியாது. சொல்லப் போனால் அந்தப் பெரியவருக்கு அவர் அப்படி நடந்துகொண்டார் என்பது கூடத் தெரியாமல் இருக்கலாம். ஆமாம். அவர் அதை ப்ரக்ஞை பூர்வமாகச் செய்யவில்லை. அதாவது 'கான்ஷியஸ்' சாகச் செய்யவில்லை.

அந்த அதிகாரி மட்டுமல்ல நானும் முக்கியம் என்று வெளிமனதுக்குத் தெரியும். என்னுடன் அந்த உறவினருக்கு பல பரிவர்த்தனைகள் உண்டு. அதனால் அவர் என்னிடம் அப்படி வெளிப்படையாக நடந்துகொள்ளமாட்டார்.

அவரது படிப்பு, அறிவு எல்லாம் அவரை அப்படி காட்டிக்கொள்ள விடாது. ஆனால், பாவம் ஆழ்மனம் என்ற 'அன்கான்ஷியஸ் மைண்ட்'. அதுதான் அந்த உறவினரை அப்படி நடந்துகொள்ள வைத்தது. அதற்கு நடிக்கவெல்லாம் தெரியாது. ஆனால் அதுதான் எஜமான். அதுதான் உண்மையான நபர்.

ஆழ்மனம் எதில் விருப்பம் காட்டுகிறதோ, முக்கியம் என்று நினைக்கிறதோ அதை வெளிமனம் அப்படியே வெளிக்காட்டாது. அதனால், ஒருவர் என்ன சொல்கிறார் என்பதைக் காட்டிலும் அவர் எப்படி நடந்துகொள்கிறார், நம்மை நடத்துகிறார் என்பன, பலப்பல செய்திகள் மட்டுமல்ல பலமான செய்திகள் சொல்லும்.

சாதாரணமாக எவரும் இல்லாதபோது நம்மிடம் ஒருவர் பேசுவதற்கும் மற்றவர் இருக்கும் நேரம் பேசுவதற்கும் இடையே வேறுபாடுகள் இருந்தால் அதை இந்தக் கோணத்தில் இருந்தும் யோசித்துப் பாருங்கள்.

ஆழ்மனங்களின் கூட்டு - கலெக்டிவ் அன்கான்ஷியஸ்னெஸ்

ஆழ்மனத்தில் இருப்பது, நடப்பது அந்த மனதிற்கு உரியவருக்கே தெரியாது. அதனால்தான் அதன் பெயர் கான்ஷியஸ் இல்லாத என்ற பொருளில் 'அன் கான்ஷியஸ்'.

இந்தத் தகவல் என்ன சொல்கிறதென்றால், பலருடைய 'அன் கான்ஷியஸ்' எல்லாம் இணைப்பில் இருக்கக்கூடும்.

அவர் ஒரு என்.எல்.பி. பயிற்சியாளர். ஒருமுறை விமானநிலையம் ஒன்றில் காத்திருக்கையில் ஒரு குழந்தை விடாமல் அழுது கொண்டே இருந்திருக்கிறது. எல்லோரும் சங்கடப் பட்டார்கள். பரிதாபப்பட்டார்கள். இவர், அந்தக் குழந்தை அழுகையை நிறுத்தவேண்டும் என்று மனதில் நினைத்தபடியே தான் அமர்ந்திருந்த இருக்கையை கைவிரல் ஒன்றினால் டொக் டொக் என்று தட்டிய படியே இருந்திருக்கிறார். என்ன அதிசயம்! சிறிது நேரத்தில் அந்தக் குழந்தை அழுகையை நிறுத்திவிட்டது.

அவர் அந்தக் குழந்தையின் அன்கான்ஷியஸ் மனத்துடன் தொடர்புகொண்டிருக்கிறார்.

வீடுகளுக்கு வெளியே தெருவில் தரைக்கு மேலேயோ கீழேயோ, தொலைபேசி ஒயர்கள், இண்டர்நெட் ஒயர்கள், மின்சார ஒயர்கள் என்று பல்வேறு இணைப்புகள் போகுமல்லவா. அதுபோலத்தான் வெளிமனம் போக ஆழ்மனங்களின் இணைப்புகளும். அது தனி ஒயர். அந்தப் பயிற்சியாளர் அந்த இணைப்பு வழியாக குழந்தையின் ஆழ்மனதிடம் கோரிக்கை வைத்திருக்கிறார். கோரிக்கை ஏற்கப் பட்டது. அழுகை நின்றது.

ஒருவரால் அவரது ஆழ்மனதின் மூலம் அடுத்தவரின் ஆழ்மனதிற்கு தகவல் தெரிவிக்க முடிகிறது என்பதைத்தான் இந்த நிகழ்வு காட்டுகிறது.

அதே பயிற்சியில் கலந்துகொண்ட ஒரு பெண்மணி கூறினார், முதல்நாள் இரவு எனக்கு ஏதோ போலிருந்தது. மனதே சரியில்லை. இரவு முழுதும் அந்தக் காரணம் தெரியாத கலக்கம். மறுநாள் காலையில் செய்தி வருகிறது, அவருக்கு மிக நெருங்கிய, அவர் மிகவும் நேசிக்கும் ஒருவர் மரணம் அடைந்துவிட்டார் என்று. அவ்வளவு தூரத்தில் இருக்கும் அவருக்கு முன் இரவிலேயே தோன்றியது எப்படி? ஆழ்மனங்களின் தொடர்பு.

கிரிக்கெட் விளையாட்டில் போட்டி. கையில் பேட் பிடித்திருக்கும் ஒரு அணி வீரருக்கும், அவருக்கு பந்துவீசும் எதிரணி வீரருக்குமானது. பந்து வீச்சு சிறப்பாக இருந்தால் பேட்ஸ்மேனால் அவர் விருப்பத்துக்கு அடிக்க, ஓட்டங்கள் எடுக்க முடியாதுதானே.

டெண்டுல்கர் போன்ற சில வீரர்கள் பேட் செய்யும் போது, எதிரணி பந்துவீச்சாளர் பந்தை எங்கே வீசவேண்டும் (பிட்ச் செய்யவேண்டும்) என்பதை அவர்கள் முடிவு செய்து- அதாவது அவர்களுக்கு சாதகமான இடத்தில் - அந்தப் பந்தை வீச வைப்பார்களாம். ஆடுகளத்தில், பிட்சில் அந்தக் குறிப்பிட்ட இடத்தை ஒரு பார்வை பார்ப்பதன் மூலமாக.

இது எப்படி! பேட்ஸ்மென் ஆழ்மன கோரிக்கை அல்லது கட்டளை, பந்துவீசுபவரின் ஆழ்மனதிற்கு.

இதெல்லாம்கூட சாத்தியம் என்கிறார்கள் என்.எல்.பி.வல்லுனர்கள்.

நம்மை வழிநடத்துவதே ஆழ்மனம்தான்.

பால் தார்சன் என்பவர் ஒரு ஆராய்ச்சி செய்திருக்கிறார். அவர் ஒருவரை ஹிப்னடைஸ் செய்துவிட்டு, அவரிடம் சொல்கிறார், நீங்கள் இப்போது ஒரு சூடான ஸ்குரு டிரைவரை கையில் பிடித்திருக்கிறீர்கள் என்று.

அந்த நபர் உண்மையில் கையில் பிடித்திருந்தது ஒரு சாதாரண பேனாவைத்தான். பால் தார்சன் பேசிக்கொண்டிருக்கையில் அந்த நபர் ஹிப்னடைஸ் செய்யப்பட்டிருந்ததால், செய்திகள் போவது ஆழ்மனதிற்கு.

போன செய்தி என்ன?

அது ஒரு சூடான ஸ்குரு டிரைவர்.

நிகழ்ந்தது என்ன தெரியுமா?

அவர் கைவிரல்களில் கொப்புளங்கள்!

ஆக, இந்த ஆழ்மனம் போகிற போக்குகள் முக்கியம். சிலர் தங்களால் சிலவற்றைச் செய்யமுடியாது என்று ஆழ்மனதில் நம்பினால், அவர்களால் எப்படி அவற்றைச் செய்யமுடியும்?

எல்லோர் மனதிலும் பல்வேறு ஆழமான அபிப்பிராயங்கள் உண்டு. சிலருடைய அபிப்பிராயங்கள் அவர்களது ஆழமான நம்பிக்கைகளாகவே மாறிவிடும். உதாரணத்திற்கு,

- நான் செய்தது மகா தவறு. எனக்கு மன்னிப்பே கிடையாது.
- அவன் வஞ்சகன்.
- கடன் கொடுத்தால் எவரும் திருப்பித் தர மாட்டார்கள்.
- வியாபாரத்தில் கூட்டாளிகள் ஏமாற்றிவிடுவார்கள்.
- ஆண்களை நம்பக்கூடாது.
- பணியாளர்கள் ஏமாற்றுவார்கள்.
- பெண்களிடம் எச்சரிக்கையாக இருக்கவேண்டும்.

போன்ற எண்ணங்கள்.

இவை ஆழ்மனதில் இருந்தால், இவை தானே அவர்களை வழிநடத்தும். இவற்றுக்கு மாறாக அவர்களால் செயல்பட முடியுமா?

வலுவாக, ஆழமாகப் பதிந்துவிட்ட எண்ணங்களைத்தான் நம்பிக்கைகள் என்கிறோம். ஆங்கிலத்தில் 'பிலீப்ஸ்' என்ற சொல், நேர்மறை மற்றும் எதிர்மறைக்குப் பொருந்துகிறது. தமிழில் நம்பிக்கை என்றால் நேர்மறைக்கு மட்டுமே பொருந்துகிறது. அதனால்தான் வலுவான எண்ணம் என்றும் குறிப்பிடவேண்டி யிருக்கிறது.

ஒருவரால் அவர் நம்பிக்கைப்படிதான் நடக்கமுடியும் என்பது போலவே, அவரால் அவர் நம்பாததைச் செய்யவும் முடியாது. ஒருவர் எனக்கு மேடைக்கூச்சம் உண்டு. என்னால் பேச முடியாது என்று ஆழமாக நம்பினால், அவரால் அவரை மீறி ஏதும் செய்யமுடியாது. எவ்வளவு பேச்சுப் பயிற்சிகள் கொடுத்தாலும், அவரது அந்த எண்ணத்தை மாற்றாமல் முடியாது.

- ஒருவேளைகூட சாப்பிடாமல் இருக்க முடியாது. பசி தாங்கமாட்டேன்.
- எனக்கு சுட்டுப் போட்டாலும் கணக்கு வராது.
- நான் சுலபமா ஏமாந்திடுவேன்.
- என் கை, ஓட்டைக் கை. கையில கால் காசு நிற்காது

என்பதுபோன்ற நம்பிக்கை உடையவர்கள் அதேபோலத்தான் நடந்துகொள்வார்கள். அவர்கள் நடந்துகொள்ளும் முறையை

சரியாகத்தானே சொல்கிறார்கள் என்று கேட்கத் தோன்றுகிறதா? இல்லை. அவர்கள் அப்படி நம்புவதால்தான் அந்தவிதமாக நடந்துகொள்கிறார்கள்.

ஆக, வலுவான எண்ணங்கள், நம்பிக்கைகள்தான் நடத்துனர் மற்றும் ஓட்டுனர்.

சரி, இதைத் தெரிந்துகொண்டு என்ன ஆகப்போகிறது?

வெளிமனதில் சில விருப்பங்கள் வைத்திருக்கிறோம். குடும்பத்தில், உறவுகளில், திறன் மேம்பாட்டில், படிப்பில், பணியிடத்தில், சமுதாயத்தில் என்று பலவற்றிலும் என்ன ஆகவேண்டும், எப்படியிருக்கவேண்டும், என்னென்ன பெற வேண்டும் என்று ஆசைகள், இலக்குகள் வைத்திருக்கிறோம். அவற்றைச் சிலரால் ஏன் அடைய முடியவில்லை தெரியுமா?

அவர்களது ஆசைக்கும் அவர்களது நம்பிக்கைகளுக்குமான முரண் தான். பின்னணிப் பாடகராகவேண்டும் என்று ஆசை. ஆனால் உள்ளுக்குள் தனக்குக் குரல் சரியில்லை அல்லது தன்னால் பாட முடியாது என்கிற எண்ணம். பிலீப்.

பிறகு அவருடைய ஆசை எப்படி நிறைவேறும்!

இரண்டும் ஒரே திசையில் போனால்தான் வெற்றி. போக வைக்க வேண்டும். வெளிமன ஆசைகள் தவறல்ல. அதை மாற்ற வேண்டாம். அதற்கு ஏற்றாற்போல உள்மனதை மாற்ற வேண்டும். நம்பிக்கைகளை மாற்றவேண்டும்.

ஆழ்மனதுக்கு சிலது தெரியாது

உங்களுக்குக் கணிதம் எவ்வளவு தெரியும்? தெரியாவிட்டாலும் பரவாயில்லை. இது சிம்பிளான விஷயம்தான்.

ஐந்தையும் ஐந்தையும் கூட்டினால் என்ன வரும்? - பத்து

ஐந்தில் ஐந்தைக் கழித்தால்? - பூஜ்யம்

ஐந்தையும் ஐந்தையும் பெருக்கினால்? - இருபத்து ஐந்து

ஐந்தால் ஐந்தை வகுத்தால்? - ஒன்று

அடுத்த கட்டத்துக்குப் போவோமா? அதே எண்கள்தான். ஆனால் அவற்றுக்கு முன்னே + அல்லது – குறி போடப்பட்டிருக்கிறது.

+5 ஐயும் +5 ஐயும் கூட்டினால் ? - பத்து

+5 ஐயும் – 5 ஐயும் கூட்டினால் ? - பூஜ்யம்

புரிந்திருக்கும். குறிப்பிடப்பட்டிருக்கும் கூட்டல் (+) மற்றும் கழித்தல் (-) குறிகளைக் கவனித்திருப்பீர்கள். இதற்கு அடுத்த கட்டம்தான் முக்கியமானது. இங்கும் பிளஸ் மைனஸ் குறிகள் உண்டு.

+5 ஐயும் +5 ஐயும் பெருக்கினால்? 25

+5 ஐயும் – 5 ஐயும் பெருக்கினால்? இதுவும் 25தான்.

காரணம், பெருக்கும்போது கூட்டல் கழித்தல் குறிகளுக்கு மதிப்பில்லை.

ஆமாம், இரண்டு எண்களைப் பெருக்கும்போது அவற்றின் பிளஸ் மற்றும் மைனஸ் குறிகளுக்கு மதிப்பில்லை. அவற்றைக் கவனிக்கவே வேண்டாம்.

இனி விஷயத்துக்கு வருவோம். பெருக்கல்போலத்தான். ஆழ்மனதுக்கும் பாசிடிவ் மற்றும் நெகடிவ் புரிதல் கிடையாது!

எனக்கு சிக்கல் வரக்கூடாது என்று ஒருவர் தொடர்ந்து நினைத்தால், அவர் ஆழ்மனதுக்கு சிக்கல் என்பது மட்டுமே புரியும். வரக்கூடாது என்பது புரியாது!

நட்டம் வரக்கூடாது என்று தொடர்ந்து கவலைப்பட்டால் நட்டம் என்பது மட்டுமே எடுத்துக்கொள்ளப்பட்டு, அது வலுவான எண்ணம் ஆகி நட்டம் வரும்!

அதனால்தான் இலக்குகள் ஏற்படுத்தும்போது நேர்மறையானதாக ஏற்படுத்திக்கொள்ளவேண்டும் என்பது. பெயிலாகக் கூடாது என்று நினைக்கலாகாது. பாசாகவேண்டும் என்றுதான் நினைக்க வேண்டும்.

தவறான எண்ணம்		***சரியான எண்ணம்***
இறந்துவிடக்கூடாது	-	நீண்ட ஆயுளுடன்வாழ வேண்டும்
தோற்கவே கூடாது	-	வெற்றிபெற்றே ஆகவேண்டும்
நட்டம் வேண்டாம்	-	லாபம் வேண்டும்

கணக்குப் பார்த்துவிட்டோம். கொஞ்சம் தமிழும் பார்ப்போமே. ஆமாம், என்.எல்.பியை விளக்க தமிழும் கண்டிப்பாக உதவும்.

முதலில் கீழே கொடுக்கப்பட்டுள்ள இரண்டு பாடல்களைப் பார்த்துவிடுங்கள். பிறகு விஷயத்துக்கு வருவோம்.

முதலில் உலகநாதர் என்பவர் எழுதிய உலகநீதி புராணம்.

ஓதாமல் ஒரு நாளும் இருக்க வேண்டாம்.
ஒருவரையும் பொல்லாங்கு சொல்ல வேண்டாம்.
மாதாவை ஒருநாளும் மறக்க வேண்டாம்.
வஞ்சனைகள் செய்வாரோடு இணங்க வேண்டாம்.
போகாத இடந்தனிலே போக வேண்டாம்.
போகவிட்டுப் புறஞ்சொல்லித் திரிய வேண்டாம்.

இப்படியே பல பத்திகள் எழுதியிருக்கிறார். அடுத்து, வடலூர் இராமலிங்க அடிகளார் எழுதிய திருவருட்பாவைப் பாருங்கள்.

ஒருமையுடன் நினது திருமலரடி நினைக்கின்ற
உத்தமர்தம் உறவு வேண்டும்

உள்ளொன்று வைத்துப் புறமொன்று பேசுவார்
உறவு கலவாமை வேண்டும்

பெருமைபெறும் நினது புகழ் பேசவேண்டும் பொய்மை
பேசா திருக்க வேண்டும்

பெருநெறி பிடித்தொழுக வேண்டும் மதமான பேய்
பிடியா திருக்க வேண்டும்

மருவு பெண்ணாசையை மறக்கவே வேண்டும் உனை
மறவா திருக்க வேண்டும்

மதி வேண்டும் நின்கருணை நிதி வேண்டும் நோயற்ற
வாழ்வுனான் வாழ வேண்டும்

இரண்டுமே கடவுளை வணங்கும் பாடல்கள்தான். இரண்டிலும் உலக வாழ்க்கைக்கானவற்றை முருகப்பெருமானிடம் இறைஞ்சுகிற பாடல்கள்தான். ஆனாலும் இரண்டிற்கும் இடையே ஒரு பெரிய வேறுபாடு இருக்கிறது. அதை நீங்களும் இன்னேரம் கண்டுபிடித்திருப்பீர்கள்.

ஒன்று எதெல்லாம் வேண்டாம் என்கிறது. மற்றொன்று எதெல்லாம் வேண்டும் என்கிறது.

ஆழ்மனதிற்கு வேண்டும், வேண்டாம் என்ற வேறுபாடு தெரியாது. எந்தச் சொல் பயன்படுத்தப்படுகிறதோ அதை வேண்டும் என்று எடுத்துக்கொண்டுவிடும்.

உதாரணத்திற்கு ஒருவரையும் பொல்லாங்கு சொல்லவேண்டாம் என்ற பரிந்துரையை வெளிமனம் அப்படியே எடுத்துக்கொள்ளும். ஆனால் ஆழ்மனம் பொல்லாங்கு என்பதை மட்டும் எடுத்துக் கொள்ளும். அதற்கு இலக்கணம், வாக்கிய அமைப்பு எல்லாம் தெரியாது.

ஆக, எப்போதும் நல்லதையே நினைக்க வேண்டும், நல்லதையே பேச வேண்டும், நேர்மறையான சிந்தனையுடனே அணுகவேண்டும்.

●

> மனிதன் அவன் நினைப்பதுவாகவே ஆகிறான். என்னால் குறிப்பிட்ட ஒன்றை செய்ய முடியாது என்று தொடர்ந்து நினைப்பவன். அதைச்செய்ய முடியாத=வனாக ஆகிவிடும் ஆபத்து இருக்கிறது. மாறாக ஒருவன் ஒன்றைச் செய்யும் திறன் இல்லாமல் இருந்தாலும் கூட, என்னால் முடியும் என்று தொடர்ந்து நம்புவதன் காரணமாக, அவன் நாளடைவில் அதைச் செய்யும் திறன் அவனிடம் சேர்ந்துவிடும்.
>
> மகாத்மா காந்தி

6

மூளை செய்யும் மாயம் ஜெனரலைசேஷன், டெலிசன், டிஸ்டார்சன்

தமிழ்நாட்டில் 2014ல் ஒரு திருட்டு. பட்டப்பகலில் கோவில் திறந்திருக்கையில், சாமி(சிலை)யின் கழுத்தில் இருந்த தங்க நகை திருடுபோய்விட்டது. யாரைச் சந்தேகிப்பது, விசாரிப்பது என்று தெரியவில்லை.

நல்லவேளையாக அந்தக் கோவிலில் சிசி டிவி கேமரா வைத்திருந்தார்கள். போலீசார் அதை ஓடவிட்டுப் பார்த்தார்கள். திருடன் மிகச் சுலபமாக அடையாளம் காணப்பட்டான். அவன் சாமி சன்னிதியில் யாரும் இல்லாத நேரம் விருட்டென உள்ளே நுழைந்து சாமியின் கழுத்தில் இருந்த தங்க நகையை எடுத்துக் கொள்வதும், உடனே வெளியே வந்து, அதே சாமியை வணங்கி விட்டுப் போவதும் மிகத் தெளிவாக அதில் பதிவாகியிருந்தது.

அந்தத் திருட்டுச் சம்பவம் மூலம் சொல்ல வருவது வேறு தகவல்.

தேவைப்பட்டதால் அந்த கேமரா பதிவை ஓடவிட்டுப் பார்த்தார்கள். திருட்டுப் பற்றி அவர்களுக்குத் தெரிய வந்தது. ஒருகால், நகை திருடுபோயிருக்காவிட்டால், அந்தப் பதிவை எவரும் பார்த்திருக்க மாட்டார்கள். தேவையுமில்லை.

திருட்டுப் போன தினத்தின் கேமரா பதிவைத்தான் போலீசாரும் நிர்வாகத்தாரும் பார்த்தார்கள். அன்றைய பதிவையும்

முழுமையாகப் பார்க்கவில்லை. அவர்களுக்கு வேண்டிய தகவல் கிடைத்ததும், பதிவு ஓடுவதை நிறுத்திவிட்டார்கள்.

இவர்கள் பார்த்தாலும் பார்க்காவிட்டாலும் தினசரி 24 மனிநேரமும் அந்தக் கேமராவில் பதிவு நடக்கும். இவர்கள் பார்க்காத நாட்களும் பதிவு நடந்திருக்கிறது. இதுதான் இங்கே சொல்ல வருகிறோம்.

இதைச் சொல்ல வருவதன் நோக்கம் என்ன? எதற்காக நாம் புரிந்து கொள்ள வேண்டும்?

இதேபோன்று சிசி டிவி கேமரா ஒன்றை நம் ஒவ்வொருவரிடமும் இருக்கிறது. நாம் விழித்திருக்கும் நேரமெல்லாம் அதன் பதிவு தொடர்ந்து நடைபெறுகிறது என்று சொன்னால் நம்புவீர்களா?

விழித்திருக்கும் நேரமெல்லாம் நம் கண்கள் பார்க்கின்றன. காதுகள் செவிமடுக்கின்றன. மூக்கு வாசனைகளைப் பதிவு செய்கிறது. நாக்கு (வாய்ப்புக் கிடைக்கும்போது மட்டும்) சுவையைப் பதிவு செய்கிறது. உடல் காற்று, தட்பவெப்பநிலை, ஈரம் போன்றவற்றைத் தொடு உணர்ச்சிகள் பதிவு செய்கிறது. இவையெல்லாம் பதிவாகும் இடம், ஆங்கிலத்தில் 'சர்வர்' நம்முடைய மூளை.

கடைகளிலும் வீடுகளிலும் ஏனைய இடங்களிலும் இயங்கும் சிசி டி.வி. கேமராக்கள் பதிவு அமைதியாகத் தொடர்ந்து நடை பெறுவதுபோல, நாம் ஒவ்வொருவரும் பலவற்றையும் இந்தப் புலன்கள் மூலம் தொடர்ந்து நமது மனதில் பதிவு செய்கிறோம்.

பதிவானது எல்லாவற்றையும் நிர்வாகத்தினர் பார்க்காததுபோல நமக்கும் பதிவாகிற எல்லாம் தெரியாது. அதாவது சுற்றி நடக்கிற எல்லாவற்றையும் நினைவாக - கான்ஷியஸ் ஆகப் பார்ப்பதில்லை. ஆனாலும் அவை பதிவாகின்றன.

சிசி டிவி சர்வர்களுக்கு (தகவல்கள் சேமிப்பு இடம்) அளவு - கொள்திறன் - உண்டு. அவற்றைவிடப் பலமடங்கு கொள்திறன் கொண்டவை நமது மனம் அல்லது மூளை என்ற சர்வர்கள். காரணம், அவை உருவாக்கம் செய்தது கடவுள் அல்லது இயற்கை அல்லவா.

இந்த இடத்தில் ஒரு விளக்கம் தேவைப்படலாம். அதெப்படி நினைவாக இல்லாமலேயே நடப்பதைப் பதிவு செய்ய முடியும் என்று.

நாம் ஒரு பொதுக்கூட்டத்தில் பார்வையாளராக அமர்ந்திருக்கிறோம். நாம் போயிருப்பது மேடையில் இருந்து பேசுபவர்களின் பேச்சைக் கேட்பதற்காக. தவிர, சுற்றி நடக்கும் சிலவற்றையும் கூட அவ்வப்போது ஈர்க்கப்பட்டு கவனிப்போம். யார் வருகிறார்கள், எழுந்து போகிறார்கள் என்பதுபோல. இவைதான் நினைவாக நடைபெறுபவை.

கூட்டம் முடிந்தபின் வெளியே வருகிறோம். 'கார் பார்க்' இடத்திற்கு வந்து, காரில் ஏறி உட்காருகிறோம். ஏதோ துர்நாற்றம் வருவதுபோலத் தெரிகிறது. உடன் வந்தவர் காரில் நம் பக்கத்தில் உட்கார்ந்திருக்கிறார். அவரிடம் இதுபற்றிக் கேட்கிறோம். 'ஆமாங்க, இதே நாற்றம் அங்க கூட்டத்துல உட்கார்ந்திருந்த போதும் வந்தது. நான் நினைச்சேன். அங்கதான் யாரோ எதையோ மிதித்துக்கொண்டு வந்துவிட்டார்களோ என்று. நம்ம இரண்டு பேர் செருப்புகளில் எதோ ஒன்றில்தான் இருக்கும்போல. பார்க்க வேண்டும்'

அப்போது நமக்கும் தோன்றுகிறது. 'அட, ஆமாம். பேச்சு சுவாரஸ்யத்தில் கவனிக்கவில்லை. அங்கேயும் இந்த நாற்றம் வந்ததே!'

இப்போது நினைவுபடுத்திப் பார்க்க முடிகிறது. அப்போது நினைவாக இல்லை. நினைவில் இல்லை. அந்தச் சமயம் வெளிமனம் மற்றும் புத்தி மேடையில் இருந்து பேசியவரின் பேச்சில் கவனமாக இருந்தது. ஆனாலும் இப்போது யோசித்துப் பார்த்தால் நாற்றம் வந்தது நினைவுக்கு வருகிறது. அப்படியென்றால், வெளிமனம் எதில் கவனம் செலுத்துகிறதோ அது மட்டும் பதிவாவதில்லை. நடப்பன எல்லாம் பதிவாகின்றன.

அப்படியென்றால் எல்லா நேரமும் முன்பதிவுகளை நம்மால் ரீவைண்ட் செய்து பார்க்க / கவனிக்க முடியுமா?

மிகவும் கடினம். ஆனால் சாத்தியம்தான். அதைத்தான் மனோவசிய நிபுணர்கள் செய்வதாகச் சொல்கிறார்கள். என்.எல்.பி. நிபுணர்களும் செய்கிறார்கள்.

'உஷார் உள்ளே பார்' புத்தகத்தில் 'தெரிந்ததுதான் தெரியும்' என்று ஒரு கருத்துப் படிவம் எழுதியிருக்கிறேன். ஒரு விஷயத்தைப் பற்றி நமக்குத் தெரியாதென்றால், அதைப் பார்க்கிறபோது நமக்கு அதை அடையாளம் தெரியாது.

சிலர் எவ்வளவு தூரம் அப்பாவியாக இருப்பார்கள் என்றால் நாம் அவர்களைக் கேலி செய்கிறோம் என்பது தெரியாமல் நாம் சொன்னதைச் செய்வார்கள்.

சில உறவினர்களோ, குடும்ப நண்பர்களோ அந்த வீட்டில் இருக்கும் சிறு பிள்ளைகளை பாலியல் ரீதியாகப் பயன்படுத்திக் கொள்வார்கள். அந்தக் குழந்தைகளில் பெரும்பாலானோருக்கு அது பாலியல் சீண்டல் என்பது தெரியாது. காரணம், அவர்கள் அறிவில் பாலியல் தொடர்பான பக்கங்கள் திறக்கப்படவோ, எழுதப்படவோ இல்லை. அதனால் அவை நிகழும்போது இன்னதுதான் நிகழ்கிறது என்று அவர்களுக்குத் தெரியாது. ஆனால் பல ஆண்டுகளுக்குப் பிறகுகூட எவரேனும் முறையாக அவர்களை மனோவசியம் மூலம் நினைவு ரீதியாக அந்தக் குறிப்பிட்ட காலகட்டத்துக்கு அழைத்துச் சென்றால், அவர்களால் பல ஆண்டுகளுக்கு முன் நடந்தவற்றை அப்படியே, எங்கே தொட்டார், எப்படி நடந்து கொண்டார் என்று விவரிக்க முடியும். காரணம், பதிவுகள் இருக்கும். புரிகிறதோ இல்லையோ, டேப்ரிக்கார்டர் கேள்வி கேட்காது. வருவதைப் பதிவு செய்துகொள்ளும். அதைப் போன்ற அமைப்பு நம்மிடம் உண்டு. ஆழ்மனம் அப்படிப்பட்ட பதிவுகளின் கிடங்கு.

உணர்வுகளின் பதிவு

நிகழ்வுகள் இப்படிப் பதிவாவதைப்போலவே, நிகழ்வுகளினால் அவ்வப்போது உருவாகும் உணர்வுகளும் உடன் பதிவாகும். உதாரணத்துக்கு பயம். அந்தக் குறிப்பிட்ட நபர் பெரிய மீசை வைத்திருந்தவராக இருந்திருந்தால் - கண்டிப்பாக உதாரணத் திற்குத்தான் - பாரதி, மா.பொ.சி. எல்லாம்கூட பெரிய மீசை + பெரிய மனசுக்காரர்கள்தாம்- அந்தக் குழந்தைக்கு பெரிய மீசைக்காரர்களிடம் ஒருவித அச்சம் ஏற்படும். காரணம் தெரியாது. ஆனால் அச்சம் இருக்கும். மகிழ்ச்சி, வெறுப்பு என்று பல்வேறு விதமான உணர்வுகளும்கூட காரணமின்றிச் சிலரிடம் வருவதாக நாம் நினைக்கிறோம். காரணங்கள் முன் அனுபவங்களால் - நினைவில் இல்லாத புரிந்துகொள்ள வாய்ப்பில்லாத அனுபவங் களால் இருக்கலாம்.

குடும்பங்களில் மட்டுமல்ல, எல்லா இடங்களிலும் குழந்தைகள் முன்பாக பெரியவர்கள் மற்றவர்கள் எப்படி நடந்துகொள்ள வேண்டும் என்பது முக்கியம். அவற்றுக்குப் புரியாது என்று நினைத்துப் பெற்றோர் சண்டையிட்டுக் கொள்வதை

குழந்தையின் மனம் பதிவு செய்கிறது. அதன் தாக்கம் இல்லாமல் போகாது.

திரு. அருணாசலம் CSIRல் இருந்து ஓய்வுபெற்ற ஒரு பேராசிரியர். அவர் பகிர்ந்துகொண்ட ஒரு தகவல் இந்த இடத்தில் விவரிக்கப் பொருத்தமானது. அவருக்கு வயது ஐந்து அல்லது ஆறு இருக்கலாம். அருணாசலத்தை சொ.முருகப்பா (சொ. என்பதை சொனா என்று சொல்வார்கள்) என்ற சீர்திருத்தவாதியும் அவர் மனைவியும் நடத்திய பள்ளியில் கொண்டு சேர்த்தார்கள். அருணாசலம் பணக்கார வீட்டுப்பிள்ளை. அவரது பெற்றோர், மகன் விடுதியில் தங்கியிருக்கப் போகிறானே என்று கண்ணாடி பாட்டில் மற்றும் தகர டின்களில் ரொட்டி மிட்டாய் எல்லாம் கொடுத்து விட்டிருந்தார்கள்.

பள்ளி முடிந்து மாலை விடுதிக்கு வந்தாயிற்று. ஏதாகிலும் கொஞ்சம் பலகாரம் சாப்பிட்டுவிட்டு, விளையாட வருவார்கள். அருணாசலத்தை அழைத்த சொ.முருகப்பா, உன் வீட்டில் இருந்து நீ கொண்டு வந்திருக்கும் தின்பண்டங்களை எடுத்துவா என்றார்கள்.

சிறுவன் அருணாசலம் ஒரு டப்பாவைத் தூக்க முடியாமல் தூக்கியபடி சந்தோஷமாக வந்தான். அருணாசலத்தை தன் அருகில் அமர வைத்துக்கொண்டு, விடுதியில் தங்கியிருக்கும் மற்ற பிள்ளைகளை வரிசையில் நிற்கச் சொன்னார். பொருளாதார வசதியில் எல்லாத் தட்டுக்களிலும் இருக்கும் பல சிறுவர் சிறுமியர் அவர்கள்.

அருணாசலத்தை விட்டு அந்தப் பிள்ளைகள் அனைவருக்கும் ஆளுக்கு ஒன்றாகக் கொடுத்து அன்றே அந்த டப்பாவை காலி செய்தார் சொ.முருகப்பா.

பள்ளியின் முதல்வர் சொல்கிறார் என்று ஒவ்வொருவருக்கும் தனது தின்பண்டத்தை எடுத்து விநியோகித்திருக்கிறார் சிறுவன் அருணாசலம்.

எழுபத்து ஐந்து வயதாகும் அருணாசலத்துக்கு அவர் வாழ்க்கையில் நடந்த, அதிலும் சமீபத்தில் (நேற்று, அதற்கு முதல் நாள் என்பது போல) நடந்த பலவும் நினைவில் இல்லை. ஆனால் எழுபது ஆண்டுகளுக்கு முன்பு நடந்த இந்த நிகழ்வு நினைவிருக்கிறது.

தான் இன்று பலருக்கும் உதவுகிறவனாக இருப்பதற்குக் காரணம், சொ. முருகப்பா போன்றவர்களைப் பார்த்ததாக இருக்கலாம் என்கிறார்.

உங்களாலும் இப்படிச் சிலவற்றை மிகச் சுலபமாகப் பல ஆண்டுகள் தாண்டி நினைவுபடுத்திப் பார்க்க முடியும்.

இதுவரை சொல்லியிருப்பவற்றைச் சுருக்கமாகச் சொல்வதானால் இப்படிச் சொல்லலாம்.

1. தம்மைச் சுற்றி நடப்பவற்றை மனிதர்களின் மூளை ஐம்புலன்களின் வழியாகப் பெறுவதன் மூலம் பதிவு செய்கிறது.

2. கவனமாகப் பார்ப்பவை / கேட்பவை தவிர மற்றவையும் இவ்வாறாகப் பதிவாகின்றன.

3. ஒருவர் எதையெல்லாம் பதிவு செய்துகொண்டார் என்பது அவருக்குத் தெரியாமலும் இருக்கும்.

4. பதிவுகளின் தாக்கம் அவரது செயல்களில் வெளிப்படலாம்.

5. மனோதத்துவ நிபுணர்கள் ஒருவருக்குத் தெரியாமல் இருக்கும் அவரது பதிவுகளை வெளிக்கொணர்ந்து, அவரையே சொல்ல வைக்கலாம் என்கிறார்கள்.

அடுத்து நாம் பார்க்க இருப்பது - இவ்வாறாகப் பதிவு ஆகிறவை எப்படி பதிவாகின்றன? என்பதைத்தான்.

இதென்ன கேள்வி? நடப்பவற்றை அப்படியேதானே பதிவு செய்துகொள்ள வேண்டும் என்று தோன்றுகிறதா?

இதுதான் விசேஷம். இதுதான் கேடும் கூட!

ஒருவர் சொல்கிறார். நான் நேற்று கேரட் சாப்பிட்டேன். அதே கூட்டத்தில் அமர்ந்திருக்கும் வேறு சிலரும் முன்தினம் அவர்கள் கேரட் சாப்பிட்டதாகச் சொல்கிறார்கள். மேடையில் இருப்பவர் அவர்களிடம் சொல்கிறார்.

'எல்லோரும் ஒரு வெள்ளைத் தாளில் கேரட் எப்படி இருந்தது? என்று எழுதுங்கள். எழுதிவிட்டு ஒவ்வொருவராகப் பதில் சொல்லுங்கள். கேரட் எப்படி இருந்தது?'

'கடிக்க முடியவில்லை. முரட்டு கேரட்'

'அடுத்து அமர்ந்திருக்கும் நீங்கள் சொல்லுங்கள், கேரட் எப்படியிருந்தது?'

'வாயில் போட்டதும் கரைந்தது'

‘வரிசையாக ஒவ்வொருவராக அதே கேள்விக்குப் பதில் சொல்லுங்கள்’

‘நல்ல இனிப்பு சார்’

‘கடுமையான உறைப்புங்க’

‘உப்பே போதவில்லை’

‘பயங்கர சூடு சார்’

மேடையில் இருந்தவருக்கு வியப்பு இல்லை. பதில்கள் அவர் எதிர்பார்த்ததுதான். ஆனால், படித்துக்கொண்டிருக்கும் உங்களில் சிலருக்கு ஆச்சரியமாக இருக்கலாம். அதெப்படி கேரட் இனிக்கும், உறைக்கும், குழைவாக இருக்கும். உப்பு இல்லாமல்... சூடாக... இருக்கும்?

யூகிக்கக் கூடியதுதான். அவர்கள் எல்லாம் பச்சையாகச் சாப்பிட வில்லை. ஒருவர் கேரட் அல்வா சாப்பிட்டிருக்கிறார். வேறு ஒருவர் சாப்பிட்டது கேரட் பொரியல். இன்னொருவர், கேரட் சூப் அருந்தியிருக்கிறார். அடுத்தவர் கேரட் சாலட் சாப்பிட்டிருக்கிறார்.

அவர்கள் கடையில் வாங்கியபோது ஒரே போன்ற கேரட். அவர்கள் வாய்க்குள் போனபோது வெவ்வேறுவிதமானவை. ஆனால் எல்லோரும் தாங்கள் கேரட் பற்றித்தான் கருத்துத் தெரிவிப்பதாகச் சொல்வார்கள்.

நாம் பார்க்கும் அனுபவிக்கும் நிகழ்வு, கேரட் போன்றது. அந்த அனுபவத்தை நாம் புரிந்துகொள்ளும் விதம், எடுத்துக்கொள்ளும் விதம் என்பது சமைத்த கேரட் போன்றது.

எது சரி, அனுபவத்தை சமைப்பது யார், அது எப்படி என்ற கேள்விகள் இயல்பாக வரக்கூடியவைதான்.

அவரவர்களேதான் சமைத்துக் கொள்கிறார்கள். அவர்களுடைய முன் அனுபவம், அவர்கள் சித்தாந்தம், கொள்கைகள், விருப்பங்கள், அச்சம் போன்றவை சார்ந்து சமையல் நடக்கும்.

நிறுவனத்தில் இருந்து ஐந்து அலுவலர்களை ஒரு கான்பிரன்ஸ்க்கு அனுப்புகிறார்கள் என்று வைத்துக்கொள்வோம். போய்விட்டு வருகிறார்கள். போய்வந்தபின், அவர்களுக்கு நெருக்கமானவர்

களிடம், கான்பிரன்ஸ் பற்றி அவர்கள் என்ன நினைக்கிறார்கள் என்பதை வெளிப்படையாகச் சொல்லும் பட்சம், அவை எப்படியிருக்கும்?

- ‘சுத்த வேஸ்ட். எல்லாம் ஹம்பக். ஏமாத்துறாங்க...’
- ‘சூப்பர். நாம் பல ஆண்டுகள் பின்தங்கியிருக்கிறோம்ங்கிறது மட்டும் நல்லா புரிஞ்சுது.’
- ‘பெரிய பிராஜெக்ட்ஸ் பிடிக்கிறதுக்காக அவர்கள் செய்கிற விளம்பரங்கள்தான் இந்தக் கான்பிரன்ஸ். இதுக்கு நாம காசு கட்டி அட்டெண்ட் பண்ண வேண்டியிருக்கு.’
- ‘மூணுநாள் நல்ல விடுதலைப்பா. ஆபீஸிலிருந்தும், வீட்டிலிருந்தும். அடுத்து எப்ப இப்படி வரும்னு இருக்கு. ஹோட்டல் சாப்பாடு நல்ல சேஞ்ச்.
- ‘எல்லாம் வழக்கம்போலத்தான். ஒண்ணும் பெரிசா இல்ல’

நடந்தது ஒரே கான்பிரன்ஸ்தான். இவர்கள் சொல்வதில் ஏதும் தகிடுதத்தம் இல்லை. அவர்கள் எடுத்துக்கொண்ட விதத்தில் சொல்கிறார்கள்.

ஆக, ஒரே விஷயத்தை நபருக்கு நபர் வேறுவிதமாக எடுத்துக் கொள்கிறோம். திரைப்படம், புத்தகம், அரசியல், கலைகள், கலைஞர்கள், விளையாட்டு, விளையாட்டு வீரர்களின் செயல் பாடுகள் பற்றி எல்லாம் எவ்வளவு கருத்துகள் நடமாடுகின்றன? யார் சொல்வது சரி, யார் சொல்வது தவறு?

எல்லாம் அவரவர் புரிந்துகொண்டவிதம் பேசுகிறார்கள். அதுதான் உண்மை, fact என்று அடித்துப் பேசுகிறார்கள்.

இந்த இடத்தில் என்.எல்.பி. தெரிவிக்கும் மிக முக்கியமான, அற்புதமான ஒரு கருத்துப்படிவத்தை அறிமுகம் செய்து வைப்பது சரியாக இருக்கும். அந்தக் கருத்துப்படிவத்தின் பெயர், டீப் ஸ்டிரக்ச்சர் (Deep Structure). தமிழில் சொல்வதென்றால் ‘கடக்கால் கட்டுமானம்’ என்று சொல்லலாம்.

ஒரே நிகழ்வை, பேச்சை, நடத்தையைப் பலரும் வெவ்வேறு விதங்களாகப் புரிந்துகொள்வதற்கும், எடுத்துக்கொள்வதற்கும் காரணங்கள் உண்டு.

அதற்கான படத்தைப் பாருங்கள்.

டீப் ஸ்டிரக்ச்சர்

1	2	3	4	5
உலகில் இருப்பது World reality →	நாம் உள்வாங்கும் வழிகள் Input Channels →	வடிதட்டுகள் Filters :The universal Human modelling → process	காண்பது Visualisation →	நாம் காணும் உலகம் Our Reality
உலகில் இருப்பது World reality →	பார்ப்பது - Visuals → கேட்பது - Auditory உணர்வது - Kinaesthetic முகர்வது - Olfactory	பொதுப்படுத்துவது - Generalisation → விட்டுவிடுவது- Deletion மாற்றிக்கொள்வது - Distortion	வார்த்தைகள் & Words மொழி & Language →	வரைபடம்- அல்லது இது தான் நிஜம் எனும் நமது மனவடிவம் Map or Model of Reality

1. கான்பிரன்ஸ்.

2. அவரவர் பார்ப்பது, கேட்பது, முகர்வது, உணர்வது, சுவைப்பது.

3. புலன்கள் பெற்று அனுப்பும் தகவல்களை தங்கள் 'வடிதட்டுகள்' வழியாக வாங்கிக்கொள்ளல்.

4. அவற்றைக் கவனிப்பது.

5. அதுதான் கான்பிரன்ஸில் நடந்ததாக நம்புவது.

கவனித்திருக்கலாம். பெட்டி 3ல் தான் மாற்றம் நடைபெறுகிறது. உலகில் நடப்பவற்றைப் புரிந்துகொள்ளும் விதங்களில் மாறுபாடுகள் வருவதற்கு மூன்று வடிதட்டுகளை – பில்டர்களை- காரணங்களாகச் சொல்கிறார்கள்.

1. ஜெனரலைசேஷன் - பொதுப்படுத்திக்கொள்வது

2. டிஸ்டார்ஷன் - மாற்றிப் புரிந்துகொள்வது

3. டெலிஷன் - சிலவற்றைக் கவனிக்க, பதிவு செய்துகொள்ளத் தவறுவது.

இந்த மூன்று ஃபில்ட்டர்களால்தான் ஒரே விஷயம் வெவ்வேறு நபர்களால் வெவ்வேறுவிதமாகப் புரிந்துகொள்ளப்படுகிறது. அதையே சரி என்று நம்புகிறார்கள். அந்த நம்பிக்கை வழி அமைகிறது அவர்கள் செயல்கள்.

ஃபில்ட்டர் என்ற வடிதட்டுகள் பற்றி இன்னும் கொஞ்சம் விளக்கமாகச் சொல்லத்தான் வேண்டும்.

காராபூந்தியின் வடிவம் - ஷேப் - என்ன? உருண்டை. காராசேவ்வின் வடிவம்? முறுக்கின் வடிவம்? இடையாப்பத்தின் ஷேப்? எல்லாம் வேறு வேறு அல்லவா?

அவை அந்தந்த வடிவங்களைப் பெறுவதற்கு அவை எந்தத் தட்டு வழியாக வெளியே வந்தன என்பதுதானே காரணம்?

அவைதான் வடிதட்டுகள். ஒவ்வொருவர் மூளைக்குள்ளும் இப்படிப்பட்ட வடிதட்டுகள் உண்டு. அவற்றின் ஓட்டை அளவுகள், வடிவங்கள் எல்லாம் அவர்களது கலாச்சாரம், பழக்க வழக்கங்கள், நம்பிக்கைகள், மதிப்பீடுகள், அனுபவங்கள் சார்ந்தவை.

'ஜெனரலைசேஷன்' என்பதைத் தமிழில் பொதுமைப்படுத்திப் பேசுவது, புரிந்துகொள்வது என்றும், 'டிஸ்டார்ஷன்' என்பதைத்

திரித்துப் புரிந்துகொள்வது என்றும், 'டெலிஷன்' என்பதை சிலவற்றை விட்டுவிட்டுப் (விலக்கிவிட்டுப்) பார்ப்பது, புரிந்துகொள்வது என்றும் சொல்லலாம். இவை 'கிட்டத்தட்ட' மொழிமாற்றம்தான். மிகச்சரியானது என்று சொல்லமுடியாது.

பொதுமைப்படுத்துதல், 'ஜெனரலைசேஷன்' என்பது பலரும் செய்வதுதான். நான், நீங்கள் எவரும் இதற்கு விதிவிலக்கு இல்லை.

மேலே பார்த்த, கான்பிரன்ஸ் சென்று வந்த அலுவலர்களில் யார் சொன்னது இந்த 'வலை'யில் விழுந்ததால் வந்த வார்த்தைகள் என்று கண்டுபிடிக்க முடிகிறதா?

ஒன்றுக்கு மேற்பட்டவர்கள் சொன்னவற்றுள் பொதுப்படுத்திப் பேசும் தன்மை இருந்தாலும், முதலாமவர் சொன்ன, 'இதெல்லாம் சுத்த வேஸ்ட்', 'ஹம்பக்' என்ற வார்த்தைகள் (ஏமாற்று வேலைகள்). பொதுப்படுத்தும் தன்மையானவை.

'அரசியல் என்பது சாக்கடை.'

'சாமியார்கள் ஏமாற்றுக்காரர்கள்'

'யாருக்கும் பிச்சையே போடக்கூடாது' (உழைத்துத்தான் சாப்பிடணும்)

என்பதுபோலப் பல 'பொதுவான சிந்தனை'கள் உண்டு. சிலர் அவற்றுள் மிக உறுதியாக இருப்பார்கள்.

இதனால் என்ன பிரச்னை என்று கேட்கலாம். இப்படிப்பட்ட சிந்தனை கொண்ட ஒருவர் அவரிடம் ஏற்கெனவே இருக்கிற இந்தச் சிந்தனை வழியாகத்தான், நடக்கும் நிகழ்வைப் பார்ப்பார். அதனால், நடப்பது எப்படியிருந்தாலும் அது, அவர் சிந்தனையை ஒத்தவிதமாகவே அவரால் 'எடுத்துக்கொள்ள'ப்படும்.

'சினிமாவெல்லாம் வேஸ்ட்' என்பவரால், நல்ல படங்களையும் அதன் பயன்களையும்கூட ஏற்றுக்கொள்ள முடியாது. காரணம், ஏற்கெனவே கெட்டிப்பட்டுப்போன அவரது குறிப்பிட்ட அபிப்பிராயம்.

அபிப்பிராயம் என்று யோசிக்கையில் இந்த இடத்தில் அது பற்றியும் கொஞ்சம் தெரிந்துகொண்டுவிடலாம். அபிப்பிராயங்கள் உண்மையாக இருக்கவேண்டும் என்பதில்லை. முற்றிலும் தவறாக இருக்கலாம்.

அபிப்பிராயங்கள் சரியா?

முதன்முறையாக ஒருவரைப் பார்க்கிறோம் அல்லது முதல் முதலாக ஒருவருடன் சேர்ந்து ஒரு வேலை செய்கிறோம் அல்லது பயணிக்கிறோம். அதாவது முதல் அறிமுகம். அப்போது அவரைப் பற்றி நமக்கு ஒரு அபிப்பிராயம் ஏற்படுகிறது.

அந்த அபிப்பிராயம் எப்படியும் இருக்கலாம். அவர் நல்லவர் என்றோ அல்லது கெட்டவர் என்றோ; திறமைசாலி என்றோ திறமையற்றவர் என்றோ எதுவாகவேண்டுமானாலும் இருக்கலாம். அந்த முதல் அபிப்பிராயத்திற்கு முன்பாக நமக்கு அவரைப் பற்றி எண்ணமே இல்லை. நம் மனது எழுதப்படாத வெள்ளைத் தாள்.

அந்த அபிப்பிராயத்தைத்தான் 'பர்ஸ்ட் இம்ப்ரஷன்' என்கிறார்கள். கூடவே அதை ஏன் 'பெஸ்ட் இம்ப்ரஷன்' என்றும் சொல்கிறார்கள் தெரியுமா? காரணம், அதன்பின் அவரைப்பற்றி நம்மால் பெரிதாக அபிப்பிராயத்தை மாற்றிக்கொள்ள முடியாது. முதல் அபிப்பிராயத்தை ஒட்டித்தான் கணிப்போம், மேலும் கவனிப்போம்.

உதாரணத்திற்கு ஒரு நபர் வேலை கேட்டு நம்மிடம் வருகிறார். நாம் அவரைப் பார்க்கிறோம். அவர் உடை பேச்சு போன்றவற்றை வைத்து மனதுக்குள் அவர் பற்றி 'என்ன கொஞ்சம் சோம்பேறியோ!' என்று ஒரு எண்ணம் வருகிறது. அதன்பின் அவரை ஒரு கேள்வி கேட்கிறோம்.

'ஏன் உங்களுக்கு இவ்வளவு வேர்க்கிறது?'

'வேகவேகமாக ஓடி வந்தேன். அதனால்தான் சார்'

இந்தப் பதிலை வைத்தும் நம் மனதுக்குள் ஒரு எண்ணம் உருவாகும். அந்த எண்ணம் எப்படியிருக்கும்?

'சோம்பேறியேதான். வீட்டில் நேர்முகத்துக்குத் தாமதமாகக் கிளம்பியிருப்பார். அதுதான் ஓடிவரவேண்டி இருந்திருக்கிறது'.

நம்முடைய இந்த எண்ணம் வேலை கேட்டு வந்திருப்பவருக்குச் சாதகமானதா , பாதகமானதா?

கண்டிப்பாகப் பாதகமானதுதான்.

ஒருகால் கேள்வி கேட்பதற்கு முன் நமது ஏற்பட்ட முதல் அபிப்பிராயம், 'அட 'பரவாயில்லையே, ஆள் டீசன்டாக இருக்கிறாரே' என்பதுபோல அமைந்திருந்தால், பின்னால் நாம்

கேட்ட 'ஏன் உங்களுக்கு இவ்வளவு வேர்க்கிறது?'என்ற கேள்விக்கு அவர் அதே 'வேகவேகமாக ஓடிவந்தேன். அதனால்தான் சார்' பதிலைச் சொல்லியிருந்தாலும் நமது எண்ணம் எப்படிப் போயிருக்கும் தெரியுமா?

'நேர்முகம் என்பதற்கு எவ்வளவு முக்கியத்துவம் கொடுத்தால் இப்படி வேர்க்கும் அளவு ஓடிவருவார்! அக்கறை உள்ள மனிதர்!'

கேள்விக்கு அவர் சொன்ன பதில் ஒன்றேதான். ஆனால், அவர்மீது வைத்திருக்கும் அபிப்பிராயம் காரணமாக பதில் வேறுவிதங்களில் புரிந்துகொள்ளப்படுகிறது.

இதிலிருந்து என்ன புரிந்துகொள்ளவேண்டும்?

முதல் அபிப்பிராயம் முக்கியம். வேறு ஒன்றும் இருக்கிறது. அது இதெல்லாம் ரெட்டிகுலர் ஆக்டிவேட்டிங் சிஸ்ட்டம். (Reticular Activating System) சுருக்கமாக 'ராஸ்' (RAS) செய்கிற வேலைதான். 'ராஸ்' பற்றிப் பின்னால் விரிவாகப் பார்க்கலாம். இந்த 'ராஸ்'தான் மூளையின் வேலையைச் சுலபமாக்க, முதல் அபிப்பிராயத்தை ஒட்டியே அடுத்தடுத்த அபிப்பிராயங்களை உருவாக்குகிறது.

ஒருவர் தவறு செய்கிறார். நல்லவரில்லை என்று நமக்குத் தோன்றினால் அது உண்மையாக இருக்கவேண்டும் என்கிற அவசியமில்லை. அது நம்முடைய மனக்கருத்து (பெர்செப்ஷன்) அவ்வளவுதான்.

மக்கள் மற்றவர்களைப் பற்றி 'அவரா! அடேயப்பா... படு கஞ்சனாச்சே!', 'அவளுக்கு ரொம்பக் கூச்ச சுபாவம் ஆச்சே' என்பது போலெல்லாம் கருத்துகள் வைத்திருக்கிறார்கள்.

அடுத்தவர்களைப் பற்றி மட்டுமல்ல தங்களைப் பற்றியுமே இப்படி அழுத்தமான அபிப்பிராயங்கள் வைத்திருக்கிறார்கள்.

'நான் இப்படித்தான்'. 'எனக்கு இது ஒத்து வரும், இது ஒத்து வராது', 'என்னால கொஞ்சம் கூடப் பசிதாங்க முடியாது' என்பதுபோல.

இப்படியெல்லாம் எண்ணுவது சரியா?

இப்படிப்பட்ட கருத்துகள் சரியாக இருக்கவேண்டும் என்பதில்லை என்றும், நபருக்கு நபர் மாறுபடும் என்றும் பார்த்தோம்.

சூப்பர் மார்க்கெட் ஒன்றில் பில் போட்டு முடித்ததும், பில் போட்ட பெண், இதை நிறைவு செய்து தந்துவிட்டுப் போங்கள் என்று ஒரு படிவத்தை வாடிக்கையாளரிடம் எடுத்து நீட்டினாள். அதை

வாங்கிய அந்த நடுத்தர வயதுக்காரர், அந்தப்படிவத்தை நிறைவு செய்யாமல் ‘எனக்கு வேறு வேலை இல்லையா’ என்று சொல்லி அந்தப் பெண் அருகில் போட்டுவிட்டுப் போய்விட்டார்.

‘என்ன மனுஷன் இவர். கொஞ்சம்கூட இங்கிதம் தெரியாதவர்’ என்று அந்தப் பெண் முணுமுணுத்தாள்.

அவள் மனக்கருத்து சரிதானா?

அப்போது அவள் அருகில் இருந்த மற்றொரு பெண் ஊழியர் சொன்னாராம், ‘ஒருகால் அவருக்கு ஆங்கிலம் படிக்கத் தெரியாதோ என்னவோ’ என்று.

இங்கிதம் தெரியாதவர் என்று புரிந்துகொள்ளலாம். அல்லது ஆங்கிலம் படிக்கத் தெரியாதவர் என்று புரிந்துகொள்ளலாம். அது, அவரவர் வடிதட்டு பொறுத்தது.

நண்பர் ஒருவரின் மகள் இருபாலரும் படிக்கும் ‘கோ எட்’ பள்ளியில் இருந்து பெண்கள் மட்டுமே படிக்கும் பெண்கள் பள்ளிக்கு மாறியதும் அங்கே சக மாணவிகள் பழகும் விதங்களில் பெரும் வேறுபாடு இருப்பதை உணர்வதாக என்னிடம் சொன்னாள்.

விஜய் தொலைக்காட்சியில் வந்த பிக் பாஸ் நிகழ்ச்சியில் பங்கேற்பாளராக இருந்த கவிஞர் சினேகன், பிக் பாஸ் வீட்டிற்குள் சக பங்கேற்பாளராக இருந்த பெண்களைத் தொட்டுத்தொட்டுப் பேசுவதாகவும் கட்டிப்பிடிப்பதாகவும் விமர்சனங்கள் வந்தன. மேலும் பிற நகைச்சுவை நிகழ்ச்சிகளில் அந்த விஷயத்தைத் தொட்டுக்காட்டி கேலி செய்தார்கள்.

சினேகன் செய்தது தவறு என்பது சிலர் பார்வை. தவறல்ல, இயல்பானதுதான் என்பது வேறு சிலர் பார்வை. இந்தப் பார்வை வேறுபாட்டுக்குக் காரணம், அவர்களது வடிதட்டுகள்.

கனடாவில் வாழும் மீனாட்சி சுந்தரம் என்ற எனது உறவினருக்கு பூனைகள் என்றால் கடும் அலர்ஜி. பூனையின் எச்சில் காற்றில் கலந்து அவர் மூக்குக்கு வந்தால் போச்சு, தும்ம ஆரம்பித்து, பின்பு பெரும் அவஸ்தைக்கு ஆளாவார். அது சரியாக பல நாள்கள் ஆகும். ஆனால், அவரது நண்பர் அந்தப் பூனையை செல்லப் பிராணியாக வளர்ப்பவர், கொஞ்சிக் குலாவுவார்.

பூனை என்பது மீனாட்சி சுந்தரத்தின் மனக்கருத்தில் ஒரு பிரச்னை. அவரது உறவினரின் மனக்கருத்தில் செல்லக்குட்டி. ஒரே பூனை.

அவரவர் சொந்த அனுபவம் காரணமாக மனக்கருத்துகளில் வேறுபாடு. அவர்கள் வடிதட்டுகள் செய்யும் மாற்றம்.

மீனாட்சி சுந்தரம் விஷயத்தில் அவரது பூனை குறித்த மனக்கருத்து சரிதான். ஆனால், சிலருடைய அல்லது அதே மீனாட்சி சுந்தரத்தின் வேறு சில மனக்கருத்துகள் உண்மைக்கு மாறாக, அவர்களது கற்பனையாக, தவறான புரிதலாக இருக்கலாம்.

உதாரணத்திற்கு எனக்கு வேண்டிய ஒரு பத்திரிக்கை நண்பருக்கு வயது 30. அவருக்கு லிஃப்டில் போவது வருவது என்றால் இன்னமும் பயம்.. சிறுவயதில் ஒருமுறை கரண்ட் போய், லிஃப்டில் இருட்டில் தனியாக மாட்டிக்கொண்ட அனுபவம் அவரது ஆழ்மனதில் லிஃப்ட் என்றாலே அபாயம் என்பதாகப் பதித்துவிட்டது.

அவர் பயப்படும் அளவு லிஃப்ட்டுகள் ஆபத்தானதா? ஆனால் அவரால் லிஃப்ட்டை அப்படி மட்டுமே பார்க்க யோசிக்க முடிகிறது. அவருடைய வடிதட்டு அப்படிப்பட்டது.

ஸ்டீபன் ஹாக்கின்ஸ், ஆல்பர்ட் ஐன்ஸ்டைன் போன்றோர் கடவுள் என்பார்கள். அவர்கள் சொல்லும் கடவுள் மதம் தொடர்பானவர் அல்ல. கடவுள் குறித்த அவர்களது மனக்கருத்து சாதாரண மக்களின் கடவுள் பற்றிய மனக்கருத்துகளிடம் இருந்து வேறுபட்டது.

இப்படித்தான் ஒவ்வொன்றைப் பற்றியும் ஒவ்வொருவரும் வெவ்வேறு மாதிரியாக நினைத்துக்கொண்டிருக்கிறோம். சில பெயர்களைக் கேட்டால், சிலரை சிலவற்றைப் பார்த்தால் வெவ்வேறு நினைப்புகள், உணர்வுகள் வரப்பெறுகிறோம்.

அம்மா என்றால், பள்ளிக் கூடம் என்றால், வாத்தியார், திருமணம், முதல் நேர்முகத்தேர்வு, முதல் குழந்தை பிறப்பு, உடல் உறவு என்றெல்லாம் நினைத்தால் ஒருவர் மனத்திரையில் இருப்பது போலவா அடுத்தவர் மற்றவர் மனத்திரைகளில் படங்கள், உணர்வுகள் எழும்புகின்றன?

எது மரியாதை, எது இங்கிதம், எது வெறுப்பு என்பனவற்றைப் பலரும் பலவிதமாகப் புரிந்து வைத்திருக்கிறோம். எல்லோரும் ஒரே மாதிரி எடுத்துக்கொள்வதில்லை.

ஆண், பெண் பழகுவது. அதைப் பெரியவர்கள் பார்க்கும் விதங்கள் வேறாக இருக்கலாம். சகோதரிகளே இல்லாத வீட்டில் வளர்ந்த

ஆண் பிள்ளைகளின் பார்வைக்கும் பெண் பிள்ளைகளுடன் சேர்ந்து வளர்த்த பிள்ளைகளுக்கும் இடையே வேறுபாடு உண்டு. ஆண் பெண் இருபாலரும் சேர்ந்து படிக்கும் பள்ளிகளில் படிக்கும் மாணவ மாணவியர்களின் பார்வைகளில் நட்பு, தொட்டுப் பேசுவது ஒன்றாக வெளியில் போவது வருவது குறித்தெல்லாம் வேறுபாடுகள் இருக்கும். ஒரே நிகழ்வை இரு குழுவினரும் வெவ்வேறுவிதங்களாகப் பார்ப்பார்கள். எடுத்துக்கொள்வார்கள்.

ஒருவரது மனக்கருத்து என்பது ஒருவரது படிப்பு, அனுபவம், நட்பு வட்டம், குடும்பப் பழக்கவழக்கங்கள், இருக்கும் சமூக கலாச்சார வழக்கங்கள், வாழும் நாடு ஆகியவற்றாலும், அவரது நினைவுகள், அனுபவங்கள், கேட்டது, எதிர்பார்ப்பது, பயப்படுவது, என்பனவற்றாலும் ஆன கலவை. ஆகவே எதுவும் ஒரே மாதிரியாக இருக்க வாய்ப்பே இல்லை.

ஆக, இங்கே புரிந்துகொள்ளவேண்டியது, ஒரு விஷயத்தை எல்லோரும் ஒரேபோல பார்ப்பார்கள் என்பது இல்லை. இரண்டாவது, மற்றவர்கள் வேறுவிதங்களாகப் பார்ப்பதால் அவர்கள் முட்டாள்கள், அல்லது கோழைகள் அல்லது ஏமாற்றுக்காரர்கள் அல்லது பொய் சொல்கிறவர்கள் என்று நினைக்க வேண்டாம்.

சதுரங்கவேட்டை திரைப்படத்தில் மிகப்பெரிய ஏமாற்று செய்த கதாநாயகனை போலீஸ் காவலில் வைத்து அடிப்பார்கள், விசாரிப்பார்கள். அப்போது அவன், 'இந்த உலகத்தில் எல்லாம் இருக்கும். பார்ப்பேன். ஆனால் எனக்கு எதுவும் கிடையாது என்கிற நிலையில்தான் நான் திருட ஆரம்பித்தேன்' என்று சொல்வான்.

அந்த மனிதனின் சூழ்நிலையை மனநிலையை அந்தச் சமயம்தான் புரிந்துகொள்ள முடிந்தது. ஊரில், உலகத்தில், கடைகளில் எல்லாம் இருக்கிறது. பலரும் சந்தோஷமாகச் சாப்பிடுகிறார்கள், அனுபவிக்கிறார்கள். அவனுக்கு கடுமையாகப் பசிக்கிறது. கையில் காசில்லை. பசி கொல்கிறது. எவரும் தரவில்லை. கேட்டால், விரட்டுகிறார்கள். அவன் என்ன செய்வான்?

எது சரி, எது தவறு என்பதில் அவனுக்கு அந்த நேரம் வேறு பார்வை இருக்கமுடியும்தானே!

அவனை விசாரிக்கும் ஒரு போலீஸ் அதிகாரிக்கும் சிறு வயதில் அப்படி ஒரு நிலை இருந்திருக்குமானால் அவருக்கு அவனுடைய அந்தச் செயல் பற்றிய புரிதல் எப்படி இருக்கும்? அப்படி

அனுபவம் இல்லாமல் வளர்ந்த ஒரு போலீஸ் அதிகாரியின் புரிதல் எப்படி இருக்கும்?

இதுதான் வேறுபாடு. இதைத்தான் என்.எல்.பி.வடிதட்டு (Filters) என்கிறது.

ஆக, ஒருவருடைய மனக்கருத்து – பெர்செப்ஷன் - என்பதும், உண்மை என்பதும் ஒன்றல்ல. வேறு வேறு.

மேலும், விருமாண்டி படத்தில் வருவதுபோல, எதைப்பற்றியும் ஒவ்வொருவரும் அவர்களது 'இப்படித்தான் நடந்தது' என்று ஒரு 'வெர்ஷன்' இருக்கும்.

ஒருவருடைய மனக்கருத்து என்பது, அவர் புரிந்துகொண்ட விதம் பொறுத்ததுதான்.

சில ஆண்டுகளுக்கு முன்பு, சைக்கிள் பிராண்ட் ஊதுபத்தி கம்பெனிக்காரர்கள் பொதுமக்களுக்கு ஒரு போட்டி நடத்தினார்கள். அதில் வெல்பவருக்கு 'சில்வர் பிளேட்' பரிசு என்று அறிவித்திருந்தார்கள். பரிசு கொடுக்கப்பட்ட அன்று பலரும் சொன்னது 'பிளேட் என்றால் நாங்கள் கற்பனை செய்து வைத்திருந்தது வேறு அளவில். ஆனால் கொடுக்கப்படுவது மிகச் சிறிதாக இருக்கிறதே!' வேறு சிலர் சொன்னார்கள், 'நினைத்ததைவிட பிளேட் பெரிதாக இருக்கிறது'. என்ன அளவில் பரிசுப்பொருள் இருக்கும் என்று யாருக்கும் சொல்லப்படவில்லை. ஆனால், கேட்டவர்களின் மனதுகள் அவைகளாக வெவ்வேறு அளவுகளில் கற்பனை செய்துகொண்டிருக்கின்றன.

விட்டுவிடல் -டிலிஷன்

மூளையால் சுற்றி நடக்கும் அனைத்து விஷயங்களையும் உள்வாங்க நினைவு வைத்துக்கொள்ள முடியாது.

ஒரு பெண்மணி விருந்து ஒன்றுக்குப் போனார். மிக அழகான விலையுயர்ந்த வெள்ளை நிற கவுன் ஒன்றை அணித்துகொண்டு போனார். விருந்தில் எல்லோர் கவனமும் அவர் பக்கம் திரும்பியது.. சிலர் அவரது அழகிய உடையை வியந்தும் சிலர் பொறாமையுடனும் பார்த்தார்கள். அந்தப் பெண்மணிக்கு பெருமையாக இருந்தது.

உணவு அருந்தும்போது பக்கத்தில் இருந்த ஒருவர் கை தவறி அவர் சாப்பிட்டுக்கொண்டிருந்த சூப் முழுவதையும் இவருடைய வெள்ளை கவுனில் கொட்டிவிட்டார்..

அந்தப்பெண்மணிக்குக் கடுமையான கோபம். அங்கே கத்திவிட்டு, பாதி விருந்தில் இருந்து எழுந்து தன் வீட்டிற்குப் போய் விட்டார். வீட்டிற்குப் போனதும் கவுனைக் கழற்றிப் பார்த்தவர், மேலும் கோபப்பட்டு கவுனை அப்படியும் இப்படியுமாக இழுத்து, துண்டு துண்டாகக் கிழித்து எறிந்தார்.

அதன்பின் எவரேனும் விருந்து என்று சொன்னாலே அவருக்குக் கோபம் வந்தது. 'அந்த மோசமான பார்ட்டியில் என்ன நடந்தது தெரியுமா?' என்றும் 'விருந்துகளே மோசம்' என்று சொல்லலானார். விருந்துகளுக்குப் போக மறுத்தார்.

உண்மையில் அது மோசமான விருந்தா? விருந்துகொடுத்தவர் இவரை சரியாகக் கவனிக்கவில்லையா?

விருந்தில் இவர் மகிழும் விதம் ஏதுமே நடக்கவில்லையா? விருந்தின் முன்பாதியில் இவரைப் பலரும் பாராட்டினார்களே, இவரும் அது குறித்துப் பெருமிதமாக உணர்ந்தாரே அதெல்லாம் பொய்யா?

பிறகு ஏன் அவர் விருந்து என்றாலே மோசம் என்று எண்ண வேண்டும்?

அந்தச் சங்கடமான நினைவு மட்டுமே அவரிடம் இருப்பது எப்படி?

சிலர் இப்படித்தான் அவர்கள் மண வாழ்க்கையே வீண் என்பார்கள். மணமாகி மூன்று பிள்ளைகள் பெற்று, இருபது ஆண்டுகள் வாழ்ந்துவிட்டு, வாழ்க்கையே வீண் என்றால்?

ஒரு பொருளை வாங்கி நன்கு பயன்படுத்திவிட்டு, பின்பு ஏதோ ஒரு காரணத்துக்காக அது மொத்தமும் சரியில்லை என்பார்கள்.

டிஸ்டார்ஷன் - மாற்றிப் புரிந்துகொள்வது

'அவர்களுக்கு என்னைப் பிடிக்காது'

'என்னை முட்டாள் என்று நினைத்துக்கொண்டிருக்கிறார்கள்'.

'நான் எப்போது விழுவேன் என்று காத்துக்கொண்டிருக்கிறார்கள்'.

அதனால் அது அதற்கு வேண்டியவற்றை மட்டும் உள்வாங்கும். வேண்டியவை என்றால்?

அது எதிர்பார்ப்பவை, அதற்கு ஏற்கெனவே தெரிந்தவை

நான்காவது வடிதட்டு 'ராஸ்'

பொதுப்படுத்துதல், விட்டுவிடுதல் மற்றும் மாற்றிப் புரிந்துகொள்ளல் என்ற மூன்று பில்டர்கள் போக நான்காவதாக ஒன்றும் இருக்கிறது. அதன் பெயர், ரெட்டிகுலர் ஆக்டிவேட்டிங் சிஸ்ட்டம் (Reticular Activating System). சுருக்கமாக 'ராஸ்' (RAS).

இயற்கை எதற்காக இப்படி ஒரு வடிதட்டை ஏற்படுத்திக் கொடுத்திருக்கிறது? காரணம் இல்லாமல் செய்யாதல்லவா?

ஒவ்வொரு வினாடியும் கோடிக்கணக்கான விவரங்கள் ஐம்புலன்கள் மூலம் கிடைக்கின்றன.

என்ன கோடிக்கணக்கிலா என்று வியப்பாக இருக்கலாம். ஆம். கோடிக்கணக்கான விவரங்கள்தான். உதாரணத்துக்கு ஒரு சிறுதுளியைப் பற்றித் தெரிந்துகொள்வோமா?

இப்போது என்ன செய்துகொண்டிருக்கிறீர்கள்?

கையில் புத்தகத்தை வைத்துக்கொண்டு படித்துக் கொண்டிருக் கிறீர்கள். இந்தப் புத்தகத்தின் இந்தப் பக்கத்தை கிண்டில் அல்லது கம்ப்யூட்டரில் படித்துக்கொண்டிருந்தாலும் ஒரு பக்கத்தைப் படிப்பதாகவே வைத்துக்கொள்வோம்.

இந்தச் சமயம் உங்கள் கண்கள் எவ்வளவு விஷயங்களைப் பார்க்கிறது? இந்த வாக்கியத்தில் இருக்கும் எழுத்துக்களை மட்டும் என்றுதானே நினைக்கிறீர்கள். அதுதான் இல்லை. உங்கள் கண்கள் பார்த்துக்கொண்டிருப்பது அதற்கும் மேலே.

எழுத்துகளின் அளவு, நிறம், பாண்ட், சொற்களுக்கு இடையே கொடுக்கப்பட்டிருக்கும் இடைவெளி, முற்றுப்புள்ளியோ, கமாவோ, சொற்பிழை - ஸ்பெல்லிங் மிஸ்டேக் - இருந்தால் அதை, எந்தச் சொல்லுக்கு அடுத்து எந்தச் சொல், அதன் பொருள், தாளின் நிறம், தாளின் கனம், அதன் மடிப்புகள், கிழிசல்கள் ஏதும், தூசி தும்புகள் என்று நொடிக்கும் குறைவான நேரத்தில் கண்ணில் படும் தகவல்களை அடுக்கிக்கொண்டே போகலாம்.

மேலே சொல்லப்பட்டவை எல்லாம், கண்கள் பெற்று மூளைக்கு அனுப்பும் தகவல்கள் மட்டும்தான். அடுத்து, மூக்கு. அதேபோல உடல், கை விரல்கள், காது, நாக்கு இவை எல்லாமும் புத்தகத்தின் இந்தப் பக்கத்தின் இந்த வாக்கியங்களைப் படிக்கையில் மூளைக்கு அவை பெறும் தகவல்களை அனுப்புகின்றன.

ஒவ்வொரு நொடியும் மூளைக்கு இதுபோன்று வெள்ளமான தகவல்கள் கிடைக்கின்றன! அது சரி, ஆனால் இவ்வளவு தகவல்களும் எதற்கு? இவற்றை வைத்துக்கொண்டு என்ன செய்வது? பயன் என்ன?

'ராஸ்' என்ற ராசா

அதே கேள்வியைத்தான் இயற்கையும் கேட்டுக்கொண்டிருக்கும் போல. அதனால்தான் 'எல்லோரும் உள்ளே வரவேண்டாம்' என்று மூளையைச் சுற்றி ஒரு தடுப்பு போட்டுவிட்டது. அந்தத் தடுப்பின் பெயர், ரெட்டிகுலர் ஆக்டிவேட்டிங் சிஸ்ட்டம். (Reticular Activating System) சுருக்கமாக 'ராஸ்' (RAS).

நமது மூளைக்கும் மனதுக்கும் 'ராஸ்' ஒரு அற்புதமான உதவியாளன். நமக்கு என்ன தேவை, எது முக்கியம், எதை நாம் தவறவிடக்கூடாது என்று நினைக்கிறானோ அதைத் தவற விடாமலும் அதை மட்டுமேயும் கவனத்துக்குக் கொண்டுவருவான்.

'ராஸ்' சின் வேலை, வரும் தகவல்களை வேகமாக ஆராய்ந்து தேவையானவைகளை எல்லாம் மற்றும், தேவையானவைகளை மட்டும் உள்ளே அனுப்புவது.

அப்படித் தேர்வு செய்ய, 'ராஸ்' பார்க்கும் மூன்று விஷயங்கள்:

1. வரும் தகவல் உயிர்வாழ, பிழைத்திருக்க அவசியமானதா, முக்கியமானதா?
2. வரும் தகவலில் ஏதும் புதிதாக, சுவாரஸ்யமாக உள்ளதா?
3. வரும் தகவல், உணர்வு தொடர்பானதா?

இரவில் தூங்கிக்கொண்டிருக்கும்போது ஏதோ சத்தம் கேட்டு திடுக்கிட்டு விழிப்பது உண்டுதானே? ஏதோ சரியில்லையே என்று திடீரென திரும்பிப் பார்ப்பது? இவையெல்லாம் மூன்றில் முதல் காரணமான, 'தகவல் உயிர்வாழ, பிழைத்திருக்க அவசியமானதா, முக்கியமானதா' என்ற அடிப்படையில்தான்.

எதிரில் வரும் வண்டிகள், வண்டியில் நீட்டிக்கொண்டிருக்கும் கம்பிகள், அதன்மேல் அமர்ந்துகொண்டு விளையாடும் இளைஞன் கையில் இருக்கும் பாம்பு என்பதுபோன்ற தகவல்கள் எதுவும் ஒன்றுவிடாமல் வர்ணிக்கப்படும். மற்ற பல விஷயங்கள் தகவல்கள் 'ராஸ்' சால் தவிர்க்கப்படும்.

நீங்கள் வசிக்கும் வீட்டில் இருக்கும் பொருள்கள் எல்லாம் கண்ணில் படும். மூளைக்குத் தகவல் போகும். அவையெல்லாம் ஏற்கெனவே மூளைக்குத் தெரிந்ததுதான். 'செல்லாது, செல்லாது' என்று 'ராஸ்' தள்ளிவிடும். ஆனால் நாம் இல்லாதபோது நமது மேசை இடம் மாற்றி வைக்கப்பட்டிருந்தால், வந்ததும் கண்ணில் படும். கவனிப்போம். எதில் மாற்றம், புதுமை இருந்தாலும் 'சரி, எதற்கும் எஜமானரிடம் அனுப்பி வைப்போம். அவர் முடிவு செய்யட்டும்' என்று 'ராஸ்' உள்ளே அனுப்பிவிடும்.

ஒரு கூடை மல்லிகைப் பூக்களில் ஒரே ஒரு சிவப்பு ரோஜா இருந்தாலும் பளிச்செனத் தெரியுமல்லவா. முழு வெள்ளைத்தாளில் ஒரு கருப்புப் புள்ளி உடனே கவனத்துக்கு வருமல்லவா அதே போலத்தான்.

'ராஸ்' சோதிக்கும் இரண்டாவது அம்சம் வந்து குவியும் தகவல் களில் ஏதும் 'நாவல்டி', வித்தியாசமானவை, புதுமையானவை மற்றும் எதிர்பாராதவை இருக்கிறதா?

அதேபோல எது சுவாரஸ்யமாக இருந்தாலும் கவனிக்கும். போரடிக்கிற அரைத்த மாவையே அரைக்கிற விஷயங்களை ராஸ் தள்ளிவிடும். அதனால்தான் கொட்டாவி, தூக்கம் எல்லாம்.

மூன்றாவது 'ஹை எமோஷனல் கண்டெண்ட்'. அதாவது, அதிக உணர்வு தொடர்பானவை. உணவு வாசனை, அம்மாவின் குரல், வளர்த்த நாயின் கேவல், அழகான எதிர் பால் (பெண் அல்லது ஆண்) போன்ற ஒருவருக்கு மிகவும் பிடித்த அல்லது அவர் அச்சப்படுகிற, கூச்சப்படுகிற விஷயங்கள் எதுவாக இருந்தாலும் அதை 'ராஸ்' கவனத்துக்குக் கொண்டுபோகும்.

உதாரணத்துக்கு சுவாரசியமாக திரைப்படம் பார்த்துக் கொண்டிருக்கையில், முன் இருக்கையில் அமர்ந்திருக்கும் பெண் திடீரெனத் திரும்பிப் பார்ப்பாள். காரணம், நம் பக்கத்தில் அமர்ந்திருப்பவர் கால் நீட்ட, அது அந்தப் பெண்ணின் காலில் பட்டிருக்கும். திரையரங்கில், அவ்வளவு சத்தத்தில், திரைப்பட சுவாரஸ்யத்தில், உடன் வந்திருப்பவரின் அருகாமை கொடுக்கும் சந்தோஷத்தில் என்று எவ்வளவுக்கோ நடுவிலும், அந்த லேசான கால் உரசலை அந்தப் பெண் உணர்ந்து திரும்புவதற்குக் காரணம், மிஸ்டர் 'ராஸ்' தான்.

தூங்கிக்கொண்டேயிருக்கும் தாய் திடீரென எழுந்து குழந்தையைப் பார்ப்பார். அவர் உள்ளுணர்வு ஏதோ சொல்லியிருக்கிறது

என்போம் அல்லவா, அது இந்த 'ராஸ்' வேலைதான். வகுப்பில் ஏதோ எழுதிக்கொண்டிருக்கும் ஆசிரியர் திடீரெனச் சரியான பக்கம் திரும்பி வம்பு செய்யும் மாணவனைப் பிடிப்பார். அதெல்லாம் அலர்ட்னெஸ் என்போம். எல்லாம் ரெட்டிகுலர் ஆக்டிவேட்டிங் சிஸ்ட்டத்தின் வேலை.

எல்லா மனிதர்களிடமும் 'ராஸ்' உண்டு. 'ராஸ்'ஸின் பெரும் பாலான, முக்கிய செயல்கள் ஒன்றுபோலதான். ஆனால், நபருக்கு நபர் அவர் சூழ்நிலை, உணர்வுகள், நம்பிக்கைகள் சார்ந்து 'ராஸ்' சற்று வேறுபடும்.

முன்பு பார்த்த ஆழ்ந்த நம்பிக்கைகள்கூட, 'ராஸ்' எதை மூளையின் கவனத்துக்கு அனுப்பவேண்டும் எதை அனுப்பக்கூடாது என்பதைப் பரிந்துரைக்கும். 'என்னை எல்லாம் எவன் மதிப்பான்' என்று நம்புவரால் அவரை மதிப்பவர்களைக் கவனிக்க முடியாது. அப்படிப்பட்ட தகவல் வரும். ஆனால், 'ராஸ்' அதை முதலாளியின் கவனத்துக்குக் கொண்டுபோகாது. காரணம், முதலாளி அது கிடைக்காது என்று உறுதியாக நம்புகிறார். அதை ஏன் வீணாக அனுப்பிக்கொண்டு என்று 'ராஸ்' நினைக்கும்.

எல்லோரையும் காப்பி சாப்பிடுகிறீர்களா என்று கேட்டிருப் பார்கள். ஆனால் ஒருவர் மட்டும் என்னைக் கேட்கவில்லை, என்னை மதிக்கவில்லை என்று சொல்லிக்கொண்டே இருப்பார்.

அவரைக் கேட்டும் அவர் ஏன் அப்படிப் பேசுகிறார் என்பது இப்போது புரிகிறதல்லவா? 'காபி சாப்பிடுகிறீர்களா?' என்று கேட்டார்கள். அந்த விவரம் போனது. ஆனால் எப்போதும் என்னைக் கவனிக்க மதிக்க மாட்டார்கள் என்று நம்பியதால், 'ராஸ்' அந்தத் தகவலைத் தள்ளிவிட்டுவிட்டது. அதனால் என்னை மட்டும் கேட்கவே இல்லை என்று அவர் நினைத்துக்கொள்கிறார்.

'உஷார்... உள்ளே பார்' புத்தகத்தில் வரும், 'பார்க்கிறோம், ஆனால் பார்க்கவில்லை. கேட்கிறோம், ஆனால் கேட்கவில்லை' என்ற விஷயம் இதோடு தொடர்புடையது.

- எனக்குக் கிடைக்காது
- எனக்கு வராது
- நான் சுமார்
- என்னைப் பிடிக்காது
- என்னால் முடியாது

என்றெல்லாம் சொல்லக்கூடாது. நம் பேச்சை யார் கேட்கிறார்களோ இல்லையோ, நாம் கேட்கிறோம். நம் உள்மனது கேட்கிறது என்று முன்பு பார்த்தோம் அல்லவா. அதையும் இதையும் தொடர்பு படுத்திப் பாருங்கள். உள்ளே இருந்து கேட்பவர் 'ராஸ்'. அவருக்கு நாம் பேசக்கூட வேண்டாம், நினைத்தாலே போதும், அவரது ஆண்டெனா கிரகித்துக்கொண்டுவிடும்.

'எனக்கு நிச்சயம் கிடைக்கும்' என்று நம்புவர் கண்ணில், அது எதுவாக இருந்தாலும் நிச்சயம் படும். காரணம் 'ராஸ்.

நேர்மறை எண்ணங்கள், நல்ல நம்பிக்கைகள் தேவை என்று சொல்வது இதனால்தான்.

எனவே

நாமாக நல்ல நம்பிக்கைகள் நமக்கு ஏற்படுத்திக்கொள்வது ஒருபுறம். மற்றொருபுறம் அடுத்தவர்களுக்கு நம்பிக்கை கொடுப்பது. முக்கியமாக இளவயதினர், மாணவர்கள், ஊழியர்கள், பிள்ளைகள் ஆகியோருக்கு நல்ல வார்த்தைகள் சொல்லவேண்டும். நம்பிக்கையூட்டும் விதமாக அவர்களிடம் பேசவேண்டும், விமர்சிக்கவேண்டும்.

'நான் எதையும் வெளிப்படையாகப் பேசுவேன்', 'மனதில் பட்டதை அப்படியே ஒளிவு மறைவின்றிப் பேசுவேன்' என்று எதையாவது சொல்லி, மற்றவர் நம்பிக்கைகளை நொறுக்கிவிடக்கூடாது.

நாம் யதார்த்தமாக அதிகம் யோசிக்காமல் பேசும் சில பேச்சுகள் சிலர் மனதில் ஆழமாகப் பதிந்துவிடக்கூடும். தேவை எச்சரிக்கை.

என் இரண்டு கண்களாலும் பார்த்தேன். இரண்டு காதுகளாலும் கேட்டேன் என்பார்கள். ஆனால் அது உண்மையாக இருக்கவேண்டும் என்பதில்லை. கண்ணால் காண்பதும் பொய், காதால் கேட்பதும் பொய். தீர விசாரிப்பதே மெய் என்பதுதான் எவ்வளவு மெய் (உண்மை) என்பது இப்போது தெளிவாகிவிட்டது அல்லவா. 'ராஸ்' தடுத்திருக்கலாம் என்று புரிந்துகொள்ளவேண்டும்.

பொதுமைப்படுத்துதல், விட்டுவிடல் மற்றும் மாற்றிப் புரிந்துகொண்டது காரணமாக இருக்கலாம் என்று

புரிந்துகொண்டு, மேல் விவரங்கள் கேட்டுத் தெளிவு பெறலாம்.

எடைபோடாமல் ஒன்றைப் பார்ப்பதுதான் உச்சபட்ச புத்திசாலித்தனம் - இன்டெலிஜென்ஸ் - என்கிறார் ஜே. கிருஷ்ணமூர்த்தி.

7

நினைப்பே நினைப்பே – பிலீப்ஸ்

நீங்கள் கனவில்கூட நினைக்காத சக்தி உங்களிடம் இருக்கிறது. நீங்கள் நினைத்துக்கூடப் பார்க்காத பல விஷயங்களை உங்களால் செய்ய முடியும். நீங்கள் செய்வதற்கு எல்லைகளே இல்லை, உங்கள் மனது நினைத்துக்கொண்டிருக்கும் எல்லைகள் தவிர.

– டார்வின்.பி. கிங்ஸ்லி

நமக்கு நாமே மாஸ்டர் ஆக முடியும். கடவுள் என்பதற்குத் தமிழில் ஒரு விளக்கம் சொல்வார்கள். அது, 'கட' 'வுள்'. என்றால் 'உள் கிடப்பவன்'. நாம்தான் கடவுள் என்று அதைப் புரிந்துகொள்ளச் சொல்வார்கள்.

நமக்குள் இருக்கும் எண்ணங்களே நம்மைக் கொண்டு செலுத்துகின்றன. நம்மை வழி நடத்துகின்றன.

'தீதும் நன்றும் பிறர் தர வாரா' என்று சங்க காலப் புலவன் கணியன் பூங்குன்றனார் சொல்வதும் இதனுடன் ஒத்துப் போகிறது. நமக்கு வரும் நன்மையோ தீமையோ நம்மால்தான் வருகின்றன. அவை பிறர் தருவதோ தடுப்பதோ அல்ல.

'எண்ணம் போல வாழ்க்கை' என்ற தமிழ் சொல்லாடலும் இதையே வலியுறுத்துகிறது.

மனிதன் அவனுடைய எண்ணங்களினால் ஆக்கப்பட்டவன். எண்ணம் எப்படி இருக்கிறதோ அப்படியே ஆகிறான் என்கிறார் தேசத் தந்தை மகாத்மா காந்தி.

ஆக, சூட்சுமம் இருப்பது நம்மிடம். அது இருக்குமிடம், நமது மனதில், எண்ணங்களில்.

அதற்கான சில ஆதாரங்களை, வாதங்களைத்தான் சென்ற அத்தியாயத்தில் பார்த்தோம்.

எண்ணங்கள் எப்படி இருக்கவேண்டும், இருந்தால் நன்மை பயக்கும் என்பதை என்.எல்.பி. சொல்கிறது. அதெல்லாம் சற்றுப் பின்னால்.

இந்தப் புத்தகத்தில் அதிகம் பயன்படுத்தப்பட்டிருக்கும் ஒரு சொல் நம்பிக்கை. அந்த நம்பிக்கை பற்றி முதலில் ஒரு விளக்கம் கொடுத்துவிடலாம்.

நம்பிக்கை மூன்று வகை

1. நம் மீது நமக்கிருக்கும் நம்பிக்கை - தன்னம்பிக்கை.

   நமக்குள்ளே இருப்பவை, நம்மை வழி நடத்துபவை அல்லது நம்மைக் கட்டுப்படுத்துபவை, தடுப்பவை.

   நமக்குத் தெரிந்தவை, தெரியாதவை, - சரியானவை தவறானவை- உருவாக்கிக்கொண்டவை அனுபவங்கள் மூலம் மற்றும் பெற்றோர், பள்ளி, உலகம் மூலம் உருவாக்கப்பட்டவை.

2. இரண்டாவது மற்றவர்களிடம் நாம் காட்டும் நம்பிக்கை.

   இதை வைத்துத்தான், இதற்கு ஏற்றார் போலத்தான் அவர்கள் நம்மிடம் நடந்துகொள்வார்கள். 'பிக்மேலியன் எஃபெக்ட்', 'செல்ஃப் ஃபுல்ஃபிலிங் பிராஃபசி' (எதிர்பார்ப்புக்கு ஏற்ப நடந்துகொள்ளும் தன்மை) என்பதெல்லாம் இதனால்தான்.

3. மூன்றாவது, சமுதாயத்தில் நிலவும் நம்பிக்கைகள்

இந்த இடத்தில் மற்றொரு விளக்கம் கொடுக்க வேண்டி யிருக்கிறது.

இந்தப் புத்தகத்தில் பார்க்கும் விஷயங்களில் பயன்படுத்தப்படும் பல வார்த்தைகள் ஆங்கில வார்த்தைகள். அதனால் உள்ளே போகும் முன்பாக, எது என்ன என்று வரையறை செய்துகொண்டு விடலாம்.

முதலாவது நம்பிக்கை என்ற சொல் பற்றி.

இதில் என்ன குழப்பம், எதற்காக வரையறை எல்லாம் என்று கேட்கிறீர்களா?

முதலில் நம்பிக்கையுடன் தொடர்புடைய மூன்று முக்கிய ஆங்கில வார்த்தைகளைச் சொல்லிவிடுகிறேன்.

ஒன்று டிரஸ்ட் (Trust). இரண்டாவது பிலீப்ஸ் (Beliefs). மூன்றாவது, கான்பிடென்ஸ் (Confidence).

இவற்றைத் தமிழில் எப்படிக் குறிப்பிடலாம்?

கான்பிடென்ஸ் என்பதைத் தமிழில் எப்படிச் சொல்கிறோம்? நம்பிக்கை என்று. டிரஸ்ட் என்பதையும் நம்பிக்கை என்றுதான் சொல்லவேண்டியிருக்கிறது. அப்படியென்றால் பிலீப்ஸ்சை? அதுவும் நம்பிக்கைகள்தான்.

ஆனால் ஆங்கிலத்தில் மூன்றுக்கும் வேறு வேறு அர்த்தங்கள் அல்லவா! அதனால், பிலீப்ஸ்சை ஆழ்ந்த நம்பிக்கைகள் என்று இந்தப் புத்தகத்தில் குறிப்பிடுவோம்.

பிலீப்ஸ் என்ற ஆழ்ந்த நம்பிக்கைகள்

மனிதர்கள், இடங்கள், நிறுவனங்கள், கட்சிகள், தலைவர்கள் கொடுக்கல் வாங்கல், திருமணம், கார்கள், பெண்கள் என்று எல்லாவற்றைப் பற்றியும் நம்மிடம் ஆழ்ந்த நம்பிக்கைகள் உண்டு. அவற்றைத்தான் பிலீப்ஸ் என்கிறோம்.

Belief ia a thought which we think is true என்பார்கள்.

நாம், நம் பிலீவ்ஸ்படிதான் நடந்துகொள்கிறோம். பிலீப்ஸ் சக்தி வாய்ந்தவை. அவைதான் நம்மை வழிநடத்துகின்றன. அவை ஆழ்மனதில் இருக்கின்றன. இந்த பிலீவ்ஸ் சரியா, இவை எப்படி உருவாகின்றன. இதை மாற்ற முடியுமா?

பிலீவ்ஸ் சரியாகவும் இருக்கலாம், தவறாகவும் இருக்கலாம். 'அவன் எனக்குக் கெடுதல்தான் செய்வான்' என்று ஒருவரைப் பற்றி எண்ணுகிறோம்.

இது சரியா, தவறா?

சொல்ல முடியாது.

சரி, அடுத்த கேள்விக்கு வருவோம். இவை எப்படி உருவாகின்றன?

ஒரு விஷயத்தை, நிகழ்வைப் பற்றி எண்ணிப் பார்க்கிறோம். முடிவுக்கு வருகிறோம். அதுவே எண்ணம். பின்பு மீண்டும் அதேபோல எண்ணம், அது வலுப்பெற்று அடிக்கடி அவற்றையே நினைக்க, அது வலுவான எண்ணமாக, பிலீப், ஆழ்ந்த நம்பிக்கை ஆகிவிடுகிறது.

உணர்ச்சி வசப்பட்டு இருக்கும்போது - எமோஷனலாக இருக்கையில் - ஏற்படும் அபிப்பிராயங்கள், ஆழ்ந்த நம்பிக்கைகள், அதாவது சுலபமாக பிலீப் ஆகிவிடும். எமோஷனலான நேரங்களில் ஆழ்மனதுவரை கதவுகள் திறக்கப்படுகின்றன. திருவருட்செல்வர் படம் போல, ஸ்ரீரங்கம் கதவுகள் போல ஒன்றன்பின் ஒன்றாக படபடவென்று எல்லாக் கதவுகளும் திறந்திருக்கையில், அறிவின் தடுத்து நிறுத்தல், சோதனை ஆகிய எந்தவித 'செக்கிங்'கும் இல்லாமல் சில கருத்துகள் வி.ஐ.பி.யுடன் நுழையும் ஏனையர் போல ஆழ்மனதின் உள்ளே ஓடிப் போய் உட்கார்ந்து கொண்டுவிடும்.

முதல் அபிப்பிராயம்: ஓர் எச்சரிக்கை

முதல் மதிப்பீடே மிகச்சிறந்த மதிப்பீடு எனும் பொருள்பட, 'பர்ஸ்ட் இம்ப்ரஷன் இஸ் த பெஸ்ட் இம்ப்ரஷன்' என்பார்கள். மேலும், 'முதல் அபிப்பிராயம் ஏற்படுத்த இரண்டாவது சந்தர்ப்பம் கிடையாது' என்றும் சொல்வார்கள். ஏன் அப்படி?

ஒருவரை முதன் முதலாகச் சந்திக்கிறோம். அப்போது அவரைப் பற்றிய நமது முதல் எண்ணம் எதுவோ அது நம் மனதில் ஆழமாக வலுவாகப்போய்ச் சேர்ந்துவிடும். ஆரம்பத்தில் சோதனைகள் நடக்கும். ஒரு முடிவு எடுக்கப்படும். அப்போது முழுக் கவனக் குவிப்பு இருக்கும். பின்னால் அதே அபிப்பிராயம்தான் இருக்கும். அந்த எண்ணச் சாரளம் வழியாகத்தான் அதன் பின் பார்க்கும் நிகழ்வுகள் மதிப்பிடப்படும். முன் கொண்ட அபிப்பிராயத்தை உறுதி செய்யும் வகையிலேயே நிகழ்வுகளில் இருந்து ஆதாரங்கள் எடுத்துக்கொள்ளப்படும். மற்றவை விடப்படும் (டிலீட் ஆகும்).

ஆக, எடுத்தவுடன் என்ன அபிப்பிராயம் வருகிறதோ அது ஆழ்ந்த நம்பிக்கையான 'பிலீப்' ஆகிவிடும். பின்பு, அதை நம்ப ஆரம்பித்து அதன்படியே நடந்துகொள்வோம்.

எவரேனும் எவரைப்பற்றியேனும் முதலில் நமக்குத் தவறாக சொல்லிக்கொடுத்துவிட்டால் அறிமுகப்படுத்திவிட்டால் அதன் பிறகு அவர்களை அந்த நினைப்புடனேயேதான் பார்ப்போம்.

சிறுவயதில் உன்னால் முடியாது, இது உனக்குப் பிடிக்காது, அவர் கெட்டவர் என்பது போலெல்லம் சொல்வது பசுமரத்து ஆணி போல என்பார்களே அப்படிப் பதிந்துவிடும். உனக்குக் கணக்கே வராது - நீ இப்படிப்பட்டவன் என்பது போன்ற பிறர் அபிப்பிராயங்கள் நம் பிலீப்ஸ் ஆக மாறிவிடும்.

மாறாக ஏதும் நடைபெறும்வரை அந்த நினைப்பு சோதனைக்கு உட்படுத்தப்பட மாட்டாது. உள்ளே போய்விடும். விசா கொடுக்கப்பட்டு விட்டது போல. சோதனைகள் தடைகள் இல்லாமல் மனதிற்குள் புகுந்துவிடும்.

மாறாக ஏதும் நடைபெறும்வரை, அந்த நினைப்பு சோதனைக்கு உட்படுத்தப்பட மாட்டாது. உள்ளேயே கிடந்து கோலோச்சும்.

முதலில் வரும் எண்ணம், பின்பு வரும் எண்ணங்கள் சரியாக இருந்தால் சரி. இல்லாவிட்டால் போயிற்று. அது முதலில் சரியாக இல்லாமல் போகும்?

அதற்குக் காரணம் 'ராஸ்'. அது செய்யும் வேலைதான். 'ராஸ்' பற்றி முன்பே பார்த்துவிட்டோம். அபிப்பிராயம் ஏற்படுத்துவதில் அதன் பங்களிப்பைப் பற்றி மட்டும் இங்கே பார்ப்போம்.

அலுவலகத்தில் வேலை செய்துகொண்டிருக்கும்போது ஒரு பெண் தற்செயலாகத் திரும்பிப் பார்க்கிறார். அந்த நேரம், புதிதாக வேலைக்குச் சேர்ந்திருந்த ஒரு இளைஞர் அந்தப் பெண்ணைப் பார்த்துக் கொண்டிருந்திருப்பது அவர் கண்ணில் படுகிறது.

இளைஞரின் அந்தத் தற்செயல் பார்வை அந்தப்பெண்ணின் முதல் அபிப்பிராயத்திற்கு வழி செய்கிறது. அடுத்த முறை அவர் அந்தப் பெண் திரும்பும்போது அவரும் என்னது? என்று அந்தப் பெண்ணைப் பார்த்திருக்கிறார். அந்தப்பெண்ணின் முதல் அபிப்பிராயம் இப்போது வலுப் பெறுகிறது.

அதன்பின் அந்த ஊழியர் எங்கு எதற்காகப் பார்த்தாலும் அதை தன்னைப் பார்த்ததாகவே மாற்றிப் புரிந்துகொண்டு (டிஸ்டார்ஷன்), தன்னைப் பார்க்காத நேரங்களை விடுத்து (டிலிஷன்) அவருடைய அந்தப் பார்வை விஷயத்தை மட்டும் வைத்து அவர் ஒரு 'காமுகன்' எனப் பொதுமைப்படுத்தி (ஜெனரலைசெஷன்) அதையே அந்தப் புது ஊழியர் பற்றிய தனது

'பிலீப்' ஆக்கிக்கொண்டுவிட்டார் அந்தப் பெண் ஊழியர். அதனால், அந்த இளைஞருடன் என்றால், அலுவலக வேலையாகக்கூட வெளியில் போக மறுக்கிறார்.

ஒரு சிறுவனுக்கு உடம்பு சரியில்லை. மருத்துவரிடம் போகிறார்கள். அவர் ரூ. 500 கட்டணம் கேட்கிறார். பெற்றோர் இருந்த காசையெல்லாம் சேர்த்துக் கொடுத்துவிட்டு மருந்தும் வாங்கிக்கொண்டு மீதி காசில்லாமல் பிள்ளையைத் தூக்கிக்கொண்டு நடக்கிறார்கள். அப்படி நடக்கும்போது இந்த டாக்டர் இப்படிக் காசு பிடுங்குகிறாரே என்று அவர்களுக்குள் பேசிக்கொள்கிறார்கள். இதைக் கேட்க நேரிடும் பிள்ளையின் மனதில் டாக்டர்கள் பற்றி எப்படிப்பட்ட அபிப்பிராயம் உருவாகும்?

தானே உருவாக்கிக் கொள்வது போக, மற்றவர்கள் கொடுப்பதும் ஏராளம். பெற்றோர், ஆசிரியர், நண்பர்கள், உறவுகள், புத்தகங்கள், பத்திரிகைகள், ஊடகங்கள் என்று பல்வேறு தரப்புகளும் நம்மிடம் அபிப்பிராயங்களை, எண்ணங்களை உருவாக்கி வளர்த்து, பிலீப்ஸ் ஆக்கி விடுகிறார்கள்.

வேற்று இனத்தவர் பற்றி, வேற்று மொழியினர், ஜாதியினர், பாலினத்தவர், தலைவர்கள், அதிகாரிகள், உறவினர்கள் பற்றியெல்லாம் எவ்வளவு வலுவான எண்ணங்கள் இருக்கின்றன. அவற்றையெல்லாம் நாம் சோதித்துப் பார்த்தா, அனுபவித்தா உருவாக்கிக் கொள்கிறோம்.

எப்படி எண்ணுகிறோமோ, அதற்குத் தோதாக, ஏற்றாற்போல, அதைச் சரியென்று நிரூபிக்க, ராஸ் அதுபோன்ற சான்றுகளை நம்முடன் அடுக்குவார். எதிர் தரப்பு வாதங்களை நம் கவனத்துக்கே வரவிடாமல் ஒதுக்கிவிடுவார்.

அதனால்தான் முதல் அபிப்பிராயம் முக்கியம் என்று. இப்படிப்பட்ட முதல் அபிப்பிராயங்களை உருவாக்குவதுதான் விளம்பரங்களின் யுக்தி. அப்படியாக உருவாக்க சொற்கள் உதவும். அதுதவிர, அதற்கும் மேலே சொற்கள் அல்லாதவை உதவும்.

'பூஸ்ட் இஸ் த சீக்ரெட் ஆஃப் மை எனர்ஜி' என்று ஒரு விளம்பரத்தில் ஒரு பிரபலம் சொன்னால், அந்தப் பிரபலம் எவ்வளவு வலிமையானவரோ, சூரரோ அவ்வளவு வலிமையும், சூரத்தனத்தையும் அந்தப் பானத்தைக் குடித்தால் வரும் என்று விளம்பரம் சொல்லவில்லை. ஆனால் நாமாகப் புரிந்து கொள்வோம். அதைச் செய்வது வெளிமனம். அவர், அவர்

பங்கிற்குத் தகவல் எடுத்து, புரிந்துகொள்கிறார். ✓ இந்த ரைட் மார்க்கை பல விளம்பரங்களில் பார்த்திருப்பீர்கள். அதுவும் சப்கான்ஷியஸ் மைண்டுக்கான தகவல்தான்.

ஆரம்பப் பள்ளியில் இருந்து சரியான விடைகளுக்கு (டிக்) தானே! ஆக (டிக்) குறியைப் பார்த்தாலே அது ஓகே என்று மனது நினைக்கும்.

மூன்றாவது கேள்விக்கான விடை. ஆம். நம்பிக்கைகளை மாற்ற முடியும். அதற்கான முயற்சி செய்தால்.

மருந்துகள் உதாரணத்தில், முன்பு பார்த்த சிறுவன், பின்னாளில் யாரோ ஒரு நண்பருக்கு ஒரு ஆபத்தான சூழ்நிலையில், சிறுவன் அழைத்தபோதே, மருத்துவர் பலவிதங்களிலும் உதவி செய்து அவர் பிழைத்தால்... சிறுவன் எண்ணம் மாறிவிடும்.

மனம் நம்புவது நடக்கும்

பல நூற்றாண்டுகளைத் தாண்டி, இன்றும் பல்துறை வல்லுநர்களும் வியக்கும் வண்ணம் உருவாக்கப்பட்ட குறைந்தபட்சம் இரண்டு அதிசயங்கள் இன்றும் தமிழ்நாட்டில் இருக்கின்றன. முதலாவது தஞ்சை பெரிய கோயில். கட்டி ஆயிரம் ஆண்டுகளுக்கும் மேல். இரண்டாவது கல்லணை.

உலக அளவில் செய்யப்பட்டிருக்கும் சாதனைகள் எதுவாகவும் இருக்கட்டும். ரைட் சகோதரர்கள் பறந்து காட்டிய விமானமாகட்டும், எடிசன் எரித்துக் காட்டிய எலெக்ட்ரிக் பல்ப் ஆகட்டும், எல்லாம் விடாது உறுதியாக நம்பிக்கையுடன் முயற்சித்த மனிதர்களின் சாதனைகள்தான்.

அதுவரை இல்லாத ஒன்றை, தங்கள் அறிவால் மனதிற்குள் கட்டமைத்து அதற்கு ஒரு வடிவம் கொடுத்து, அதை பௌதிகப் பொருளாக நிஜத்தில் உருவாக்க முடியும் என்று நம்பி, அந்த நம்பிக்கையை உண்மையாக்கிக் காட்டியவர்கள்.

இதைத்தான் நெப்போலியன் ஹில் சொன்னார், 'எது ஒன்றை மனித மனம் உருவாக்கி அதைச் சாத்தியம் என்று நம்புகிறதோ, அதை அதனால் உருவாக்க முடியும்.'

எண்ணங்கள் அதுவாக உருவாகின்றன. எண்ணங்களை நாமும் உருவாக்கலாம். உங்கள் மனதில் என்ன எண்ணங்கள் ஓடுகின்றன என்று உங்களுக்குத் தெரியாமல் இருக்கலாம். தெரிந்தும்

இருக்கலாம். நாம் நமது செயல்பாடுகளை மாற்ற வேண்டும் என்றால், எண்ணங்களை மாற்ற வேண்டும். எண்ணங்களை மாற்றுவதன் மூலம் வாழ்க்கையையே மாற்றலாம்.

எண்ணம் போல வாழ்க்கை

ஆக நேர்மறையாக வேண்டுவன பற்றி மட்டுமே சிந்தனை இருக்க வேண்டும். இதை உறுதி செய்வதற்காகவே 'ஆட்டோ சஜஷன்', 'அபர்மேஷன்' போன்ற வழிமுறைகளைப் பரிந்துரைக்கிறார்கள்.

ஆட்டோ சஜஷன் என்பது, தனக்குத்தானே என்ன, எப்படி சிந்திக்க வேண்டும், எப்படி எடுத்துக்கொள்ள வேண்டும் (பார்வை, அணுகுமுறை) என்று சொல்லிக்கொள்வது. தனக்குத்தானே ஆலோசனை. அதுதான் 'ஆட்டோ சஜஷன்'. நேர்மறையாகச் சொல்வதால் 'அபர்மேஷன்'. இப்படியாக 'நான் நல்ல ஆரோக்கியத்துடன் வாழ்வேன்' என்பன போன்ற நேர்மறை வாக்கியத்தை மனதார திரும்பத் திரும்பத் தினசரி பலமுறை வாய்விட்டுச் சொல்லிக்கொள்ள, அது சிந்தனையை மாற்றி, அதன் மூலம் நல்ல ஆரோக்கியத்தை ஈர்த்து வந்துவிடும். இப்படியாக எதையும் சிந்திக்கலாம், சொல்லிக் கொள்ளலாம்.

இவை தவிர மனத்திரையில் அதைக் காட்சியாக, 'பிக்சரைஸ்' செய்து பார்ப்பது, கற்பனையில் பார்ப்பது, 'விஷுவலைஸ் செய்வது என்பனவும் செய்யலாம்.

ஒருவர் உடல் எடை கூடுதலாக இருக்கிறார். அவர், தான் எடை குறைந்துவிடுவோம் என்று நிச்சயமாக நம்புகிறார். அப்படி யென்றால் அவர் என்ன செய்வார்?

தற்போதையதைவிட அளவு சற்றுக் குறைவான சட்டை, பேண்ட் வாங்குவார். உதாரணத்துக்கு அவர் சட்டை அளவு 46. அவர் உடல்பயிற்சி செய்கிறார். உணவுக் கட்டுப்பாடும் உண்டு. எதிர் வரும் பிறந்த நாளுக்காக அவருக்குச் சட்டை வாங்கப்போகிறார். என்ன அளவில் வாங்குவார்? நான் கண்டிப்பாக எடை குறைவேன் என்று நம்புகிறவர், 44 அல்லது 42 என்ற காலர் அளவில்தான் வாங்குவார். இப்படியாக அவர் நினைக்க, செயல்பட, அவர் உடல் எடை நிச்சயம் குறைந்துவிடும்.

தனக்கு ஒரு குழந்தை பிறக்கும் என்று நம்பி குழந்தைக்கான பொருள்கள் வாங்குவது, இடம் ஒதுக்கி வைப்பது... இவற்றை

யெல்லாம் செய்ய என்ன தேவை? குழந்தை எப்படியிருக்கும் என்று மனதில் ஒரு படம் வேண்டும். மனதில் பார்த்தால் விஷ்வலைசேஷன். படமாகப் பார்த்தால் காட்சிப்படுத்திக் கொள்ளல். 'பிக்சரைசேஷன்'. எவ்வளவுக்கு எவ்வளவு தீர்க்கமாகப் பார்க்கிறோமோ, அவ்வளவுக்கு அவ்வளவு நாம் அதைப் பெறுவதற்கு மிக நெருக்கத்தில் இருக்கிறோம்.

வேலை கிடைக்கப் போவதாக எண்ணி, நம்பி அதற்கான புற வேலைகளில் ஈடுபடுவது. மழை வரும் என்று எதிர்பார்த்து, நம்பி, பயிர் வேலைகளில் ஈடுபடுவது. இவையெல்லாம் ஈர்த்து வந்து கொடுக்கும்.

மேலே பார்த்தவற்றில் இரண்டு பகுதிகள் இருக்கின்றன. ஒன்று சிந்தனை சார்ந்தது. மற்றொன்று செயல் சார்ந்தது. தனக்குக் குழந்தை பிறக்கும் என்பது சிந்தனை சார்ந்தது. அய்யய்யோ பிறக்காமல் போய்விடுமோ, தாமதமாகிறதே, வயதாகிறதே, மருத்துவர்கள் இப்படிச் சொல்கிறார்களே என்றெல்லாம் எதிர்மறையாக எண்ணாமல், எனக்குக் கண்டிப்பாகக் குழந்தை பிறக்கும் என்று நேர்மறையாக நினைப்பது. இது முதல் பகுதி. சிந்தனை சார்ந்த விஷயம்.

குழந்தை பிறந்துவிட்டதுபோலவே நடந்துகொள்வது இரண்டாவது பகுதி. செயல் பகுதி. வேலை கிடைத்துவிட்டதுபோலவே நடந்து கொள்வது. வேலை இன்னும் கிடைக்கவில்லை. அதற்குள் ஏன் இப்படி நடந்துகொள்ளவேண்டும்? இது யாரை ஏமாற்ற?

வேறு யாரை நம் மனதைத்தான்!

ஏமாற்றுவதற்கு ஒரு நோக்கம், நல்ல நோக்கம் இருக்கிறதே. பொய்மையும் வாய்மையிடத்து என்கிறாரே வள்ளுவர். அதேதான்.

> ஆடுவோமே பள்ளு பாடுவோமே, ஆனந்த சுதந்திரம்
> அடைந்து விட்டோம்,

என்று பாரதி பாடினாரே அதேபோன்றதுதான் இதுவும். அதே போல இப்போது, 'ஆளப்போறான் தமிழன்...' என்ற முதலடியுடன் ஒரு திரைப்பட பாடல்கூட உருவாகி வெளிவந்திருக்கிறது. அந்த நிலையை நம்புவது, ரசிப்பது. அப்படியாக ஈர்ப்பது, நிஜமாக்குவது.

நிஜமாகுமா? ஆகும் என்கிறார்கள் சீக்ரெட் புத்தக ஆசிரியர்கள். எப்படியாம்? உணவு விடுதிக்குப் போகிறோம். என்ன வேண்டும்

என்கிறார் சர்வர். ஆர்டர் கொடுத்துவிட்டு எப்படி உட்கார்ந்திருக் கிறோம்?

நிம்மதியாகத்தான்... இல்லையா? வருமா, வராதா என்ற சந்தேகமெல்லாம் இருக்காது அல்லவா. ஹோட்டலில் எப்படி நிச்சயத் தன்மையுடன் சகஜமாக உட்கார்ந்திருப்போமோ, அப்படி சர்வசாதாரணமாக இருக்கலாம் என்கிறார்கள்.

உடல், மனம், நாம்

எவரெஸ்ட் சிகரம் ஏறியது ஹில்லாரியும் டென்சிங்கும். சந்திரனில் முதலில் கால் பதித்தது நீல் ஆம்ஸ்ட்டிராங். திருக்குறள் எழுதியது திருவள்ளுவர். இதெல்லாம் தெரிந்ததுதான். ஆனால் இதற்கு மேலும் இவற்றைப்பற்றி இவை போன்ற சாதனைகள்பற்றித் தெரிந்துகொள்ளலாம்.

சாதனைகள் மட்டுமல்ல. மகாத்மா காந்தியை சுட்டுக் கொன்ற கோட்சே... போன்ற செயல்கள் பற்றியும் கூடுதலாக யோசித்துப் பார்க்க முடியும்.

சாதனைகளோ, சங்கடங்களோ செய்தவர்கள் பெயர்கள் சொல்லப் படுகின்றன. செய்தது அவர்களுடைய உடல்கள். டென்சிங்கின் உடம்பு 29,050 அடி உயரம் ஏறியது. ஆம்ஸ்டிராங்கின் கால் நிலவில் இறங்கியது. கோட்சேவின் கைவிரல்கள் துப்பாக்கியின் குதிரையை அழுத்தின. செய்தவர் பெயரைத் தாண்டி, அவரது உடல்தான் குறிப்பாக அதை, அவற்றைச் செய்தன என்று சொல்லலாமில்லையா? அதுதான் சரி.

காரணம், ஒருவர் என்பது, அவரது உடல் மட்டுமல்ல. அவரது மனமும் சேர்த்துத்தான். மனம் தூண்டியது, தூபம் போட்டது, ஆதரவு கொடுத்தது, ஆணையும் இட்டது. உடல் நிறைவேற்றியது.

மனம் சொல்லாமல் உடல் செய்வதில்லை. மனம் சொல்வதை உடல் செய்யும். அதே சமயம் மனம் விரும்புவதையெல்லாம் உடலால் செய்ய முடியாமலும் போகும். அதனால்தான், லட்சக் கணக்கானவர்கள் விரும்புவதை ஒரு சிலரே சாதிக்கிறார்கள்.

விளையாட்டு வீரர்களில் எவருக்கு ஒலிம்பிக்ஸ்சில் தங்கப் பதக்கம் வேண்டாம்? எவருக்குப் பணம், பதவி, அதிகாரம், பிரபல்யம், புகழ் எல்லாம் வேண்டாம்? வேண்டும் மனம் படைத்தவர்கள்தான் எல்லோரும். ஆனால் அடைபவர்கள்

சிலரே. மனம் விரும்புகிறது, உடலால் சாதிக்க முடியவில்லை. முயற்சி உண்டு. வெற்றி கிடைக்கவில்லை.

டென்சிங், ஆம்ஸ்டிராங் ஆகியோர் மனங்கள் விரும்பியதை அவர்களுடைய உடல்கள் நிறைவேற்றிக் கொடுத்திருக்கின்றன. பலமுறை முயன்றபிறகுதான் என்பதால், அவை குறைந்து மதிப்பிடப்பட வேண்டியவை அல்ல.

ஆக, உடல் வேறு மனம் வேறு. மனிதனின் உடம்பு என்பது மாபெரும் சக்தி, மிகப்பெரிய இயக்கம். பல்வேறு அற்புதமான இயந்திரங்களின் கூட்டு. மிகச் சிறந்த அமைப்பு. இந்த உடலை வழிநடத்துவது மனம்.

மனம் உடலைக் காட்டிலும் சக்தி பெற்றது. உடல் பௌதிக (physical) பொருள்களால் ஆனது. மனம், அரூபமான மென்பொருள் - சாஃப்ட்வேர். அதற்கு எல்லைகள் இல்லை. அளவிட முடியாத சக்தி பெற்றது.

உடல் என்பது ஒரு ராணுவப் படைக்கு ஒப்பு. ஆற்றல்மிக்க, பயிற்சி பெற்ற ஆயுதம் ஏந்திய வீரர்கள். எதுவும் செய்து முடிக்க வல்லவர்கள். கட்டுக்கோப்பானவர்கள். சொல்படி கேட்பவர்கள்.

மனம் அவர்களை வழிநடத்தும், அவர்களுக்குத் தந்திரங்கள் உத்திகள் சொல்லித் தரும் ராணுவத் தலைமை போன்றது. மனதிற்குக் கீழ்தான் உடம்பு.

தலைமை சரியாக இருக்கும் இடங்கள் உண்டு. தலைமைப் பண்பில்லா, திறனில்லாத தலைமைகளும் உண்டு. தலைமை எப்படிப்பட்டது என்பது கீழ்ப்படிய வேண்டிய நிலையில் இருப்பவர்களால் எடை போட்டுப் பார்த்து, சொல்லப்படுவதைச் செயல்படுத்துவதா வேண்டாமா என்று முடிவு செய்ய முடியாது.

படிப்பது, வேலைக்குப் போவது, சம்பாதிப்பது, சேமிப்பது மற்றவற்றுக்கு உதவுவது, சாதிப்பது என்றெல்லாம் சிலர் செய்ய சோம்பியிருப்பது, பொழுதுபோக்குவது, தவறுகள் செய்வது, தடுமாறுவது, மற்றவரைக் கெடுப்பது என்று சிலர் பாதை மாறிப் போய்விடுகிறார்கள்.

எந்தப் பாதையில் போகிறார்கள் என்பது அவர்கள் மனங்கள் சொல்லித்தான்.

உடலையும் மனதையும் ராணுவ அமைப்புடன் ஒப்பிட்டுப் பார்ப்பது போல, ஒரு நிறுவனத்துடனும் ஒப்பிட்டுப் பார்க்கலாம்.

ஃபைனான்ஸ், எச்.ஆர். உற்பத்தித் துறை, விற்பனைப் பிரிவு போன்ற ஒவ்வொரு பிரிவிலும் பல்வேறு ஊழியர்கள். படித்தவர்கள், அனுபவம் மிக்கவர்கள், செயலாற்றுவார்கள். அவர்கள் என்ன எப்படிச் செய்ய வேண்டும் என்று சொல்லும் அதிகாரத்தில் இருப்பது அந்தந்தத் துறைகளில் தலைவர்கள்.

துறைத் தலைவர்கள் வழிகாட்டுதல், வழிநடத்துதல் எப்படியோ, அப்படி அந்தத் துறைகளில் வேலைகள் நடக்கும். இதேதான் பள்ளி மாணவர்கள் மற்றும் குறிப்பிட்ட வகுப்பு ஆசிரியர்களும். ஒன்று உடல் மற்றொரு மனம்.

இந்த இரண்டையும் தாண்டி மூன்றாவது அமைப்புகளும் உண்டு. ராணுவத் தளபதிக்கு, தேசத்தின் ஜனாதிபதி உத்தரவிடுவார். துறைத்தலைவர்களுக்கு நிறுவனத்தின் தலைவர் சி.இ.ஓ. அல்லது எம்.டி. உத்தரவிடுவார். வகுப்பாசிரியர்களுக்குத் தலைமையாசிரியர்.

அதேபோல உடலுக்கு மனம். மனதுக்கு மேலதிகாரி யார்? மனம் பல ஆற்றல்கள் பெற்றதுதான். ஆனால் அதற்கே தனக்காக நல்லது கெட்டது, தேவை, அவசரம், முக்கியம் ஆகியவை தெரியுமா? அது முடிவெடுப்பதுவே போதுமா? அதற்கும் மேல், அதையும் சேர்த்து வழிநடத்தவல்ல பீடம் தேவையா இல்லையா? அப்படி ஒரு பீடம் மனிதர்களிடத்தில் உண்டா?

நமக்குள் இருக்கும் எதிர்ப்பு:

எதை உறுதியாக வேண்டுகிறோமோ அது நடக்கும். எது நடக்கும் என்று நம்புகிறோமோ அது நடக்கும் என்கிறார்களே இவர்கள். இப்படி எல்லோருக்குமா நடக்கும். சிலருக்குத் தவறி விடுகிறதே? ஏன், விரும்புகிற, நம்பிக்கை வைக்கிற அனைவருக்கும் நடப்பதில்லை என்ற கேள்வி உங்களுக்குள் எட்டிப் பார்க்கலாம். அதற்கு அவர்கள் சொல்லும் பதில் சரியாகத்தான் இருக்கிறது. அப்படி என்ன பதில் சொல்கிறார்கள்?

ஒரு பெண் அதிக உடல் எடையுடன் இருக்கிறார். சிலர் கேலி செய்கிறார்கள். அந்தப் பெண் தீவிரமாக யோசிக்கிறார். நம்பு, உன்னால் உடல் எடையைக் குறைக்க முடியும் என்று ஆலோசனை சொல்கிறார்கள். நம்புகிறாள். உணவைக் குறைத்து, உடற் பயிற்சிகள் செய்கிறாள். ஆனாலும் குறைகிற பாடாகத் தெரியவில்லை. ஏன் என்று ஆலோசனைகள் சொன்னவர்களைக் கேட்டார்கள்.

‘உடல் எடை குறைய வேண்டும் என்கிற அவருடைய ஆசை வெளிப்படையாகச் சொல்லப்பட்டது. அதன் அடிப்படையில் அவர் எடுத்த முயற்சிகள் நேர்மையானவை. ஆனால் அதே பெண்ணின் உள்மனம் அவர் எடை மெலிவதை விரும்பவில்லை. அவள் உள்மனத்தில் உடல் எடை குறைய வேண்டாம் என்று நினைக்கிறாள். அதனால்தான் முயற்சிக்கு முழு பலன் கிடைக்கவில்லை!’

‘என்ன இது? நீங்கள் என்ன இப்படி ஒரு விளக்கம் கூறுகிறீர்கள். அவர் உள்மனம் ஏன் அப்படி நேர் எதிர்மாறாக நினைக்க வேண்டும்?’

‘காரணம் இருக்கிறது. உடல் மெலிந்தால் அழகு அதிகரிக்கும்’

‘அதைத்தானே அந்தப் பெண் மட்டுமல்ல... எந்தப் பெண்ணும் விரும்புவார்’

‘இல்லை. உடல் அழகு கூடுவது அவர் வெளிமனத்தின் விருப்பம். ஆனால் உள்மனமோ உடல் அழகு கூடி விடுமோ என அச்சப்படுகிறது’

‘அச்சப்படுகிறதா?’

‘ஆம். அழகுகூடி அதனால் ஆண்களால் தொந்திரவு வருமோ என்கிற பயம். மனத்தின் உள்ளிருக்கும் வெளியே தெரியாத அந்தப் பெண்ணுக்கே தெரியாமல் சிறுவயதில் உட்புகுந்த பயம்’

‘அதனால்?’

‘ஆக உள்ளேயிருந்து உடல் எடை குறைந்துவிடக் கூடாது என்கிற எண்ணம். வெளியில் பலரையும்போல எடை குறைப்பில் ஆர்வம் மற்றும் முயற்சிகள். இப்படி ஒரு Incongruence ஒன்றுக்கு ஒன்று முரணான நோக்கங்கள் இணைந்து செயல்பட முடியாமல் இலக்கை அடையமுடியாமல் தடுக்கிறது.’

தமிழில் இதைச் சுலபமாக ‘கூழுக்கும் ஆசை மீசைக்கும் ஆசை’ என்று சொல்லிவிடுவார்கள். பெரிய மீசை வைத்திருப்பவர்கள், கூழை (ஸ்பூன் இல்லாமல், அந்தக் காலத்தில், கலயத்தில் வைத்து) குடிக்கையில், கொஞ்சம் மீசையில் ஒட்டிக் கொள்ளும். காய்ந்து மொமொரப்பாகும்.

மீசையில் படாமல் கூழ் குடிப்பது சிரமம். (மீசையை மேல்நாடுகளில் ‘சூப் ஃபில்டர்’ என்றும் வேடிக்கையாகச் சொல்வதுண்டு.

இங்கே கூழ். அங்கே சூப். மொத்தத்தில் கொழகொழப்பான அரை திரவப் பொருளைக் குடிக்கையில் இடையில் குறுக்கிடும் மீசையில் படுவதைத் தவிர்த்துவிட்டுக் குடிக்க முடியாது.

சிலரால் அலுவலகங்களில் எடுத்துப் போட்டு சிறப்பாக வேலை செய்ய முடியாது. செய்ய முடியும். செய்தால் நன்றாக இருக்கும் என்றும் அவர்களுக்குத் தெரியும். ஆனாலும் முழு மனதுடன் இறங்க மாட்டார்கள். எதுவோ அவர்களைத் தடுக்கும். அந்த எதுவோ என்பது உள்ளிருக்கும் நேர் எதிர்மறையான எண்ணம்.

'நேர்எதிர்மார்' என்றால், 'நாம் ஒருமுறை வேலை செய்து காட்டிவிட்டால், தொடர்ந்து எல்லா வேலையையும் நம் தலையிலேயே கட்டிவிடுவார்களோ' என்ற பயம்தான். இதுதான் வேகத் தடை, பிரேக். ஒரே நேரத்தில் வண்டியில் ஆக்சிலேட்டரை யும் பிரேக்கையும் அழுத்தினால் வண்டி நகருமோ. Conflicting interests. வெளிப்படையாக அல்ல. ஒன்று வெளிப்படையானது. மற்றொன்று ஆழ்மனதில் கிடக்கும் உரியவருக்கே புலப்படாத ஒன்று. எலியும் தவளையும் ஒன்றாக வாழ்ந்த கதைதான்.

அப்படி ஏதும் உள்குத்து இருக்கிறதா என்று தெளிவுபடுத்திக் கொள்ள வேண்டும். உள்ளேயும் வெளியேயும் ஒரே விருப்பம், ஒரே நம்பிக்கை கொள்ள வேண்டும். உள்ளொன்று பயந்து வெளி ஒன்று விரும்பிப் பலனில்லை.

ஒருங்கிணைப்பில் மேலும் சில வழிகள்

நினைப்பது எதுவானாலும் அதை அடைவதற்கு நம் மனம் முழுவதையும் ஒருங்கிணைக்க வேண்டும் என்பது ஒரு படி. உள்மனம், வெளிமனம் எல்லாம் அதையே விரும்ப, நம்ப வேண்டும். இதற்கு அடுத்த ஒரு படியும் உண்டு. அது உடலையும் அந்தப் படையில் சேர்ப்பதுதான். உடல் நம் கூடவேதானே இருக்கும். உடலைத் தனியாக முயற்சி எடுத்துச் சேர்க்க என்ன இருக்கிறது என்ற கேள்வியில் தவறில்லை.

கராத்தே வீரர்கள் செங்கல் உடைப்பது, ஓடுகள் உடைப்பது, ஐஸ் கட்டியை உடைப்பது போன்றவற்றைப் பார்த்திருப்பீர்கள். சாதாரணமானவர்களால், சாதாரணமாகச் செய்ய முடியாதவற்றை அவர்கள் செய்வார்கள். ஒரே அடி. மிகப்பெரிய ஐஸ்கட்டி பிளக்கும். பல செங்கற்கள் ஒரே அடியில் உடையும். ஓடுகள் நொறுக்கப்படும்.

அவர்கள் மனதில் உறுதி. கைகளில் உறுதி. இது இரண்டும் அவசியம். ஆனால் கவனித்தால் தெரியும், அவர்களுடைய உடலின் பல்வேறு பாகங்களும் அந்த நேரம், அதற்குச் சற்று முந்தைய சில மணித்துளிகள் அந்த வேலைக்குத் தயாராக இருக்கும்.

விறைப்பாக நிற்பார்கள். உறுதியாக நகர்வார்கள். கூர்ந்து பார்ப்பார்கள். ஓவென்று சத்தமாகக் கத்தியபடி துரித கதியில் நகர்ந்து ஓங்கி அடிப்பார்கள்.

அந்த விறைப்பு ஏன்? அந்தக் கத்தல் ஏன்? அந்தத் துரிதகதி நகர்தல் எதற்காக?

அவர்களுடைய மனதுடன் align ஆகி, ஒருங்கிணைப்பது, ஆதரவு தெரிவித்து ஒத்துழைக்கும் பிற உடல் உறுப்புகள். அவர் அல்ல, அவர் மனம், உடலின் பல்வேறு பாகங்கள் எல்லாமுமாகச் சேர்ந்து ஒரு குழு, ஒரு படை, ஒரு டீம்.

பெரிய சாப்பாட்டுப் போட்டிகளுக்கு முன் பார்த்தால் தெரியும். சாப்பிடத் தொடங்கும் முன் அந்தப் போட்டியாளர் எதிரில் சண்டைக்குப் போவதுபோல நிமிர்ந்து உட்காருவார். கபளீகரம் செய்யவிருக்கும் எதிரியைப் பார்ப்பதுபோல ஆழமாகப் பார்ப்பார். உள்ளங் கைகளை ஒன்றுடன் ஒன்று சரசரவென்று உரசிக் கொள்வார். இன்னும் சில முஸ்தீபுகள் செய்வார். ஆரம்பிக்கலாம் என்றதும், ஆ...ஊ... என்று கத்தியபடி சாப்பிட ஆரம்பிப்பார்.

இதெல்லாம் எதற்காக? போர் ஆரம்பம் என்றால் சங்கு ஒலிக்கிறது அல்லவா? பள்ளிக்கூடம் தொடங்க, ரயில் வரும் முன்னர் என்று பல நேரங்களில் மணி அடிக்கிறார்கள் அல்லவா. அப்படித்தான் இதுவும். உடம்பு மொத்தத்துக்கும் உரத்துச் சொல்லுவது. 'ஹலோ, இப்போதைக்கு இதுதான். வேறு எங்கும் எதுவும் முக்கியமில்லை. எல்லா ஆற்றலையும் படைகளை இங்கே அனுப்பு' என்று சொல்லாமல் சொல்வது.

ஒரு பக்கத்தை சாதாரணமானவர்கள் படிப்பதைவிடச் சிலர் மிக மிக வேகமாக வாசித்து விடுவார்கள். 'பாஸ்ட் ரீடிங்' என்று ஒரு டெக்னிக்கே உண்டு. பயிற்சிகள் கொடுக்கிறார்கள். எந்திரன் படத்தில் சிட்டி (ரஜினி) எப்படி ஒரு புத்தகத்தை முகத்துக்குமுன் ஒரு புரட்டுப் புரட்டிவிட்டு, 'முடித்தாயிற்று' என்று சொல்லுமோ அவ்வளவு வேகம் இல்லாவிட்டாலும், படுவேகமாகப் படிக்கக்

கூடியவர்கள் உண்டு. சுவாமி விவேகானந்தரைப் பற்றி அப்படிச் சொல்வார்கள்.

அப்படி 'பாஸ்ட் ரீடிங்' செய்பவர்கள்கூட புத்தகத்தைத் திறந்து வைத்துவிட்டு, ஆரம்பிக்கும்முன்... முழுக்கைச் சட்டை அல்லது ஜிப்பாவின் கைகளைச் சுருட்டிவிட்டுக்கொள்வது போன்ற முஸ்தீபுகளைச் செய்வதுண்டாம். கண்ணால் படிப்பதற்கு, கைகளைச் சுருட்டிவிட வேண்டிய அவசியம் என்ன? தேவை இல்லை என்பது சாதாரணர்களின் கருத்து. உடம்பையும் மனதையும் ஒருங்கிணைப்பதும்கூட, ஆயத்தம் செய்வதுதான் என்று சொல்பவர்கள், முயற்சித்து வெற்றி கண்டவர்கள்.

சாமி கும்பிட தேர் எதற்கு? ராட்டினம், பஞ்சு மிட்டாய், தெருவிளக்குகள், தாரை தப்பட்டை, மேளம், ஆட்டம் பாட்டம் எல்லாம் எதற்கு? திருவிழாக் கோலம் பூணுவது எல்லோருக்கும் அறிவுறுத்தத்தான். சத்தம் போட்டு ஈர்த்துக் கவனிக்க வைப்பது. அப்படித்தான் ஆசைகள், நம்பிக்கைகளைச் சாத்தியப்படுத்த செய்யப்படும் இதுபோன்ற உடல் அசைவுகளும் உடம்பு முழுவதற்கும் ஏதோ முக்கியமானது நடக்க வேண்டும் என்று தெரியவைக்கும் முயற்சி. ஒரு பகுதியில் இம்முயற்சிக்கு முழு உடலும் ஆதரவு தரவேண்டும்.

ஒருவர் தொடர்ந்து புகை பிடிக்கும் 'செயின் ஸ்மோக்கர்' ஆக இருப்பார். இருமுவார். ஆரோக்கியம் பற்றிக் கவலையும் படுவார். ஆனால் அவரால் சிகரெட்டை விடமுடியாது. காரணம், அவரது உள்மன எண்ணம், தைரியசாலிகளின் அடையாளங்களில் ஒன்று சிகரெட் பிடிப்பதாக இருக்கலாம். அதனால், 'சிகரெட்டை விட்டால், கோழை' என்று நினைத்துவிடுவார்களோ என்று அவராகத் தப்பாகப் புரிந்துகொண்டு அதனாலேயே சிகரெட்டை விடமுடியாமல் தொடர்வார்.

எவர் சொல்வதிலும், நியாயமே இருந்தாலும் அதை அப்படியே, உடனடியாக ஒப்புக்கொண்டுவிட்டால் தன்னை விபரமற்றவன் என்று நினைத்துவிடலாம் என்று ஒரு உள்மன அபிப்பிராயம் வைத்திருப்பவர்கள், எப்படி அடுத்தவர் கருத்துகளுக்கு மதிப்புக் கொடுப்பார்கள்?

இன்னும் சில காரணங்களாலும் ஒருவருடைய நம்பிக்கைக்கு எதிராகவே உள்மன எண்ணங்கள் இருக்கும். அதனால் சிக்கல் ஏற்படும் தெரியுமா? அந்த எண்ணங்கள் எப்படிப்பட்டவையாக

இருக்கும். லாஜிக் சார்ந்ததாக இருக்கும். அந்தக் காரணம் கற்பித்துக் கொள்ளும் லாஜிக் தவறானதாகக்கூட இருக்கலாம். ஆனால் சிறுவயதில் யாரோ சொல்ல, அப்படியே ஆழமாகப் பதிந்துவிட்ட எண்ணமாக இருக்கும்.

'என்னால் நன்றாகச் சாப்பிட முடியாது. காரணம் என் தொண்டை சிறியது'.

'எனக்கு வேகமாக நடந்தால் மூச்சிரைக்கும். காரணம், எங்கள் பரம்பரையில் எல்லோருக்குமே அப்படித்தான்'.

இதுபோன்ற விதைக்கப்பட்ட இப்படிப்பட்ட எண்ணங்கள், ஆழமாக ஊன்றப்பட்டிருந்தால், அதற்கு எதிரான விருப்பங்களை உடல் வலு ஏற்றுவது, ஓட்டப்பந்தயத்தில் வெற்றி பெறுவது போன்றவற்றைச் சாதிப்பது கடினம்.

முதலில் உள்ளே எண்ணங்களைச் சுத்தம் செய்து, எதிர்மறையான இயலாது என்ற எண்ணங்களை முதலில் வெளியேற்ற வேண்டும்.

நம்பிக்கைகளும் எண்ணங்களும்

எதிர்பார்ப்புப்படி, அச்சப்படுகிறபடி நடக்கின்றன. நடப்பவை சரியாக இருக்க வேண்டுமென்றால், எதிர்பார்ப்பை சரிசெய்ய வேண்டும். எதிர்பார்ப்பை சரி செய்வது எப்படி?

எதிர்பார்ப்பு என்பது மனதிற்குள் வலுவாக உருவாவது. காரணம் இல்லாமல் எதுவும் குறிப்பிட்ட விதமாக அமைய முடியாது. அப்படியென்றால் நேர்மறை – பாசிடிவ்வாகவோ, எதிர்மறை – நெகடிவ்வாகவோ எதிர்பார்ப்புகள் அமைவது ஏன்?

எதிர்பார்ப்புகளுக்குக் காரணம் எண்ணங்கள்

விருமாண்டி படம் பார்த்திருக்கிறீர்களா? அந்தப் படத்தின் திரைக்கதை நினைவிருக்கிறதா? கதையின் முக்கியப்பகுதி அந்தப் படத்தில் இரண்டுமுறை வரும். என்ன நிகழ்ந்தது என்பதை இரண்டு முக்கிய பாத்திரங்கள் அதாவது விருமாண்டி என்ற கமலஹாசனும், வில்லன் பசுபதியும் அவர்களைப் பேட்டி காணும் தொலைக்காட்சியாளர் ரோகிணியிடம் சொல்வார்கள்.

என்ன நடந்தது என்பதை, ஒரே சம்பவத்தை இருவேறு விதங்களாகச் சொல்வார்கள். அவரவர்க்குத் தகுந்தபடி. திரைப்படத்தில் கமல் சொல்வது உண்மை நிகழ்வாக இருக்கும். வில்லன் சொல்வது தான் அவன் மாற்றிச் சொல்லும் கதையாக இருக்கும் என்று நாம் நினைக்கலாம். ஆனால் நிஜ வாழ்க்கையில் கூட ஒரே சம்பவத்தை

அதில் ஈடுபட்ட, சம்பந்தப்பட்ட சிலர் ஆளுக்கு ஒருவிதமாகச் சொல்வார்கள்.

சிலருக்கு வியப்பாக இருக்கலாம். அதெப்படி, ஒரே நிகழ்வில் தொடர்புடையவர்கள் ஆளுக்கு ஒருவிதமாகச் சொல்வார்கள் என்று. தங்கள் பக்கம் நியாயம் இருப்பதை நிலைநாட்ட, தாங்கள் செய்த தப்பை மறைக்க சிலர் அப்படிச் சொல்லக்கூடும். எல்லோருமா அப்படிச் சொல்வார்கள் என்று கேட்கலாம்.

அதாவது அவர்களுக்கு என்று ஒரு உள்நோக்கம் இல்லாதபோது அதை மாற்றிச் சொல்ல வேண்டியதன் அவசியம் என்ன என்று அவர்கள் கேள்வி. பட்டப்பகலில் ஒரு முக்கிய சாலையில் ஒரு விபத்து நடக்கிறது. அதைப் பலரும் பார்க்கிறார்கள். அவர்கள் எல்லோரும் பார்த்தது ஒரே விபத்தைத்தான். யார் எந்தப் பக்கம் இருந்து எப்படி ஓட்டி வந்தார்கள். (அலட்சியமாக, பார்த்து, பார்க்காமல், வேகமாக செல்போன் பேசியபடி என்று) ஒவ்வொருவரும் ஒருவிதமாகச் சொல்வார்கள். யார் சைடு வாங்கினார்கள், யார் எந்த நேரத்தில் பிரேக் போட்டார்கள், அதன்பிறகு நடந்தது என்ன என்பதை எல்லாம் ஆளாளுக்கு ஒருவிதமாகச் சொல்வார்கள்.

எனக்கே நேர்ந்த ஒரு நிகழ்வு எனக்கு இந்த நேரம் நினைவு வருகிறது. அந்த நிகழ்வை நான் மூன்று நபர்களிடம் வெவ்வேறு நாட்களில் இப்படி விவரித்திருக்கிறேன் என்பதை என்னால் இப்போது நினைவுபடுத்திப் பார்க்க முடிகிறது.

ஓவியர் மணியன் செல்வம் தெரியுமல்லவா. ஓவியர் மணியம் அவர்களின் மகன். அப்பா, மகன் இருவரும் சிறந்த ஓவியர்கள். ஒருநாள் காலை நடைப்பயிற்சியின்போது மகன் என்னைச் சந்தித்த போது 'நேற்று நீங்கள் ஆல் இண்டியா ரேடியோவில் பேசியதைக் கேட்டேன். நன்றாக இருந்தது' என்று சொல்லிவிட்டுப் போனார்.

சந்தோஷமாக இருந்தது. அவர் போய்விட்டார். அடுத்து சந்தித்த கல்யாண சுந்தரம் என்ற நண்பர் கேட்டார், 'யாரோடோ பேசிக்கொண்டிருந்தீர்களே. அவர் யார்?'. நான் மணியம் செல்வன் பற்றிச் சொல்லிவிட்டு, அவருக்கு என் பேச்சுகள் பிடிக்கும் என்றேன். அதற்கடுத்து சிலநாட்களில் ஒரு கலை நிகழ்ச்சிக்குப் பார்வையாளராகப் போயிருந்தேன். எப்படியோ பேச்சு ரேடியோ பேச்சுகளுக்கு தாவியது. இப்பவெல்லாம் யார் கேட்கிறார்கள் என்பது போல என்னிடம் பேசிக்கொண்டிருந்தவர் சொல்ல, என்ன அப்படிச் சொல்லிவிட்டீர்கள்! இன்னும்

எவ்வளவோ பேர் தவறாமல் கேட்கிறார்கள். ஓவியர் மணியம் செல்வம் என் பேச்சுக்களை தவறாமல் கேட்பார் என்றேன்.

நீங்கள் கவனித்தீர்களா என்று தெரியவில்லை. முதலில் கல்யாண சுந்தரத்திடம் பிறகு கலைநிகழ்ச்சியில் பார்த்தவருடன் எல்லாம் நான் ஓவியர் சொன்னதையேவா சொல்லியிருக்கிறேன்? நானே பின்னால்தான், அதுவும் இந்தப்பகுதி எழுதும் போதுதான் கவனித்தேன். நான் அவர் சொன்னதைத் தொடர்ந்து மாற்றிச் சொல்லியிருக்கிறேன் என்று.

வரிசையாகப் பார்த்தால் அதில் ஏற்பட்டிருக்கும் மாற்றங்கள் தெரியும்.

1. நேற்று நீங்கள் ஆல் இண்டியா ரேடியோவில் பேசியதைக் கேட்டேன். பேச்சு நன்றாக இருந்தது.

2. மணியம் செல்வத்துக்கு என் ரேடியோ பேச்சுகள் மிகவும் பிடிக்கும்.

3. மணியம் செல்வம் என் பேச்சுகளைத் தவறாமல் கேட்பார்.

மூன்றாவதாகச் சொன்னதில் எவ்வளவு உண்மை?

அவர் சொன்னதை நான் கவனமாகப் பெரிதுபடுத்தி மற்றவர்களிடம் என்னைப் பெருமையாகச் சொல்லிக்கொள்ள வேண்டும் என்று திட்டமிட்டுச் சொல்லவில்லை. ஆனால், ஊன்றிப் பார்த்தால், அடுத்தடுத்து அதைப்பற்றிச் சொல்லும்போது, நானாக சில ஊகங்களையும் சேர்த்துச் சொல்லியிருக்கிறேன் என்று தெரிந்துகொண்டேன்.

பாபநாசம் திரைப்படத்தில்கூட, நடக்காத ஒன்றை நடந்ததாக சில சாதாரண மனிதர்கள், உறுதியாக நடந்ததாக அடித்துச் (சாட்சி) சொல்வார்கள். அவர்களுக்கும் நோக்கம் ஏதுமில்லை. ஆனாலும் அவர்கள் நம்பிக்கை, அவர்கள் சொன்னார்கள்.

இதில் வேடிக்கை என்னவென்றால், அப்படி சம்பவங்கள் நிகழவேயில்லை. ஆனால் நிகழ்ந்ததாக அவர்கள் மனது நம்பி விட்டது. ஆக, எவர் சொல்லுவதும் நூறு சதவிகிதம் நடந்ததாக இருக்க வேண்டியதில்லை. அது அவர்கள் புரிந்துகொண்ட, எடுத்துக்கொண்ட விதம் (அவர்கள் வெர்ஷன்). அவ்வளவுதான்.

மனம் என்ன குப்பைத்தொட்டியா?

இதை The law of garbage truck என்கிறார் டேவிட் ஜே போலே. ‘குப்பை வண்டித் தத்துவம்’ என்று தமிழில் சொல்லலாம்.

தப்பாக வந்த டிரக் டிரைவர் கத்தியதற்கு இவன் பதில் சொல்ல வில்லை. சிரித்துக்கொண்டு போய்விட்டான். ஏன் என்று கேட்டதற்கு 'அவன் குப்பை வண்டிக்காரன். அவனை திரும்ப இடித்தால் நமக்குத்தான் பிரச்னை. அதன் பின்பு அவனைப் போலவே நாமும் குப்பையைத்தான் எல்லோருக்கும் வாரி வழங்கவேண்டியிருக்கும்' என்றான்.

ஏமாற்றம், எரிச்சல், கடுப்பு, வெறுப்பில் சுற்றிக்கொண்டிருக்கும் மனிதர்கள் அப்படித்தான். எங்கே கொட்டலாம் என்று சுற்றிக் கொண்டிருப்பார்கள். நாம் இடம் கொடுக்கக்கூடாது.

கால்பந்தாட்டப் போட்டிகளில் பார்த்திருக்கலாம். சில வீரர்கள் ஆட்டத்தின்போது கீழே விழுந்ததும் எழுவார்கள். உடனே ஓடுவார்கள். ஆடுவார்கள். விழுந்தது பற்றி யோசித்துக் கொண்டிருக்க மாட்டார்கள். தள்ளிவிட்டவருடன் சண்டை போட்டுக் கொண்டிருக்க மாட்டார்கள். நேரம் ஓடிக்கொண்டிருக்கிறது.

சில வெற்றியாளர்களும் இப்படித்தான்.

எண்ணம், உணர்வு, செயல்

என்.எல்.பி. செய்வது, ஒருவருடைய எண்ணங்கள், உணர்வுகள் செயல்கள் ஆகியவை சேர்ந்து எப்படி ஒரு அனுபவத்தை உருவாக்குகின்றன என்பதை வைத்து வேலை செய்கிறது.

இவற்றைத் தாத்பரியங்கள் என்று சொல்லலாம். அனுமானங்கள் என்றும் சொல்லலாம்.

ஒரு குறிப்பிட்ட விதமான எண்ணம், உணர்வு மற்றும் அதனால் செய்யும் செயல்கள் ஒருவிதமான விளைவைத் தருகின்றன. அந்தக் கலவை தரும் விளைவு எப்போதும் ஒரேபோலத்தான்.

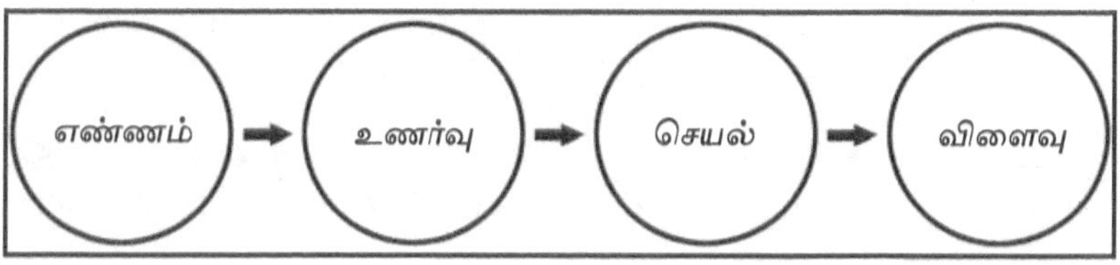

அப்படியென்றால் விளைவை மாற்ற, நாம் நம் எண்ணம், உணர்வு மற்றும் செயல்களை மாற்ற வேண்டும்.

அலுவலகம் கிளம்பும் நேரம் மழை பெய்ய ஆரம்பிக்கிறது. அது பற்றிய சிலருடைய எண்ணம் எப்படியிருக்கும்?

'அடடா! இப்போதுபோய் மழை பெய்கிறதே! எப்படி வெளியே கிளம்புவது? நான் எப்போது வேலைக்குக் கிளம்பினாலும் இப்படி ஒரு தடங்கல் வரும் என்று எனக்குத் தெரியும். நான் ஒரு துரதிஷ்டக்காரன்'.

இப்படி ஒரு எண்ணம் வர, உணர்வு எப்படி மாறும்?

சோர்வாக, எரிச்சலாக, சுயபச்சாதாபத்துடன் கூடிய கோபமாக மாறும்.

இப்படிப்பட்ட உணர்வு வந்தால், செயல் எப்படி அமையும்?

கையிலிருக்கும் பையைத் தூக்கி நாற்காலிமீது விட்டெறிவார். டிபன் கேரியரைத் தூக்கித் தரையில் அடிப்பார். சோபாவில் தொப் என உட்காருவார். அடுத்த பத்து நிமிடத்திற்குக் கிளம்பமாட்டார். அதனால் அவர் பிடிக்க வேண்டிய ரயிலைத் தவறவிடுவார். விளைவு: அன்று அலுவலகத்துக்குத் தாமதமாகப் போவார். அதனால் அபராதம் கட்டுவார். அல்லது கெட்ட பெயர் எடுப்பார்.

ஒருவரால் மழையை நிறுத்த முடியாது. ஆனால் அந்தந்த நேரத்து மழை குறித்த தனது பார்வையை, எண்ணத்தை மாற்றிக்கொள்வதன் மூலம், விளைவு மோசமாவதைத் தடுக்கலாம்.

'ஓ! மழையா! ஓக்கே ஓக்கே. இப்ப என்ன செய்யணும்? குடையை எடுத்துக்கிட்டுப் போகணும். அவ்வளவுதானே. எடுத்துக்கிட்டா போச்சு. நல்ல வேளை. கிளம்புறதுக்கு முன்னாலே ஆரம்பிச்சிடுச்சு, அதனால குடையோட போகலாம்.'

இந்த நினைப்புக்கான உணர்வில் எரிச்சல், இயலாமை, கோபம் இல்லை. இது யதார்த்தம்தான் என்கிற பார்வை. அதனால், குடையைத் தேடி எடுத்துக்கொண்டு விறுவிறுவென கிளம்பச் சொல்லும். தாமதமில்லை. கெட்ட பெயர் இல்லை.

மேலே பார்த்த இரண்டு வகைகள் போக மூன்றாவதாகவும் ஒரு வகை உண்டு. அப்படிப்பட்ட எண்ணங்கள் வரப்பெறுபவர்கள் வித்தியாசமானவர்கள்.

'ஹை ஜாலி. மழையா? கிளைமேட்டே மாறிடுமே. வெயிலின் எரிச்சல், வேர்வை இல்லாம இன்னைக்கு வேலைக்குப் போகலாம். குடை கண்ல பட்டா சரி. இல்லன்னாலும் ஓக்கேதான். கொஞ்சம்

நனைஞ்சா நல்லாத்தான் இருக்கும்.அடிக்கடி கிடைக்காதே இந்த வாய்ப்பு.'

திடீர் மழையின் மீதான வரவேற்கும் பார்வை. மனதில் குதூகலம். சந்தோஷ உணர்வு. விளைவும் சந்தோஷமே.

தமிழ் சமூகத்திலும் அப்படிப்பட்ட பல 'பிரி-சப்போசிஷன்ஸ்' உண்டு. உதாரணத்திற்கு,

> எல்லாம் நன்மைக்கே
> விட்டுக்கொடுத்தவன் கெட்டுப் போனதில்லை

இதெல்லாம் பழமொழிகள் ஆயிற்றே என்று தோன்றலாம். ஆமாம் தமிழில் பல பழமொழிகள் என்.எல்.பி. சொல்லும் 'பிரி-சப்போசிஷன்ஸ்' வகைதான். ஆனால், எல்லாப் பழமொழிகளும் அல்ல.

பிரி-சப்போசிஷன்ஸ்ஸின் முக்கிய அம்சம், அதன் நேர்மறைத் (பாசிடிவ்) தன்மை மற்றும் அப்படி நினைப்பவர் வாழ்வில் ஏற்படுத்தும் விளைவுகள். விளைவுகள் நன்மை தருவதாக இருக்க வேண்டும். உதாரணத்திற்கு 'ஆடு நனைகிறதே என்று ஓநாய் அழுததாம்', 'தொட்டில் பழக்கம் சுடுகாட்டு மட்டும்' என்பதெல்லாம் பழமொழிகள். ஆனால், அவை 'பிரி-சப்போசிஷன்ஸ்' வகை அல்ல. 'ஒன்றுபட்டால் உண்டு வாழ்வு', 'காய்த்த மரம் கல்லடி படும்' போன்றவற்றை 'பிரி-சப்போசிஷன்ஸ்' ஆகக் கருத முடியும்.

8

எதுவும் சாத்தியம்

இரண்டு வயதுக் குழந்தைக்கு அதன் தாய் சாதம் ஊட்டுகிறாள். இடுப்பில் குழந்தை, கையில் கிண்ணம். கிண்ணத்தில் தயிர் போட்டுப் பிசைந்த சாதம். தீர்மானமாய் மாட்டேன் என்கிறது குழந்தை. தட்டிவிடுகிறது. போக்குக் காட்டி வாயில் அரை வாய் திணிக்கிறாள் அம்மா. அதையும் வெளியே தள்ள முயற்சிக்கிறான் குட்டிப்பயல்.

அடுத்த முயற்சியைத் தட்டிவிட, கையிலிருக்கும் சாதம் கீழே விழுந்துவிடுகிறது. அடுத்து என்ன நடக்கும்? ஒருகால் இப்படி நடக்குமோ.

'இவன் சாப்பிடமாட்டான். போக்கிரிப் பயல். விட்டுவிடலாம்' என்று அவனை இறக்கி விட்டுவிட்டு, சாதத்தை அப்படியே வைத்துவிட்டு கையைக் கழுவிவிட்டுத் தொலைக்காட்சி பார்க்கப் போகிறார் அம்மா.

என்ன அதிர்ச்சியாக இருக்கிறதா?

இப்படி நடக்குமா? அதுவும் நம் நாட்டில்! அப்படி நடக்காதல்லவா? அது ஒரு மணி நேரம் இரண்டு மணி நேரமானாலும் விடுவாரா அந்தத் தாய். கணவன் வந்து, 'சரி விடு. பால் குடிக்க வைத்துத் தூங்க வைத்துவிடலாம்' என்றாலும்கூட, அம்மா விடமாட்டாள். பிள்ளை வயிறு காய்ந்துவிடும் என்று மல்லுக்கட்டுவாள்.

தெருவில் பராக்கு காட்டுவாள். கொல்லைப்புறம் கிணத்தடிக்கு அழைத்துப்போவாள். வாசலில் நிற்கும் நாய்க்குப் போட்டு

விடுவேன் என்பாள். பின்பு நாய்க்கு ஒரு வாய், பிள்ளைக்கு ஒரு வாய் என்று புதிய அணுகுமுறையைக் கையாள்வார்.

ஆமாம், கொஞ்சமும் தளராது வெவ்வேறு முறைகளைக் கையாண்டு பார்ப்பாள். தன் குழந்தை சாப்பிடவேண்டும், தன்னால் சாப்பிட வைத்துவிட முடியும் என்ற ஆழ்ந்த நம்பிக்கைதான் அவர்களை அப்படிச் செயல்பட வைக்கிறது.

உலகின் தலைசிறந்த கூடைப்பந்து வீரர்களில் ஒருவராக மைக்கேல் ஜார்டன் சொல்லுவதும் இதே கருத்தை ஒத்ததுதான். 'மக்களால் ஜெயிக்க முடியாமல் போகிறது என்பதை என்னால் புரிந்துகொள்ள முடிகிறது. எனக்குப் புரியாதது என்னவென்றால், அவர்கள் ஏன் தோல்விக்குப் பின் முயற்சிக்காது விடுகிறார்கள் என்பதைத்தான்.'

அவருக்குப் புரிகிறது. ஆனால் வியப்பு காட்டுகிறார். ஜெயிப்போம் என்று நம்பிக்கையிருப்பவர் இப்படியும் ஒரு தோல்வியுடன் முயற்சியை நிறுத்துவாரா? நம்பிக்கை இல்லாதவர்கள்தான் அடுத்தடுத்து முயற்சிக்க மாட்டார்கள்.

There is no failure, only feedback என்பது என்.எல்.பி.யின் ஒரு முன்அனுமானம். 'பிரி-சப்போசிஷன்ஸ்' என்பார்கள். அருமையான நேர்மறைச் சிந்தனைக்கு இந்த வாக்கியம் ஏராளமான பலம் சேர்க்கிறது. ஒரு மாணவன் தேர்வு எழுதுகிறான். நூற்றுக்கு நூறு மதிப்பெண் எதிர்பார்க்கிறான். கிடைக்கவில்லை. அவனுக்குக் கிடைத்திருக்கும் முடிவைப்பற்றி என்ன சொல்லலாம்? அதை எப்படி விவரிக்கலாம்?

பலரும் சுலபமாகத் தோல்வி, பெயிலியர் என்பார்கள். 100க்கு முயற்சித்தான். கிடைக்காததை வேறு எப்படிச் சொல்வதாம்! என்று எகத்தாளமாகக் கேள்வியும் கேட்பார்கள்.

அந்த முடிவு. அவன் பெற்ற மதிப்பெண் 'தோல்வி' அல்ல. அது அவன் எவ்வளவு தூரம் அல்லது எதைச் சரியாகச் செய்யவில்லை என்று எடுத்துக் காட்டுகிறது. அவ்வளவு மட்டுமே. அது ஒரு 'பீட் பேக்' மட்டுமே.

கேட்டுக்கேட்டுப் பழகிப்போனதுதான் என்றாலும் இந்த இடத்தில் தாமஸ் ஆல்வா எடிசனை நினைவுகூறாவிட்டால் நாம் மின்சார விளக்கடியில் உட்கார்ந்து எழுதுவதற்குத் தகுதி இல்லாதவர் ஆகிவிடுவோம். நன்றி மறந்தவராகிவிடுவோம்.

மின்சாரத்தைப் பயன்படுத்தி எதையாவது ஒளிரவைத்து வெளிச்சம் உண்டாக்க வேண்டும் என்ற முயற்சியில் எடிசன் பல ஆண்டுகளைக் கழித்தார். நாள்கள் அல்ல. ஆண்டுகள். ஆராய்ச்சிக்கூடமே கதி. ஆயிரம் பொருள்களை முயற்சித்ததாகச் சொல்வார்கள்.

ஆயிரத்து ஒன்றாவதாக டங்ஸ்டனை முயற்சித்து முடித்ததாக வைத்துக் கொள்வோம்? அதற்குமுன் சோதித்த ஆனால், வைக்கோல், பஞ்சு போன்ற ஆயிரம் பொருள்களும் ஒத்துவரவில்லை. அந்த ஆயிரம் முயற்சிகளும் தோல்வி என்று எடிசன் சொல்லவில்லை. அவ்வளவு பொருள்களும் அத்தனை காலம் எடிசனை அலைக்கழித்து இருக்கின்றன. அசராத எடிசன், அந்த முயற்சிகள் பற்றிச் சொன்னது, எதெல்லாம் எரியாது என்பதை நான் ஆயிரம் முறை தெரிந்துகொண்டேன் என்றார். அதையெல்லாம் பீட்பேக் ஆக மட்டுமே எடுத்துக்கொண்டார். அதனால்தான் அத்தனை முறை முயற்சித்தது மட்டுமல்ல, தனக்கு வேண்டியது கிடைக்கும் வரை முயற்சியை நிறுத்தவேயில்லை. கிடைக்கும் என்ற நம்பிக்கை

எடிசனை விட்டுவிட்டுத் தற்காலத்துக்கு நம்நாட்டுக்கு, மாநிலத்துக்கேகூட வந்து இப்படிப்பட்ட ஒரு உதாரணத்தைப் பார்க்கலாம். ஒரு சங்கீத வித்வான், வயலின் கலைஞர். அதில் உச்சம் தொட்டவர். சிலருக்கு வித்தை கற்றுத் தருகிறார். அவர்களால் சரியாகச் செய்ய இயலவில்லை. அவர்களை மக்கு என்றோ புரிந்துகொள்ள முடியாதவர்கள் என்றோ, அவர்களுக்குக் கற்றுத் தரும் முயற்சி தோல்வி என்றோ விடவில்லை. நான் வேறு எப்படி சொல்லிக் கொடுத்தால் அவர்களால் கற்றுக்கொள்ள முடியும் என்று யோசித்து யோசித்து முன்பு பார்த்த சோறு ஊட்டும் தாய்போல, மாற்றுவழிகளைப் பயன்படுத்தி நினைத்ததைச் சாதித்திருக்கிறார். அவர் பெயர் சொல்லவில்லையோ! லால்குடி ஜெயராமன் அவர்கள்தான், அந்த நம்மூர் எடிசன்.

எதிர்பார்ப்பு செய்யும் மாயம்

எதிர்பார்ப்பு மிக முக்கியம். ஒவ்வொரு இரவும் நினைவுப்படுத்திக் கொள்ளவேண்டும்.

சரியாக நடக்காததைக்கூடச் சரியாக நடந்ததுபோல மறு உருவாக்கம் 'ரீகிரியேட்' செய்துகொள்ளவேண்டும். கற்பனையில், மனத்திரையில்.

எனக்கு வேண்டாம், என்னிடம் இல்லை, என்னால் முடியாது என்பது போன்று யோசிக்கக்கூடாது. என்னிடம் இருக்கிறது, என்னால் முடியும், எனக்குக் கிடைக்கும் என்பதுபோலவே யோசிக்க வேண்டும்.

தொலைக்காட்சிப் பெட்டியில் வேண்டிய சேனல் வைப்பதுபோல மனதில் வேண்டியவிதமாக நேர்மறையாக வைத்துப் பார்க்க வேண்டும்.

நம்மிடம் எல்லாம் இருக்கிறது. நாம் அவற்றைக் கண்டுபிடிக்க வேண்டும். கல்லுக்குள் சிலை இருப்பதுபோல. முயன்றால் கிடைக்கும். கிடைக்கும் என்ற நம்பிக்கையுடனான முயற்சி.

ஒரு பொருட்காட்சிக்குப் போகிறோம். அங்கே பலவும் இருக்கின்றன. இருக்கின்றன என்பது போனதால் தெரிய வருகிறது. ஒருவர் போகவில்லை என்றால் அவருக்குத் தெரியுமா? தெரியாது. அவருக்குத் தெரியவில்லை என்பதால் அங்கே இருப்பதெல்லாம் இல்லை என்றாகிவிடுமா?

தூசு தட்டி எடுப்பது போல

கீழடியில் தமிழர் 2000 ஆண்டுகளுக்கு முன் சிறப்பாக வாழ்ந்ததற்கான அடையாளங்கள் இப்போது கிடைக்கின்றன. எதனால் கிடைத்தன? அகழ்வாராய்ச்சி செய்ததால் கிடைத்தன. செய்திருக்காவிட்டால் கிடைத்திருக்காது. ஆனாலும் அவை உள்ளேயேதான் இருந்திருக்கும்.

இருப்பது வேறு, தெரிய வருவது வேறு.

நம்மிடம் பல பலங்கள் உண்டு. நமக்கே தெரியாமல் இருக்கலாம். கண்டுபிடிக்கவேண்டும்.

சீக்ரெட் புத்தகம் சொல்கிறது. பெரிய சிரமம், தாமதமாகும் என்பதெல்லாம் கிடையாது. எல்லாம் முயற்சியில்தான் இருக்கிறது. சர்வசாதாரணமாகக்கூட முடிந்துவிடலாம்.

வேண்டும் என்று கேட்டால் கிடைக்கும்.

மனதின் வலிமை என்ன தெரியுமா? எதைக் கேட்டாலும் அதனால் தரமுடியும்... குறிப்பாக உடலில் இருந்து. சிலர் அவர்கள் உயிரைக் கூட நீட்டித்துக் கேட்டு வெற்றிபெற்றிருக்கிறார்கள். நம்புங்கள். காரணம், தொடர்புடையவரின் நெருங்கிய உறவினரே என்னிடம் பயிற்சி வகுப்பில் பகிர்ந்துகொண்ட தகவல் இது. பெயர்கள் ஊர் மட்டும் வேறு.

அவர் ஒரு டாக்டர். தமிழர். அவருக்கு கேன்சர் வந்தது நுரையீரலில். அது, மூளைக்கும் பரவிவிட்டது. நான்கு மாதத்தில்

அவர் போய்விடுவார் என்றார்கள். ஆனால் அவர் அதன்பின் பதினைந்து ஆண்டுகள் அதற்கான வைத்தியத்தோடு வாழ்ந்தார்.

இவர் அலோபதி மருந்துகள் எடுத்துக்கொண்டார். ஆனால் அவருக்கு சிகிச்சை அளித்தவர்களே அவர் அதிக நாட்கள், கவனிக்க, அதிகமான நாட்கள் வாழமாட்டார் என்று அவரது குடும்பத்தாரிடம் சொல்லியிருக்கிறார்கள்.

ஆனால் அவர் வாழ்ந்தார்!

அவர் வாழ விரும்பினார். அதற்கான தேவை இருப்பதாக உணர்ந்தார். அந்தக் கோரிக்கையை உடம்பிடம் வைத்தார். வாழ்ந்தார்.

அவருக்கு மனைவி இல்லை. இரண்டு மகள்கள், ஒரு மகன். பிள்ளைகள் மூன்றும் பள்ளியில் படிக்கையில் அவருக்கு கேன்சர் இருப்பது கண்டுபிடிக்கப்பட்டது. அந்தத் துறை வல்லுனர்களிடம் காட்டினார். ஓரளவு சிகிச்சைக்குப் பின்பு அதிலிருந்து மீண்டார். தன் பிள்ளைகளை வளர்த்து சொந்தக் காலில் நிற்கும்வரை தான் அவர்களுக்குத் தேவை என்று நம்பினார். அதுவரை தான் கண்டிப்பாக உயிர் வாழ முடியும் என்று விரும்பினார். உயிர் வாழ முடியும் என்று ஆழமாக நம்பினார். பேசும்போது அடிக்கடி 'நான் வாழ்ந்தாக வேண்டும்' என்ற பொருளில் 'I have to live, I have to live' என்பாராம்.

தன்னுடைய இருப்பு தனது பிள்ளைகளுக்கு அவசியம் தேவை என்று நினைத்ததால், அவர்கள் ஆளாகும்வரை தான் இருக்கவேண்டும், இருப்பேன் என்று உறுதியாக நினைத்தார். அவரது நெருங்கிய உறவினர் ஒருவரிடம் 'நான் ஜெயிப்பேன்' என்று பொருள்படும்படி உறுதியுடன், 'I will win' என்று அடிக்கடி சொல்லியிருக்கிறார். என்னுடைய பயிற்சி வகுப்பில் அந்த உறவினரே பகிந்துகொண்ட தகவல்தான் இது.

கேன்சர் தவிர அவருக்கு சர்க்கரை வியாதியும் உண்டு. அதனால் காலில் பிரச்னை. அதைப்பற்றிச் சொல்லும்போது, 'நான் போராடுகிறேன்' எனும் பொருள்படும் 'I am fighting' என்ற ஆங்கில வார்த்தைகளைச் சொல்லியிருக்கிறார்.

அவரது முதல் மகன் எஞ்சினியர். இரண்டாவது மகன் டாக்டர். ஒரு மகள் பி.இ. ஆர்கிடெக்ட்... கல்யாணம் செய்துகொடுத்து விட்டார். கடைசிப் பெண்ணும் டாக்டருக்கு படித்து முடித்தாகி விட்டது. அவருக்கு அக்டோபர் 2015ல் திருமணம் செய்துவைத்து மகிழ்ந்திருக்கிறார்.

அவர் மிகவும் விரும்பியதை, செய்யமுடியும் என்று நம்பியதை அவரது உடம்பு செய்துகொடுத்திருக்கிறது. பள்ளிக்கூட பிள்ளைகளாக இருந்த அவருடைய பிள்ளைகளை ஆளாக்கி விட்டார். அவ்வளவு காலமும் உடம்பு ஒத்துழைத்திருக்கிறது.

அவர், தனது உடம்புக்குச் சொல்லியதுதான் 'நான் வாழ்ந்தாக வேண்டும்' என்ற செய்தி. அவர் அதை அவருடைய உடலிடம் வேண்டுகோளாக வைத்திருக்கிறார். அல்லது உடம்புக்குக் கட்டளையிட்டிருக்கிறார். அவர் சொன்னதை எப்படி வேண்டுமானாலும் எடுத்துக்கொள்ளலாம். ஆனால், அவர் தனது நோய்வாய்ப்பட்ட உடம்பிடம் தெளிவாகத் தெரிவித்துவிட்டார். அதைவிட அதிசயம், அவர் வேண்டுகோள் ஏற்கப்பட்டது.

ஆம், உடம்புக்குத் தெரிவிக்க முடியும். அதைவிடப் பெரிய உண்மை, உடம்பு புரிந்துகொள்ளும். அவற்றைவிட அதிசயம், உடம்பு அதற்கு உடன்படும், ஒத்துழைக்கும்.

அதன் பிறகு அவர் அந்த உறவினரிடம் சொல்லிய வார்த்தை களைப் பாருங்கள். 'நான் இப்போது திருப்தியாக இருக்கிறேன், 'I am satisfied' என்று சொல்லியிருக்கிறார்.

வயது 68 ஐத் தாண்டிவிட்டது. தொடர்ந்து மருத்துவர் வேலை பார்த்திருக்கிறார். அதன்பின் பேரன் பிறந்தால் நன்றாக இருக்கும் என்று சொல்லியிருக்கிறார். கர்ப்பமான செய்தி கேட்டு, பேரனோ பேத்தியோ வரப்போகிறார்கள் என்று தெரிந்து, 'இது போதும் (சபீஷியண்ட்) என்று சொல்லியிருக்கிறார். அதோடு முடிந்தது.

முடித்தது யார்? அவரது உடம்பு. காரணம்? மனது போதும் என்று சொல்லிவிட்டது.

சென்னையில், பொதுத்துறை நிறுவனம் ஒன்றில் பல ஆண்டுகள் வேலை செய்தவர் அவர். நல்ல வாட்டசாட்டமாக இருப்பார். எடை, 100 கிலோ இருக்கும். பெரிய மீசை வைத்துக்கொண்டு ஆள் கம்பீரமாக உலா வருவார். திடீரென்று அவரது உடல் எடை குறைய ஆரம்பித்தது. சோதித்ததில் ஆசனவாயில் கேன்சர் வந்திருந்தது தெரியவந்தது. மனிதர் கலங்கிவிட்டார். தன்னைக் கவனித்துக்கொள்வதையே நிறுத்திவிட்டார். கவலை.

அவரைப் பார்த்த அவருடைய நண்பர் விவரம் தெரிந்துகொண்டு அவருக்கு ஒரு ஆலோசனை சொல்லியிருக்கிறார். 'பாண்டியா, என்ன ஆனாலும் மீசையை மட்டும் எடுக்காதே'.

பாண்டியன் மீசையை எடுக்கவில்லை. அதன் அளவையும் குறைக்கவில்லை. அவரது நோயின் தன்மை அறிந்து நிர்வாகமும் அவருக்குச் சில சலுகைகள் வழங்கியது. முழு நேரமும் அலுவலகத்தில் இருக்கவேண்டியதில்லை. வேலை ஏதும் செய்ய வேண்டாம். ஆனால், தினசரி வரவேண்டும்.

ஆட்டோவில் வந்து, வந்ததற்கான அடையாளமாக, டைம் கிளாக்கில் ஒரு பஞ்ச் மட்டும் அடித்துவிட்டுப் போவார். அலுவலகத்தில் இருக்கும்போது கழிப்பறையில் இருக்கும் முகம் பார்க்கும் கண்ணாடி முன்பு நின்று முன்போலவே பெரிய மீசையை முறுக்கிவிட்டுக்கொள்வார். இப்படியே ஓடிக்கொண்டிருந்தது.

என்ன காரணத்தாலோ ஒரு நேரம் மீசை எடுக்கவேண்டி வந்து, எடுத்துவிட்டார். அதற்கு அடுத்த ஒரு வாரத்தில் மனிதர் மெலிந்து நலிந்துபோனார்! அதன்பின் சிலநாட்களில் இறந்துபோனார்.

மீசையைக் கண்ணாடியில் பார்க்கையில் அவர் நன்றாக இருப்பதாக அவர் மனம் புரிந்துகொண்டது. கதை ஓடியது. மீசை போனது, அதனால் அவரது மனதிற்குப் போன செய்தி மாறிப்போனது. நோயிடம் தோற்றுப்போனார்.

மனம் எதை உண்மையென நம்புகிறதோ அதை உருவாக்க வல்லது. அந்த நம்பிக்கையின் ஆழத்திற்கேற்ப உருவாக்கத்தின் தன்மையும் இருக்கும். 'உஷார் உள்ளே பார்' புத்தகத்தில் நான் என்னுடைய சொந்த அனுபவம் ஒன்றை 2006ல் எழுதியிருப்பேன்.

கோவை அருகே ஒரு தீம் பார்க்குக்குப் போயிருக்கையில் அங்கே ஒரு விளையாட்டு. ஒரு திரையரங்கு போன்ற இடத்தில் அமர வைத்து ஒரு படம் காட்டினார்கள். அதற்கு முன் அமர்ந்தவர்கள அனைவருக்கும் இருக்கையோடு சேர்த்துக்கட்டும் சீட் பெல்ட் போட்டார்கள். அவர்கள் திரையிட்ட படம் ஒரு ரயில் பயணம். அது தரையில் போகும் ரயில் அல்ல. அதன் தண்டவாளங்கள் வானில். அங்கிருந்து பாதாளத்தில். இப்படியாக ஒரு ரோலர் கோஸ்டர் ரைடு. மேலும் அந்தப் படம் எடுத்த கேமரா செய்யும் விளையாட்டில் நாம் மேலேபோய் அங்கிருந்து கீழே விழுவது போன்ற பிரமை. போதாததற்கு நாம் அமர்ந்திருக்கும் சீட்டை அவர்கள் மிஷின் வைத்து இப்படியும் அப்படியும் சாய்த்து, தவிர திரையரங்கம் முழுக்க படுவேகத்தில் காற்று. கூடவே சத்தம்.

படம் முடிந்தபோது பலருக்கும் வேர்த்து விறுவிறுத்துப் போயிருந்தது.

திரை எங்கோ 10 அடி தூரத்தில். நாம் சௌகரியமான நாற்காலியில். கொஞ்சம் ஆடினால்தான் என்ன? ஆனால் மனசு பயந்த பயம்... வேர்வை வெள்ளம், நெஞ்சு படபடப்பு. விழுந்துவிடுவோமோ என்ற பயத்தில் கைகள் நாற்காலியை இறுகப் பற்றிக்கொள்கின்றன.

உடலில் மட்டும்தான் நம் நம்பிக்கையின் விளைவுகள் வெளிப்படும் என்பதில்லை. எல்லாவற்றிலும் நம் நம்பிக்கைகளின் ஆதிக்கம் உண்டு. எதை நம்புகிறோமா அதற்கேற்ற தன்மைகளை நாம் நம்மிடம் உருவாக்கிக் கொள்கிறோம்.

நம்புவது நடக்கும்

'ஒரு யோகியின் சரித்திரம்' என்ற தமிழ்ப் புத்தகம் படித்திருக்கிறீர்களா? பரமஹம்ச யோகானந்தர் அவர் வாழ்க்கை பற்றி எழுதியது. 'ஆட்டோ பயோகிராபி ஆஃப் எ யோகி' என்று ஆங்கிலத்திலும் கிடைக்கிறது. 'ஒரு யோகியின் சரித்திரம்' தமிழில் அற்புதமான மொழிபெயர்ப்பு.

அவர் யோகி ஆகி அமெரிக்காவின் கலிபோர்னியாவில் பெரும் மடம் ஸ்தாபித்தது, பல நாட்டு மக்களையும் சீடர்களாகப் பெற்று வழிநடத்தியது எல்லாம் இங்கு தேவையில்லாதது. அதற்கெல்லாம் முன்பு அவரது பால்ய பருவத்தில் நடந்த ஒரு சம்பவத்தை அவர் அந்தப் புத்தகத்தில் விவரித்திருக்கிறார்.

யோகானந்தர் அப்போது சிறு பையன். அவரது தமக்கையார், அக்காவின் பெயர் உமா. ஒருநாள் உமா அவரது காலில் களிம்பு ஒன்றைத் தடவிக்கொண்டிருப்பதை யோகானந்தர் பார்க்கிறார். 'ஏன் அக்கா சும்மா இருக்கும் காலில் களிம்பு தடவுகிறாய்?' என்று கேட்கிறார். 'இல்லையடா தம்பி, நாளை இங்கே கட்டி வரப்போகிறது!' என்கிறார் அக்கா.

மறுநாள் அவருக்கு நிஜமாகவே அந்த இடத்தில் கட்டி வருகிறது. யோகானந்தர் அதைப் பார்த்து மலைக்கிறார். வேறு ஒருநாள் அக்காவும் தம்பியுமாக பஞ்சாபில் உள்ள லாகூரில் அவர்கள் வீட்டு மாடியில் நின்றுகொண்டிருக்கிறார்கள். அக்காள் உமா ஏதோ யோசனையில் ஆழ்ந்திருப்பதாக தம்பிக்குப் படுகிறது. கேட்கிறார், 'என்ன யோசனையில் ஆழ்ந்திருக்கிறாய் அக்கா?'

‘ஒன்றுமில்லை. நான் கேட்பதையெல்லாம் தெய்வத்தாய் கொடுக்கிறார்களே, அதைப் பற்றித்தான் யோசித்துக் கொண்டிருக்கிறேன்.’

அக்கா உமா இப்படிச் சொன்னதைக் கேட்டு, சிறுவன் யோகானந்தருக்கு ஆச்சரியம். ‘என்ன! அக்கா கேட்பதையெல்லாம் தெய்வம் கொடுக்கிறதாமே?’ அப்போது கீழே வீதியில் சிலர் பட்டம் விட்டுக் கொண்டிருப்பது தெரிகிறது. யோகானந்தர் கேட்கிறார், ‘நீ கேட்பதையெல்லாம் தெய்வத்தாய் கொடுப்பது உண்மையானால், எங்கே அந்தப் பட்டத்தை உனக்குத் தரச்சொல் பார்க்கலாம்?’

அதுசமயம் கண்ணில்பட்டது அதுதான். கேட்டுவிட்டார்.

‘அது உனக்குக் கிடைக்கிறதா பார்க்கலாம்.’

‘ஏன் தரமாட்டாள்?’ - என்று வியப்புடன் திருப்பிக் கேட்கிறாள் உமா. அவ்வளவு நம்பிக்கை.

இருவரும் அமைதியாக வீதியையே பார்க்கிறார்கள். பட்டங்கள் மேலே பறந்து கொண்டிருக்க, ஒன்றோடொன்று குறுக்காக நகர்ந்து, உரசி, உரசி ஒரு பட்டம் நூல் அறுகிறது. நூல் அறுந்த பட்டம் பறந்து பறந்து, அட, அதன் நூல் முனை யோகானந்தர் கைக்கெட்டும் தூரத்துக்கு மாடிக்கே வந்துவிடுகிறது. பிடித்து விடுகிறார் யோகானந்தர்.

வியப்புதான். ஆனாலும் முழுவதும் நம்பாமல், ‘இது தற்செயலாகவும் நடந்திருக்கலாம் அல்லவா? இரண்டாவதாக இன்னொரு பட்டமும் தருவாளா உன் தாய்?’ என்று கேட்டு விட்டான் தம்பி.

என்ன அதிசயம் இரண்டாவது பட்டமும் அப்படியே அறுபட்டு நகர்ந்து பறந்துவந்து சுருக்கு உருவாகி யோகானந்தர் கையில் நூலின் முனையை எட்டுகிறது.

நம்பினோர் கெடுவதில்லை என்று இதை எழுதிக் கொள்வதா? அல்லது நம்பிக்கைகள் நிறைவேறியே தீரும் என்று சொல்வதா? எப்படி வேண்டுமானாலும் எடுத்துக் கொள்ளலாம்.

இப்படிக்கூட நடக்கும்!

சீக்ரெட் என்ற புத்தகத்தில் வரும் ஒரு நிகழ்வும் இதுபோன்றதே. ஜியன்னி என்கிற பெண்மணி பாப் ப்ராக்டர் என்பவரை சந்திக்க

விரும்புகிறார். பாப் ராக்டர் பிரபலமானவர், சாதனையாளர். ஜியன்னி சாதாரணப் பெண்மணி. எப்படியும் பாப் ராக்டரை சந்திக்க வேண்டும் என்று நினைக்கிறார்.

ஒருநாள் அவருக்கு கூரியரில் ஒரு தபால் பட்டுவாடா செய்யப்படுகிறது. ஆனால் அது அவருக்கு வந்ததில்லை என்பதை சிறிதுநேரம் கழித்துதான் ஜியன்னி தெரிந்துகொள்கிறார். பெறுநர் முகவரியில் வேறு எவர் பெயரோ எழுதியிருக்கிறதே என்று, பெயரை சரியாகப் படித்துப் பார்த்தால், அட! அது பாப் ராக்டருக்கு வந்த கூரியர். ஆமாம், அவர் சந்திக்கத் துடித்துக்கொண்டிருக்கும் அதே பாப் ராக்டருக்குதான்.

முகவரியைப் பார்க்கிறார். அவர் வசிக்கும் அதே தெரு, சில வீடுகள் தள்ளி. அதனால்தான் தவறுதலான பட்டுவாடா. தானே நேரில் கொண்டுபோய்க் கொடுத்துவிடலாம் என்று கிளம்பிப் போகிறார். பிரபலமான பாப் ராக்டர் மாதத்தில் பெரும்பாலான நாட்கள் ஊரில் இருக்க மாட்டார். இன்று எப்படியோ!

இவர் கதவைத் தட்டியதும் திறந்தது, சாட்சாத் அதே பாப் ராக்டர்தான். என்ன அதிசயம் இது! இவ்வளவு நாட்களும் இதே தெருவில்தான் இருவரும் குடியிருந்திருக்கிறார்கள். ஆனால், சந்திக்க விழைந்து ஆழமாக விரும்பிய உடன், அவர் பெயருக்கு வரும் கூரியர் சரியாக இவர் வீட்டிலா தரப்பட வேண்டும்! இவர் போகும் நேரம் அவர் சரியாக வீட்டில் இருக்க வேண்டும்? எல்லாம் நடந்திருக்கிறது. தீவிரமான நம்பிக்கை செய்த வேலை.

என்னுடைய தந்தையுடன் பிறந்த மூத்த சகோதரி, எங்கள் அத்தை. அத்தையின் கணவர் லட்சுமணன். மனைவி இறந்த பிறகு சுமார் 25 ஆண்டுகள்வரை வாழ்ந்தவர். தனது 90வது வயதில்தான் மறைந்தார். சில ஆண்டுகளுக்கு முன்பு நான் அவரிடம் பேசிக் கொண்டிருக்கையில் அவர் சொன்னது இங்கே குறிப்பிடத்தக்கது.

'தம்பி, நான் முதல் நாள் படுக்கப் போகும்போது தேவியை வணங்கிவிட்டுப் படுப்பேன். மறுநாள் காலை எழுந்து வெளியே கிளம்பும்போது தேவியிடம் (சாமியிடம்) சொல்வேன், 'அம்மா நான்..... ஊருக்குப் போகிறேன். எனக்குச் சரியான பஸ் கிடைக்கணும். பஸ்சில் உட்கார இடம் கிடைக்கணும். நான் பத்திரமாப் போயிட்டு பத்திரமா வரணும்'. இப்படிச் சொல்லி விட்டுக் கிளம்பிப் போவேன். எனக்குச் சரியான பஸ், வசதியான பிரயாணம் அமையும். எப்பவும்' என்றார். மேலும் 'தேவிகிட்ட சொல்லிட்டா போதும். அவ எனக்கு எப்பவும் கேட்டதைத்

தருவாள். நான் காசு பணம்போல எதையும் கேக்கிறதில்ல. ஆனா நான் கேட்பதை அவள் கண்டிப்பாகத் தருவாள்'

ஒரு திருமண வீட்டு நிகழ்ச்சியில் அருகருகே, ஜமுக்காளத்தின்மீது சம்மணம் இட்டு அமர்ந்திருக்கையில் அவர் இப்படிச் சொன்ன போது, அவர் சொற்களில் மட்டுமல்ல, அவர் கண்களிலும் ஓர் உறுதியும் அசைக்க முடியாத நம்பிக்கையும் நான் பார்த்து அதிசயித்தேன்.

நாட்டுக்கோட்டை நகரத்தார்கள் பர்மா, மலேசியா, சிங்கப்பூர் போன்ற நாடுகளுக்கு நூறு ஆண்டுகளுக்கு முன்பே வியாபாரம் செய்வதற்குப் போனவர்கள். இப்போதைய விஞ்ஞான வளர்ச்சி யில்லாத காலகட்டத்திலேயே 'கொண்டு விற்கப்' போனவர்கள்.

போனால், அடிக்கடி திரும்பி வரமுடியாது. ஆறு மாதமோ, சில ஆண்டுகளோ ஆகிவிடும். கடுதாசிகள்தான் தகவல் பரிமாற்றத்துக்கு. எல்லாவற்றையும்விட கடுமையான கடல் பயணம். ஆனாலும் பிழைப்பதற்காக, பொருள் ஈட்ட, குடும்பத்துக்காக என்று பல்வேறு காரணங்களுக்காகத் துணிந்து போவார்கள். போகிறவர் கள் சொல்லும் வாசகம், 'செட்டிக் கப்பலுக்கு செந்தூரான் துணை' செந்தூரன் என்றால் திருச்செந்தூர் முருகன்.

அவ்வளவு கடுமையான பயணத்துக்குக் கிளம்புபவர் மனம் சஞ்சலப்படக்கூடாது. வழி அனுப்பி வைப்பவர்களும் அஞ்சக் கூடாது. தைரியமாக, துணிச்சலாகக் கிளம்ப அவர்களுக்கு நம்பிக்கை கொடுத்தது, கடவுள் நம்பிக்கை. 'நமக்கு எந்தத் தீங்கும் வராது. கடவுள் காப்பாற்றுவார்' என்று அவர்கள் வலுவாக நம்பினார்கள். உலகின் மிகப் பெரும் நம்பிக்கை மருந்து, கடவுள்தானே.

அந்த நம்பிக்கையை மனதில் ஏற்றிக்கொள்ள ஆழ் மனதிற்குப் புரியவைக்க, அதற்குச் செய்தி தெரிவிக்க, 'கொண்டு விற்க'ச் செல்லும் முன் காவடி எடுப்பார்கள். பல நாட்கள் ஏன், சில மாதங்கள்கூட விரதம் இருப்பார்கள். இறை நினைப்பும், நம்பிக்கையும் மட்டுமே மனத்தில். பின்பு தினசரி, காலையும் மாலையும் சுத்தமாகக் குளித்து, சைவம் மட்டுமே உண்டு, தினமும் வழிபட்டுப் பின், காவடி தூக்கி கால்நடையாக ஏழு நாட்கள் நடந்து பழனி முருகனை வழிபட்டுவிட்டுக் கொண்டு விற்கக் கிளம்புவார்கள்.

இவ்வளவும் செய்யச் செய்ய, மனதிற்குள் ஆழமான நம்பிக்கை உருவாகி இறுகிவிடும். இறைவன் பார்த்துக் கொள்வான் என்று. அதனால் துணிச்சலும், தொடர்ந்து வெற்றியும் வரும்.

செட்டிநாட்டுப் பக்கம் மட்டுமல்ல, தமிழகம் முழுவதுமே இப்படிப்பட்ட நம்பிக்கைகள் உண்டு. வீடுகளில் குழந்தைகள் அல்லது வேறு எவரேனும் உடல்நலக் குறைவால் தொடர்ந்து சிரமப்பட்டுக் கொண்டிருக்கும்போது, வைத்தியம் பலனளிக்காத போது, வீட்டுப் பெரியவர்களில் சிலருக்கு சாமி வருவதுண்டு. பெரியவர்கள் மட்டுமல்ல, நடுத்தர வயதினரில் சிலருக்குக் கூட சாமி வரும்.

சாமி வருவதென்றால், சிலிர்த்துக்கொண்டு, உக்கிரமாக ஏதாவது சொல்வார்கள். 'நல்லா இருப்பான். குலதெய்வத்துக்குப் படையல் போடு' என்பதுபோல ஏதாவது அந்தச் சந்தர்ப்பத்துக்கு ஏற்ற சொல் சொல்வார்கள். சொல்லும்போது சத்தம் அவர்களின் இயல்புக்கு மாறாகக் கூடுதலாகவும் அதட்டலாகவும்கூட இருக்கும்.

கோவில்களில் சாமி ஆடுபவர்கள் சொல்வார்களே அதேபோலத் தான் இதுவும். சொன்னபிறகுதான், அப்படி 'கத்தியவர்கள்' சகஜநிலைக்கு வருவார்கள். மயங்கிக்கூட விழுவார்கள். எழுந்ததும் நான் என்ன செய்தேன், சாமி என்ன சொல்லியது என்று கேட்பார்கள். ஆமாம், அவர்களுக்கே அவர்கள் சொன்னது தெரியாது, நினைவிருக்காது. ஒரு வேகத்தில் சொல்வார்கள்.

அப்படி அவர்கள் சொல்லக் கேட்டதும், துன்பப்பட்டுக் கொண்டிருந்தவருக்குப் பெரிய ஆறுதலும் நிம்மதியும், அதைவிட முக்கியமாக நிலைமை சரியாகிவிடும் என்ற நம்பிக்கையும் வரும். மனக் கலக்கம் போய்விடும்.

'அவன் பார்த்துக் கொள்வான்' என்பதைவிட ஆறுதலான செய்தியும் புரிதலும் ஏதும் உண்டா. எல்லாம் செய்ய வல்லான், பார்த்துக் கொள்வான் என்று மனதுக்குத் தெரிந்து போனதும் பய மேகங்கள் கலைந்து ஓடியே விடும்.

ஊர்களுக்குக் கிளம்பும்போது, புதிய தொழில் வியாபாரம் தொடங்கும்போது, பள்ளி கல்லூரிகளில் சேரும்போது என எல்லா முக்கியமான நேரங்களிலும் பெற்றவர்கள் பெரியவர்களிடம் ஆசி பெறுவதும் இவ்வகை நம்பிக்கை சார்ந்ததே. அவர்கள் ஆசீர்வதித்துவிட்டால், வாழ்த்திவிட்டால், அதன்படியே எல்லாம்

நன்றாக நடக்கும் என்பது பலரின் தீராத அசைக்க முடியாத நம்பிக்கை.

அதைப் பெறவே காலில் விழுவது, வணங்குவது, தாழ்ந்து நிற்பது. ஆசி பெற்றதும் ஒரு நிம்மதி. இது, மதம் சார்ந்ததல்ல. கலாச்சாரம் சார்ந்தது. தமிழ் சமூகத்தில் பல இடங்களிலும் இதைத் தாராளமாகக் காணமுடியும்.

ஆமாம், இப்படி நம்பிக்கை வந்துவிட்டால், எப்படி நிம்மதி வருகிறது. அப்படி என்ன இருக்கிறது இதில்?!

பேசுவது நடந்துவிடும். எச்சரிக்கை!

சிலர் வாய்களில் இருந்து எப்போதும் நல்ல வார்த்தைகளே வராது. எனக்கு அது கிடைக்கவில்லை. இது கிடைக்கவில்லை. என்னிடம் பலவும் இல்லை என்று எப்போதும் சொல்வார்கள். எது கிடைத்த பின்பும், அவர்கள் தேவை அப்படி என்பது மட்டுமில்லை. இல்லாததைக் குறையாகச் சொல்லிச் சொல்லி தங்களுக்குத் தாங்களே ஆறுதல் காண்பவர்கள்.

இந்த இல்லை புராணம், இல்லாமலேயே பண்ணிவிடும் ஆபத்து உண்டு என்று அவர்களை பெரியவர்கள் கடிந்து கொள்வார்கள். ‘ஏன் எப்பப் பார்த்தாலும் இல்லை இல்லைன்னு அழுகிறாய்?’ என்று கடிந்துகொள்வார்கள்.

சீக்ரெட் புத்தகம் சொல்வது, பெரியவர்கள் சொல்வதுடன் ஒத்துப்போகிறது. எது இல்லை என்று நினைக்காதீர்கள். அந்த இடத்தில் எது வேண்டும் என்று நினையுங்கள் என்கிறது சீக்ரெட் புத்தகம். ‘லா ஆஃப் அட்ராக்ஷன்’ என்று ஒரு விதி. மனது எதைத் தீவிரமாக நினைக்கிறதோ அதை இந்தப் பிரபஞ்சத்தில் இருந்து அந்த எண்ணமே இழுத்துவந்து சேர்த்துவிடுமாம். அதுதான் ’லா ஆஃப் அட்ராக்ஷன்’ தமிழில் ஈர்ப்பு விதி என்று சொல்லலாம்.

சிலர் விளையாட்டாக எதையாவது பேசுவார்கள். வார்த்தைகள் விபரீதமாக இருக்கும். வீட்டில் உள்ள பெரியவர்கள் கண்டிப்பார்கள். இப்படித் துக்கிரித்தனமாகப் பேசாதே என்று. அப்படிப் பேசுவது நடந்துவிடும் என்பது அவர்கள் அச்சம். அப்படிப்பட்ட பேச்சுகளே கூடாது என்பார்கள். நல்லதையே பேசு, நல்லதையே நினை என்பார்கள்.

எதை எதிர்பார்க்கிறோமோ அது நடந்துவிடும் சாத்தியம் உண்டு என்று நம்மவர் எச்சரிக்கை உணர்வு. எதிர்பார்ப்பவை நிச்சயம் நடக்கும் என்பது பிரபஞ்சத்தின் ஈர்ப்புவிதி.

இது எப்படி என்று யோசித்துப் பார்த்தால் இப்படித் தோன்றுகிறது. நாம் ஒரு பொருட்காட்சிக்குப் போகிறோம். அங்கே நூற்றுக்கணக் கான ஸ்டால்கள் அமைக்கப்பட்டிருக்கின்றன. நாம் எந்த ஸ்டாலுக்கும் போகலாம். எல்லா ஸ்டால்களும் இயங்கிக் கொண்டிருக்கின்றன. நாம் நினைக்கும் ஸ்டாலுக்குப் போகிறோம். அதேபோலத்தான் உலகில் நமக்கு நடக்கும் பலவும். நாம் விரும்பி ஒரு குறிப்பிட்ட ஸ்டாலுக்குப் போவதுபோல, நாம் நினைத்து ஒரு விஷயத்தை நமக்கு நடக்க வைக்கிறோம் என்பதும்.

உலகில், பெரியது, கடினமானது, முடியாதது என்றெல்லாம் எதுவும் இல்லை. எல்லாவற்றுக்கும் தேவை முயற்சிதான். வெளிநாட்டில் விமானங்களுக்கு எரிபொருள் நிரப்பும் பெட்ரோல் பம்பில் வேலை பார்த்த திருபாய் அம்பானி கச்சா எண்ணெய் சுத்திகரிப்பு ஆலையை (ரிஃபைனரி) தள்ளி நின்று பார்த்து, தானும் ஒன்று ஆரம்பிக்க வேண்டும் என்று நினைத்தார். முடியும் என்று நினைத்தார். நம்பினார். முயற்சித்தார். நடந்தது. நினைத்ததைச் சாதிக்க முடிந்தது. நடக்கும். எதுவும் நடக்கும். நிச்சயம் நடக்கும். நினைப்பு முக்கியம்.

தமிழில் இரண்டு அற்புதமான பாடல்கள் உண்டு. ஒன்று வேண்டாம் வேண்டாம் என்று முடியும் பாடல்கள் என்று ஏற்கெனவே பார்த்தோம். ஆக நேர்மறையாக வேண்டுவன பற்றி மட்டுமே சிந்தனை இருக்க வேண்டும். இதை உறுதி செய்வதற்காகவே 'ஆட்டோ சஜஷன்', 'அபர்மேஷன்' போன்ற வழிமுறைகளைப் பரிந்துரைக்கிறார்கள்.

நம்பிக்கையின் வலிமை

ஓர் ஊரில் ஒரு சாமியார் இருந்தார். அவர் மாலை நேரங்களில் ஊர்க் காவல் மண்டபத்தில் மக்களுக்குச் சொற்பொழிவுகள் ஆற்றினார். பலவற்றைத் தனது பிரசங்கங்களில் சொல்லிவந்த அவர், அவ்வப்போது மனிதர்களால் தண்ணீரின் மீது நடக்க முடியும் என்று சொன்னார். அவர் பேச்சுகளைப் பலரும் கேட்டார்கள்.

அவர் சொல்வதையெல்லாம் முழுமையாக ஏற்றுக்கொண்ட ஒரு இளைஞன், அவர் சொன்னவற்றைத் தினசரி செய்து பழக ஆரம்பித்தான். பலவற்றையும் செய்த அவன் தண்ணீரின் மீது நடப்பதையும் முழு நம்பிக்கையுடன் முயற்சி செய்தான். சில மாதப் பயிற்சிக்குப்பின் அவன் தண்ணீரின் மீது நடக்க ஆரம்பித்தான். இதைப் பார்த்து அதிசயித்த ஊர் மக்கள் அவனைப் பற்றிச் சாமியாரிடம் கூறினார்கள். அவருக்கும் ஆச்சரியம்.

அவனை அழைத்து, நடக்கச் சொல்லிக் கேட்டுக்கொள்ள அவன் அவர் முன்பாகத் தண்ணீரின் மீது நடந்தார். வியப்பு மேலிட்ட சாமியார் கேட்டார், ‘இது எப்படியப்பா சாத்தியமாயிற்று! ஏதும் தந்திரமா அல்லது உண்மையிலேயே நீ நடக்கிறாயா?’

இப்போது அந்த இளைஞன் முகத்தில் அதிர்ச்சி. ‘என்ன சாமி இப்படிக் கேட்கிறீர்கள்? உங்களுக்குத் தெரியாததா? நானே நீங்கள் சொன்னதை நம்பித்தான் நடக்கப் பழகினேன். இப்போது நடக்கிறேன்’ என்றான்.

அவர் சொன்னாரே தவிர, மனதார நம்பவில்லை. அதனால் அவரால் நடக்க முடியாது. அவன் கண்மூடித்தனமாக நம்பினான். நடந்துவிட்டான் என்று முடியும் அந்தக் கதை. கதைதான் என்றாலும் நம்பிக்கையின் வலிமையைக் காட்டும் கதை.

கட்டுப்படுத்தும் எண்ணங்கள்

தண்ணீர்மீது நடக்க முடியும் என்ற நம்பிக்கை நடக்க வைத்ததைப் போல, முடியாது என்று நம்பிவிட்டால், முடியக் கூடியவையும் முடியாமல் போகும். உங்களால் உங்கள் கைகளைத் தூக்க முடியாது. நான் என் மந்திரசக்தியால் கட்டி வைத்திருக்கிறேன் என்று எந்தச் சாமியாராவது அழுத்தம் திருத்தமாகச் சொன்னால், சாதாரணமாகத் தூக்கக்கூடிய கையைத் தூக்கினால்கூட பாரமாகத் தோன்றலாம். எண்ணம் அப்படிச் செய்யும்.

ஒன்று நடக்கும், அது நடப்பது சாத்தியம் என்று தோன்றினால், அப்போது நாம் எடுக்கும் முயற்சிகள் முழுமூச்சாக இருக்கும். நம்பிக்கையில்லாதபோது அல்லது முழுவதும் நம்பாதபோது வருவது சாதிக்க வைப்பதாக இருக்காது.

எதிர்பார்ப்பது நடக்கும்

எல்லாம் தலைவிதிப்படி நடக்கும் என்று சொல்பவர்கள் இருக்கிறார்கள். அவர்களும் அபார நம்பிக்கை உள்ளவர்கள்தான். அவர்கள் நம்பிக்கை விதிப்படி நடக்கும் என்பது. மேலை நாடுகளிலும் இதை நம்புபவர்கள் உண்டு. அவர்கள் இதற்குச் சொல்லும் பெயர் ‘டெஸ்டினி’.

விதியை நம்புபவர்களுக்கு என்ன நடக்கும் என்று தெரியாது. ஆனால் எது நடந்தாலும் அது முன்கூட்டியே தீர்மானிக்கப்பட்டு எழுதி வைக்கப்பட்டுவிட்டது என்று அதை அப்படியே ஏற்றுக் கொள்வார்கள்.

நாம் அவர்களை அவர்களின் (விதிப்) போக்கில் விட்டுவிடுவோம். விதி பற்றி ஆழ்ந்த நம்பிக்கையில்லாதவர்களுக்கு என்ன நடக்கும்?

இதற்கான பதில் என்ன தெரியுமா? அவர்கள் என்ன எதிர்பார்க்கிறார்களோ, அல்லது எதை நினைத்து அச்சப்படுகிறார்களோ அது நடக்கும்!

முன்பு பார்த்த ஈர்ப்பு விதியின்படி மட்டுமல்ல, என்பதுதான் இதில் கூடுதல் சுவாரஸ்யம். அதெப்படி என்று புருவம் உயர்த்துகிறீர்களா? அமைதி அமைதி. இதன் பெயர் பிளாசிபோ எபெக்ட் - Placebo effect. மருத்துவ உலகில் பிரபலம்.

என்ன விளைவு இருக்கும் என்று எதிர்பார்க்கிறோமோ, நம்புகிறோமோ அந்த விளைவு ஏற்படும் என்பதுதான் அந்த விளைவு. இதை ரெஸ்பான்ஸ் எக்ஸ்பெக்டென்சி - Response expectancy - என்கிறார்கள். உடல் நலமில்லை என்று மருத்துவர்களைப் பார்க்க வந்த சிலரிடம் இந்தச் சோதனைகளைச் செய்து பார்த்திருக்கிறார்கள்.

அவர்களுக்கு மாத்திரை போன்றவற்றை - கவனிக்க மாத்திரை அல்ல - கொடுத்து மூன்று நாள், மூன்று வேளை சாப்பிட்டபின் எல்லாம் சரியாகிவிடும் என்பதுபோலச் சொல்லி உறுதி கொடுத்து அனுப்பியிருக்கிறார்கள். என்ன அதிசயம், அப்படி மாத்திரை போன்ற வெறும் மாவு வில்லையைச் சாப்பிட்டவர்களும் குணமாகியிருந்தார்கள்.

ஏதோ குறிப்பிட்ட ஒருவரிடம் மட்டும் அல்ல, பல்வேறு இடங்களில் பல்வேறு நபர்களிடத்தும் செய்து பார்த்தார்கள். கணிசமானவர்கள் நோயில் இருந்து விடுபட்டது தெரிய வந்திருக்கிறது. இந்த விவரங்கள் பிலீப்ஸ் -பாத் வேஸ் டு ஹெல்த் அண்ட் வெல்பீயிங் (Beliefs pathways to health and well-being) என்ற புத்தகத்தில் ராபர்ட் டில்ட்ஸ் கூறுகிறார்.

மருந்து சாப்பிட்டு குணம் பெறுபவர்கள் எண்ணிக்கை நூறு என்றால், இப்படிப்பட்டவற்றை மருந்து என்று நம்பிச் சாப்பிடுபவர்களில் 30 சதவிகிதம் பேர் குணமடைகிறார்களாம்.

ராபர்ட் டில்ட் செய்த குறிப்பிட்ட ஆராய்ச்சியில் வலி (கை, கால், உடம்பு, தலைவலி) போன்றவற்றில் 51 முதல் 70 சதவிகிதம் வரையிலானவர்களுக்கு இந்த மருந்து போன்ற பிளாசிபோ வேலை செய்ததாம்.

அடுத்த கட்டமாக உண்மையான மருந்தைக் கொடுத்து அதன் விளைவைச் சோதித்திருக்கிறார். நூற்றுக்கு 95 பேர்தான் குணமடைந்தார்கள். குணம் அடைந்தவர்களில் பெரும்பான்மை யானவர்கள் வெறும் பிளாசிபோவிற்கும் குணமானவர்கள். இதற்கு கேட்கவா வேண்டும். பிளாசிபோவிற்கு மசியாதவர்களில் நூற்றுக்கு 54 நபர்கள் உண்மையான மருந்துக்குக் குணமாகாதவர்கள்.

இவற்றை வைத்து ராபர்ட் டில்ட்ஸ் சொல்லும் முடிவு, சரியாகும் என்று நினைப்பவர்களுக்கு மருந்தோ மருந்து போன்று ஏதோ ஒன்றோ, எதுவானாலும் குணமாகிறது. ஆகாது என்று நினைப்பவர்களுக்கு மருந்தாலும் பலனில்லை. ஆக, நம்பிக்கை என்பது பெரும்பங்கு ஆற்றுகிறது. அவ்வளவுதான்.

மார்ஃபின் போன்ற மருந்துகள் புகை, மதுவை வைத்தும் ஆராய்ச்சிகள் நடந்துள்ளன. மது என்று சொல்லி, வெறும் பழரசம் கொடுத்தபோது சிலர் மது குடித்ததுபோலவே நடந்து கொண்டிருக்கிறார்கள். சொல்லாமல் மது வலிந்து கொடுக்கப் பட்டவர்களில் சிலர் படுநார்மலாக இருந்திருக்கிறார்கள்.

ஜோதிடர்கள், குறி சொல்பவர்களிடம் போய் ஏதாவது தீராத வியாதி அல்லது பிரச்னைபற்றிக் கேட்டால் அவர்கள் அடித்துச் சொல்வார்கள். குறிப்பிட்ட வேண்டுதலை நிறைவேற்றுங்கள், எல்லாம் சரியாகிவிடும் என்று. நம்பிச் செல்பவர்களுக்குப் பலன் கிடைப்பது தெரியும். ரெஸ்பான்ஸ் எதிர்பார்ப்புதான் இங்கும் வேலை செய்கிறது.

குறிப்பிட்ட நடிகையின் தீவிர ரசிகர்கள், படம் எப்படியிருந்தாலும் ரசிப்பார்கள். நன்றாக இருக்கிறது என்பார்கள். நன்றாகத்தான் இருக்கும் என்ற நம்பிக்கை. கவியரசு வைரமுத்து சொல்லுவார்... ஒரு பேச்சாளனுக்கு அவன் பேச்சின்மீது இருக்கும் நம்பிக்கையும், பார்வையாளர்களுக்கு அந்தப் பேச்சாளன்மீது இருக்கும் நம்பிக்கையுமே ஒரு மேடைப் பேச்சு வெற்றியடையக் காரணம் என்று. படம் நன்றாக இருப்பதாகத் தோன்றுவதும் இப்படித்தான்.

9

முன் அனுமானங்கள் – பிரி – சப்போசிஷன்ஸ்

கண்ணதாசன் அவர் எழுதிய பாடல்களில் பேசாத வாழ்க்கைத் தத்துவங்கள் உண்டா? 'எத்தனை பெரிய மனிதருக்கு எத்தனை சிறிய மனமிருக்கு!', 'வாழ்க்கை என்றால் ஆயிரம் இருக்கும்...' 'ஆயிரம் வாசல் இதயம், அதில் ஆயிரம் எண்ணங்கள் உதயம்' என்று அவர் எழுதிய பாடல்களை வரிசையாக சொல்லிக் கொண்டே போகலாம்.

தான் அனுபவித்ததைச் சொன்னாரா, பார்த்ததையும் கேட்டதை யும் வைத்தே, இவ்வளவு சொன்னாரா! எப்படி இவ்வளவையும் அத்தனை அற்புதமாகச் சொன்னார் என்று மனசு வியந்து மாளாது.

அப்படிப்பட்ட அற்புதமான கவிஞர் கண்ணதாசன், அனுபவம் குறித்துச் சொன்னது தெரியுமல்லவா? அது காலத்தால் அழியாதது.

பிறப்பின் வருவது யாதெனக் கேட்டேன்
பிறந்து பாரென இறைவன் பணித்தான்
படிப்பெனச் சொல்வது யாதெனக் கேட்டேன்
படித்துப் பாரென இறைவன் பணித்தான்

அறிவெனச் சொல்வது யாதெனக் கேட்டேன்
அறிந்து பாரென இறைவன் பணித்தான்
அன்பெனப் படுவது என்னெனக் கேட்டேன்
அளித்துப் பாரென இறைவன் பணித்தான்

பாசம் என்பது யாதெனக் கேட்டேன்
பகிர்ந்து பாரென இறைவன் பணித்தான்
மனையாள் சுகமெனில் யாதெனக் கேட்டேன்
மணந்து பாரென இறைவன் பணித்தான்

என்ற விதமாக ஒவ்வொன்றையும் அனுபவித்தே புரிந்துகொள்ள முடியும் என்பார். தலைவலியும் திருகுவலியும் தனக்கு வந்தால் தெரியும் என்பார்கள். அனுபவிக்காதவரை எந்த ஒன்றைப் பற்றியும் முழுமையாகப் புரிந்துகொள்ளவோ, உணரவோ இயலாது என்பதுதான் அதன் பொருள். அதைத்தான் கண்ணதாசனும் சூசகமாகத் தனது பாடலில் சொல்லியிருக்கிறார்.

முதுமை என்பது யாதெனக் கேட்டேன்
முதிர்ந்து பாரென இறைவன் பணித்தான்!
வறுமை என்பது என்னெனக் கேட்டேன்
வாடிப் பாரென இறைவன் பணித்தான்!

எதையுமே அனுபவித்தால் கிடைக்கும் புரிதலே தனி என்கிற போது வறுமை, முதுமை போன்றவற்றைப் பற்றிக் கேட்கவா வேண்டும்! அனுபவிக்கிறபோதுதான் அவற்றின் வலியை முழுமையாக உணரமுடியும். அந்த அனுபவங்கள் பெறாத நிலையில் அதைப்பற்றிய புரிதல் இல்லாமல் பலரும் அவற்றை எள்ளி நகையாடுகிறார்கள், சாதாரணமாக மதிப்பிட்டு, அடுத்தவருக்கு ஆலோசனை சொல்கிறார்கள். ஆக எவ்வளவு எடுத்துச் சொல்லப்பட்டாலும் ஒன்றை அனுபவிக்காதவரை அதைப்பற்றி முழுமையாக உணர முடியாது.

பாடலின் இறுதியில் கண்ணதாசன் இவ்வாறு முடிக்கிறார்.

அனுபவித் தேதான் அறிவது வாழ்வெனில்
ஆண்டவ னேநீ ஏன் எனக் கேட்டேன்
ஆண்டவன் சற்றே அருகு நெருங்கி
அனுபவம் என்பதே நான்தான் என்றான்!

மேலே சொல்லப்பட்டிருப்பது எவ்வளவு உண்மையோ அதே அளவு மற்றொரு உண்மையும் உண்டு. அது என்ன தெரியுமா?

எல்லாவற்றையும் தானே அனுபவப்பட்டுத் தெரிந்துகொள்ள வேண்டும் என்றால் ஒரு வாழ்க்கை போதாது! என்பதுதான் அது.

என்ன ஒன்றுக்கு ஒன்று நேர்மாறாக, முரணாக இருக்கிறதே என்று தோன்றுகிறதா? என்ன செய்ய வாழ்க்கையும் அப்படிப்பட்டது தானே!

முரண் ஒரு பக்கம் இருக்கட்டும். அனுபவப்படாத வாழ்க்கையை, மனித உறவுகளைப் பற்றி நாம் என்ன நினைக்கிறோம்? மேலும் அடுத்தவர் எண்ணங்கள், நோக்கங்கள் தெரியாமல் நம்மால் செயல்பட முடியாதே! அதை எப்படிச் சமாளிக்கிறோம்?

தெரியாதன, அனுபவிக்காதன பற்றி முடிவுக்கு வர பல வழிகள் இருக்கின்றன. அதில் ஒன்று, பிறர் சொல்வதை வைத்து முடிவுக்கு வருவது. இப்படியாகப் பலரும் பலவற்றைப் பற்றியும் இப்படியும் அப்படியுமாக சொல்லி வைக்க, அவற்றை நம்பி நடக்கும் நிலை நம் எல்லோருக்குமே இருக்கிறது.

உதாரணத்திற்கு, 'சோழியன் குடுமி சும்மா ஆடாது' என்பார்கள். காரணத்துடன்தான் சிலர் காரியம் செய்வார்கள் என்று சொல்லிக் கொடுக்கும் பழமொழி இது. 'அடி உதவுவது போல அண்ணன் தம்பி உதவ மாட்டான்' என்பது இன்னொரு பழமொழி. 'ஐந்து வயதில் அண்ணன் தம்பி, பத்து வயசில பங்காளி' என்பது மற்றொன்று.

பழமொழிகள் தவறானவை அல்ல. ஆனால் அவை எல்லா இடங்களுக்கும் எல்லா மனிதர்களுக்கும் பொருந்துமா? பொருந்தாது. கண்டிப்பாக விதி விலக்குகள் இருக்கும்.

பழமொழிகள் போன்றே காலங்காலமாக மக்களிடம் இருந்து வரும் சில நம்பிக்கைகளும் உண்டு. இவை சமூகங்களுக்கு இடையே மாறுபடலாம். அப்படிப்பட்ட நம்பிக்கைகளில் சில நன்மை தருபவன. சில கேடு செய்வன.

எப்படிப்பட்ட நம்பிக்கைகள் மனிதர்களின் மனநிம்மதிக்கும், வாழ்க்கை வெற்றிகளுக்கும் உதவியாக இருக்கும் என்று என்.எல்.பி. யை உருவாக்கியவர்கள் ஆராய்ந்திருக்கிறார்கள். அப்படி அவர்கள் முடிவுக்கு வந்த சிலவற்றுக்கான பொதுப் பெயர், 'பிரி-சப்போசிஷன்ஸ்' (Pre-suppositions).

'பிரி-சப்போசிஷன்ஸ்' என்றால், முன் அனுமானங்கள் என்று அர்த்தம்.

அனுமானம் என்றால் தனக்கு நிச்சயமாகத் தெரியாத ஒன்றைப் பற்றி தானே யூகித்துக்கொள்வது.

'எண்ணம் போல வாழ்க்கை' என்பது உலகின் மூத்த குடியான தமிழரின் அனுபவம் தோய்ந்த வார்த்தைகள். இந்த 'முன் அனுமானங்கள்' செய்யும் வேலைகள் பல. சில, நன்மைகள்

செய்யும் முன் அனுமானங்கள். வேறு சில, தீமை செய்பவை. நன்மை செய்யும் முன் அனுமானத்திற்கு உதாரணம் சொல்வதென்றால், 'எல்லாம் நன்மைக்கே' என்பதைச் சொல்லலாம். இது ஒரு நேர்மறை அணுகுமுறை- 'பாசிடிவ் அப்ரோச்' க்கான அனுமானம்.

முன் அனுமானங்களின் வலிமை அதிகம். இவை ஒருவரின் எண்ணங்களை மாற்றிவிடுகின்றன. எண்ணம் போலத்தானே வாழ்க்கை அமையும். ஆக, வாழ்க்கையின் நிம்மதியையும், வெற்றியையும் இப்படிப்பட்ட முன் அனுமானங்கள் தீர்மானிக்கின்றன.

என்.எல்.பி. அதன் 'பிரி-சப்போசிஷன்ஸ்'கள் உண்மை என்று சொல்லவில்லை. ஆனால், இவை மிகச் சக்தி வாய்ந்தவை. இவற்றை நம்பி இதன்படி நடந்துகொள்வோர் அவர்கள் வேண்டுவதைத் துரிதமாகப் பெறுகிறார்கள். அப்படிப்பட்ட வலுவான முன் அனுமானங்கள் சிலவற்றைப் பார்க்கலாம்.

1. உடலும் மனமும் ஒன்றுடன் ஒன்று தொடர்புடையது, ஒன்றின் மீது ஒன்று தாக்கம் கொடுப்பவை.

   The mind and body are interlinked and affect each other.

   mind and body are one system.

வேண்டியவருக்காக வேலை செய்யும்போது உடலுக்குச் சோர்வு வராது அல்லது தெரியாது. தேர்வில் வெற்றிபெறவேண்டும் என்று தீவிரமாக நினைப்பவருக்கு இரவில் நெடுநேரம் கண் விழித்துப் படிக்க முடியும். பிள்ளைகளுக்காக நேர்ந்து கொள்ளும் போது, தாய் விரதமிருப்பாள். பட்டினி அவளை ஒன்றும் செய்யாது. அலகு குத்திக்கொள்ளல், காவடி எடுத்தல் என்று சாதாரணமாகச் செய்ய முடியாததை எல்லாம் மக்கள் செய்வார்கள். காரணம் அவர்கள் மனது உடலுக்குச் சக்தி கொடுக்கிறது.

திரைப்பட கேமராமேன் வின்செண்ட், நடிகர் திலகம் சிவாஜி கணேசன் பற்றி இப்படிச் சொல்வாராம். சாதாரண உயரமிருக்கும் சிவாஜி அவர்கள், மேக்கப் போட்டு படப்பிடிப்புத் தளத்திற்கு வந்துவிடுவார், அமைதியாக இருப்பார். 'ஸ்டார்ட் கேமரா, ஆக்ஷன்' என்று இயக்குனர் சொல்லியதும் அவருக்கு என்ன ஆகுமோ தெரியவில்லை, புஸ் என்று பெருகி அரை அடி உயரம் அதிகமானவர் மாதிரி நிற்பார் என்று.

மனது பதட்டமாக இருந்தால் சாதாரணமாகச் செய்யும் வேலைகள் கூட சரியாக நடக்காது. தவறுகள் நிகழும். பயம்,

கோபம், அவசரம் என்று பல்வேறு எண்ணங்கள் வருவது மனதில். எண்ணங்களுக்கு ஏற்ப உடலில் பல்வேறு அமிலங்கள் சுரக்கின்றன. அவைதான், செய்யும் சக்தியை அல்லது சோர்வை உண்டாக்குகின்றன. ஆக எண்ணங்கள்தான் செயல்பாடு அல்லது செயல்பாடு குறைவுக்குக் காரணம்.

எண்ணங்களால்தான் உடல் வேலை செய்கிறது. மாங்காய் என்றோ புளி என்றோ நினைத்தாலே நாவில் உமிழ்நீர் சுரப்பது அதனால்தான். கண் முன்னே நிஜ மாங்காய் இல்லை. ஆனால், அதைப் பற்றிப் பேசப் பேச, வாயில் உமிழ்நீர் சுரக்கிறது. நிஜ உடலுறவு இல்லாமலேயே, கனவிலேயே சில விஷயங்கள் நிகழ்வதும் எண்ணங்களால்தான். எல்லாம் மனம் உண்மை என்று நம்புவதற்கு உடல் கொடுக்கும் ஒத்துழைப்பு.

அதேபோல எண்ணங்களை மாற்றுவதன் மூலம் செயல்களை மாற்றலாம். உடற்பயிற்சி, நடனம், இசை போன்ற பல்வேறு செயல்களில் ஈடுபடுவதன் மூலம் மனதைச் சாந்தப்படுத்தலாம்.

உடலின் ஒவ்வொரு பாகமும் மூளையுடன் தொடர்புடையது. அதே போல மூளையும் உடலின் ஒவ்வொரு பாகத்துடனும் தொடர்பு வைத்திருக்கிறது.

செய்ய வேண்டும் என்று மனது முடிவு செய்துவிட்டால், உடல் செய்துவிடுகிறது. அதேபோல, முடியாது என்று மனது நினைத்து விட்டாலும் அதே கதைதான். சாதாரணமாக முடியக்கூடியதே முடியாமல் போய்விடும். தேர்வுகளில் சிலர் நன்கு படித்திருந்தும் பயத்தால் எழுத முடியாமல் விட்டுவிடுவது இதனால்தான்.

2. நெகிழ்தன்மை அதிகம் இருப்பவர் செல்வாக்கு அதிகம்

> The person with the most flexibility will control the system.
>
> The element in the system with the most flexibility will usually be the controlling element.

லலிதா என்று ஒரு பெண். தகவல்தொழில்நுட்ப நிறுவனம் ஒன்றில் பணிபுரிந்தவர். திருமணம் ஆனது. இரண்டு ஆண்டுகளில் ஒரு பெண் குழந்தையும் பிறந்தது.

லலிதா மகள் பெயர் அபி. அபி படு சுட்டி என்று சொல்வதைக் காட்டிலும் அபி படு போக்கிரி என்றுதான் சொல்லவேண்டும். இரண்டரை வயதாகும் அபி எல்லாவற்றுக்கும் அவ்வளவு ஆர்ப்பாட்டம் செய்வாள். அடம், பிடிவாதம் இன்ன பிற எல்லாம் அவளிடம் கூடுதல்.

லலிதாவால் தாங்கவே முடியாதது - குறிப்பாக அடிக்கடி எவர்சில்வர் பாத்திரங்களை எடுத்து வைத்துக்கொண்டு அபி செய்யும் சத்தம் - அவளுக்குத் தலைவலி உண்டாக்கும். அபி சோர்வே அடையாமல் தரையிலும் மேசைமீதும் விடாது தட்டுவாள்.

லலிதாவும் அவள் கணவனும் எவ்வளவோ பொறுமையாக எடுத்துச் சொல்லிப் பார்த்தார்கள். அபி நிறுத்தவில்லை. அதட்டினார்கள். அழுதாளே தவிர, மீண்டும் அதைத்தான் செய்தாள்.

வேலைக்குப் போவதை நிறுத்தியிருந்த லலிதா பகலெல்லாம் அபிக்கு ஈடுகொடுத்து ஈடு கொடுத்துச் சோர்ந்துபோவாள். ஒருநாள் மாலை கணவன் வீடு வந்தான். வழக்கத்துக்கு மாறாக வீடு படு அமைதியாக இருந்தது. பாத்திரங்கள் உருட்டப்படும் சத்தமோ, லலிதாவின் அதட்டல், கெஞ்சல் சத்தங்களோ கேட்கவில்லை. என்ன வெளியில் போய்விட்டார்களா என்று அவன் பதட்டத்துடன் கதவைத் தட்ட, லலிதாதான் சிரித்த முகத்துடன் கதவைத் திறந்தாள்.

'என்ன ஆச்சு அபிக்கு? உடம்பு சரியில்லையா?'

'இல்லை. அபி, பாத்திரம் தட்டுவதை விட்டுவிட்டாள்'

'அட! அப்படியா? எதனால்?'

'ஒரு கட்டத்தில் கோபத்தைத் தாங்கமுடியாமல், நானும் தரையில் அவளுக்குச் சமமாக அமர்ந்துகொண்டு அவளைவிடக் கூடுதல் சத்தம் வருமாறு அவள் சொல்லச் சொல்லக் கேட்காமல் தட்டினேன். இடைவெளிவிட்டு மீண்டும் படு வேகமாகத் தட்டினேன். என்னவோ தெரியவில்லை அபி அதோடு விட்டு விட்டாள்!' மதியத்தில் இருந்து அவள் பாத்திரங்கள் பக்கமே போகவில்லை.

•

இங்கே கவனிக்கவேண்டியது லலிதா அவருக்கு வேண்டியதை அடைய தற்செயலாகப் புதிய, எவரும் யோசிக்காத முறை ஒன்றைப் பயன்படுத்தியிருக்கிறார். தான் பெரியவள், குழந்தையல்ல. தவிர, சத்தத்தை நிறுத்த நாமே சத்தம் போடுவதா என்றெல்லாம் நினைக்காமல், ஒரு குழந்தையைப்போல நடந்துகொள்ள, விஷயம் முடிந்துவிட்டது.

3. வரைபடம் இடத்தை முழுமையாகப் பிரதிபலிக்காது.

Map is not the territory

'மேப் இஸ் நாட் த டெரிட்டரி' (Map is not the territory). இதன் நேரிடையான மொழிபெயர்ப்பு: வரைபடம் அல்ல இடம்.

இதன் அர்த்தம், ஓர் இடமானது, வரைபடத்தில் உள்ளதுபோலவே இருக்காது. எந்த வரைபடத்தாலும் ஓர் இடத்தைச் சரியாகவோ முழுமையாகவோ காட்ட இயலாது என்பதாகும்.

'மேப் இஸ் நாட் த டெரிட்டரி' என்பதை 'சயின்ஸ் அண்ட் சானிட்டி' என்கிற இதழில் 1993ல் கார்சிபிஸ்கி (Korzybski) என்கிற போலந்து கணித மேதை ஒருவர் எழுதினார். அவர் எழுதியதன் சாரம், எவரும் தங்களுக்குத் தெரிவிக்கப்படும் எதையும் தங்கள் புலன்களாலேதான் புரிந்துகொள்கிறார்கள். புலன்கள் ஐந்து என்றும், பார்த்தல், கேட்டல், நுகர்தல், சுவைத்தல் மற்றும் தொடு உணர்வு என்பவை அவை என்றும் நமக்குத் தெரியும்.

உதாரணத்துக்கு இதைச் சொல்லலாம். முனிவர் ஒருவர் சீடர்களுடன் சேர்ந்து யாகம் செய்துகொண்டிருந்தார். உடல் நலக்குறைவு காரணமாக அவருக்கு வாந்தி வந்தது. அதை அவர் அடக்க முயன்றார். அதைச் சீடர்களும் பார்த்துக்கொண்டிருந்தார்கள். மீண்டும் முனிவர் வாந்தி எடுக்க எத்தனிக்க, சீடர் தன் கையை அவர் வாய் முன் ஏந்த, யாகத்தில் விழாமல் வாந்தி சீடர் கையில் விழுந்தது. முனிவர் சொன்னார், 'அதை எவர் காலும் படாத இடத்தில் கொட்டிவிட்டு வா.'

எழுந்து சென்ற சீடர் யோசித்தார். கிணற்றடி, கொல்லைப்புறம், மேற்கூரை என்று எதுவானாலும் என்றேனும் ஒரு நாள் எவர் காலாவது பட்டுவிடலாம். அதனால், எவர் காலும் பட முடியாத இடம் தனது வயிறே என நினைத்து, அதைக் குடித்துவிட்டார்.

இதைப் படிக்கும்போது உங்களுக்கு எப்படி இருக்கிறது? நிம்மதியாகவா? அருவருப்பாகவா? அல்லது வேறுவிதமாகவா?

சீடர் நினைப்பில் அது அருவருப்பானது அல்ல. அவரது புரிதல் அப்படி.

நாம் நம் ஐம்புலன்கள் மூலம் பார்க்கிறோம். அவை ஜீரோ பவர் கண்ணாடி அல்ல. நிறமற்ற வெள்ளைக் கண்ணாடியும் அல்ல.

வெளியில் நடப்பது ஒன்று. உள்ளுக்குள் வேறுவிதமாக மொழிபெயர்த்து, புரிந்துகொண்டு...

திரைப்படம், அரசியல் நிகழ்வுகள், இசை, உணவு, கலைகள் போன்ற பலவற்றையும் பார்க்கும், அனுபவிக்கும் எல்லோரும் ஒரே போலப் புரிந்துகொள்வதில்லையே!

மின்சாரக் கனவு என்ற திரைப்படத்தில் ஒரு காட்சி. கதாநாயகன் அரவிந்த்சாமி, கதாநாயகி கஜோலை மற்றொரு கதாநாயகன் ஆன பிரபுதேவாவுக்கு மறைந்து நின்று காட்டுவார். தன்னை அரவிந்த்சாமி யாரிடமோ சுட்டிக்காட்டுவது, கஜோலுக்குத் தெரியாது. பிரபுதேவாவும் அதுவரை கஜோலைப் பார்த்ததில்லை. முதன் முறையாகப் பார்க்கிறார்.

அரவிந்த்சாமி, 'இவர்தான்' என்று கஜோலைக் காண்பித்ததும் கஜோலைப் பார்த்த பிரபுதேவாவின் வாயில் இருந்து வந்த முதல் வாக்கியம் என்ன தெரியுமா?

'எவ்ளோ முடி சார்!'

அவ்வளவு அழகான கஜோலைப் பார்த்தபோது, பிரபுதேவாவின் கண்ணில் பட்டது வேறு எதுவும் இல்லை. தலைமுடிதான். காரணம், அந்தப் படத்தில் அவர் ஒரு முடி திருத்தும் கலைஞன்.

We see what we want to see என்பார்கள். சிலருக்கு சிலதுதான் கண்ணில் படும். 'அவன் எது செய்தாலும் ஒண்ணும் சொல்ல மாட்டீர்களே! அது உங்களுக்குத் தப்பாவே படாதே' என்பார்கள் அல்லவா. அதெல்லாம் இதனால்தான்.

'சாராயம் குடிக்காதே. இதோ பார் சாராயத்தில் பூச்சிகளைப் போடுகிறேன். எப்படி துடித்துச் சாகிறது பார். என்ன பார்த்தாயா?'

'பார்த்தேன்'.

'சாராயம் குடித்தால் என்ன ஆகும் சொல்'.

'வயிற்றில் இருக்கும் பூச்சியெல்லாம் செத்துவிடும்'.

கணவன் மனைவி இருவருமாக ஓர் ஊரில் இருந்து உறவினர் இருக்கும் மற்றொரு ஊருக்குப் பயணம் செய்யவேண்டும். அந்தமுறை ரயிலில் இடம் கிடைக்கவில்லை. பேருந்தில் பயணம்.

ஊர் போய்ச் சேர்க்கிறார்கள். உறவினர் கேட்கிறார், 'என்ன பயணம் எல்லாம் எப்படி இருந்தது?' என்று. கணவன் சொல்கிறார், 'இந்தப் பக்கம் எல்லாம் பகல் நேரத்தில் ரோடு வழியா வந்ததில்லை. இப்பத்தான் பார்க்கிறேன். அடேயப்பா என்னமா இருக்கு. அற்புதமான பயணம். ரம்மியமான காட்சிகள்.'

அதே கேள்விக்கு மனைவி பதில் சொல்கிறார். ‘அதை ஏன் கேட்கிறீர்கள். பகல் முழுக்க வெட்டியா பஸ்ல உட்கார்ந்துக் கிட்டு, காத்து வேற புஸ்ஸு புஸ்ஸுன்னு மூஞ்சில அடிச்சிக் கிட்டு... கஷ்டம்’.

யார் சொல்வது சரி?

இரண்டும் சரிதான். வெளியில் நடந்தது இருவருக்கும் ஒன்றுதான். அதுதான் நிஜ உலகம். ஆனால் அதை இருவரும் எடுத்துக் கொண்ட விதங்கள் வேறுவேறு. பச்சைப்பசேல் என்பது ரம்யம் என்பது ஒருவரின் எண்ணம். அது அடிக்கும் காற்று எரிச்சல் தரும் என்பது இன்னொருவரின் எண்ணம். இப்படியாக உள்ளே தெரிவதை இண்டர்னல் ரெப்ரசெண்டேஷன் என்கிறார்கள்.

ஒரு பூச்சியை எடுத்து மைக்ராஸ்கோப் வழியாகப் பார்த்தால் பெரிதாகத் தெரியும். அதன் வழியாகத் தெரிவதல்ல அதன் அளவு. ஆனால் தான் பார்ப்பது மைக்ராஸ்கோப் என்று அறியாமல் அதன் வழியாகப் பார்ப்பவர் அதுதான் பூச்சியின் அளவு என்று நம்புவார். அதேபோல பார்க்கும் கண்ணாடியின் நிறம் வெளிர் நீலமாக இருந்தால், பூச்சியும் வெளிர் நீலமாகத் தெரியும். அதுவும் யதார்த்தம் அல்ல.

இப்படியாக பெரிதாக்கிக் காட்டும் லென்ஸ்கள், வடிவத்தை மாற்றிக்காட்டும் ஆழிகள் உண்டுதானே. அப்படிப்பட்ட வடிதட்டுகள் மூலம் செய்திகள் உள்ளே போவதால் அவை நபருக்கு நபர் வித்தியாசமாக எடுத்துக்கொள்ளப்படுகின்றன.

நண்பர்கள் சேர்ந்து ஒரு திருமண ரிசப்ஷனுக்குப் போகிறார்கள். கலகலப்பாக பிரும்மாண்டமாக நடக்கிறது வரவேற்பு நிகழ்ச்சி. தடபுடலான விருந்து. சாட் வகைகள், பழங்கள், ஐஸ்கிரீம்கள், பீடா. மறுநாள் அவர்கள் மீண்டும் சந்திக்கும்போது முந்தைய நாள் திருமண வரவேற்பு நிகழ்ச்சி பற்றிப் பேச்சு வருகிறது. எல்லோரும் ஒரே மாதிரியாகவா சொல்வார்கள்? வெவ்வேறுவிதமான ‘கமெண்ட்’கள் வரக் காரணம் என்ன?

குடும்பத்தினர் அனைவரும் சேர்ந்து ஹாலில் அமர்ந்து, தொலைக் காட்சியில் ‘பிக் பாஸ்’ என்ற ரியாலிட்டி நிகழ்ச்சி பார்க்கிறார்கள். ஒருவர், பங்கேற்பாளர் ஓவியா செய்தது சரி என்கிறார். அப்படித்தான் செய்யவேண்டும் என்கிறார். மற்றொருவர் ஓவியா எவரோடும் சேர்ந்து வாழ முடியாதவர். அவர் செய்வது எதுவும் சரியில்லை என்கிறார்.

ஒரே நிகழ்ச்சி. ஒரே நிகழ்வு. ஓவியா என்ற அதே நபரின் அதே செயல்பாடுகள். ஆனால், வெவ்வேறு விமர்சனங்கள்.

ராமகிருஷ்ண பரமஹம்சர் பற்றித் தெரிந்திருக்கலாம். ஞானி. அவரது சீடர்களுள் ஒருவர் விவேகானந்தர். ராமகிருஷ்ண பரமஹம்சர் தேவியான காளிமாதாவுடன் பேசுவாராம். அதை விவேகானந்தரிடம் சொல்வார். விவேகானந்தருக்கு காளியைப் பார்க்க ஆசை. பரமஹம்சரிடம் பலமுறை கேட்டார்.

பின்னால் ஒருமுறை ராமகிருஷ்ணர் காட்டி, விவேகானந்தர் காளியைத் தரிசிப்பார். இப்போது சில கேள்விகள்.

விவேகானந்தருக்குக் காட்டியபோது காளியை மற்றவர்கள் பார்க்கவில்லையா? அதேபோலத்தான் இறைவன் காட்சி கொடுப்பதும். ஒருவருடைய சிறந்த செயலுக்காக இறைவன் காட்சி கொடுக்கையில் மற்றவர்கள் அந்தக் காட்சியைப் பார்க்கிறார்களா இல்லையா?

இல்லை என்று அடித்துச் சொல்லலாம்.

காரணம், காட்சி என்பது காட்டப்படுவதல்ல. பார்க்கப்படுவது. இறைவன் காட்டும் விஸ்பரூப தரிசனம் போன்றவையும் அப்படித்தான். விஸ்பரூபம் காட்டப்படுவதில்லை. பார்க்கப்படுவது.

இந்த இடத்தில் சிலருக்குப் புரியாமல் இருக்கலாம். அதென்ன காட்டப்படுவது வேறு, பார்க்கப்படுவது வேறா என்று. அதுதானே 'மேப் இஸ் நாட் த டெரிட்டரி' என்பது.

சிலர் சொல்வதைக் கேட்டிருக்கலாம். 'அந்த நேரம் அவருடைய பெரிய மனுஷத்தனத்தை நான் பார்த்தேன்' என்பார்கள். அல்லது உணர்ந்தேன் என்பார்கள். அவனிடம் கருணை உள்ளம் இருப்பதைப் பார்த்தேன் என்பார்கள். அதே நேரம் அப்படிப்பட்ட உணர்தல் மற்றவர்களுக்குக் கிடைக்காமல் போகலாம்.

ஆக, எப்படி இருப்பது என்பது வேறு. ஒவ்வொருவரும் 'பார்ப்பது' என்பது வேறு. ஒருவரை சிலர் 'சுவாமி' யாகப் பார்க்க, வேறு சிலர் 'ஏமாற்றுக்காரர்' ஆகப் பார்ப்பார்கள்.

அன்பு என்றால் சிலருக்குப் பரிந்து பேசுவது, ஆதரவாக நடந்துகொள்வது. வேறு சிலருக்கு அன்பு என்றால் பணம் கொடுப்பது, சலுகைகள் காட்டுவது.

ஒரு மாட்டுத் தொழுவத்தைப்பற்றி என்ன நினைக்கிறீர்கள் என்று நகரத்தில் இயங்கும் பள்ளியில் படிக்கும் பிள்ளைகளிடம் கேட்டால் என்ன பதில் வரும்? கிராமத்துப் பள்ளியில் படிக்கும் மாணவர்களிடம் இருந்து என்ன பதில் வரும்? இரண்டு வகுப்பு மாணவர்களுக்கும் அவர்கள் புத்தகத்தில் மாட்டுத் தொழுவத்தின் படம் கொடுக்கப்பட்டிருக்கிறது.

அந்தப் படமே மாட்டுத் தொழுவம் ஆகிவிடுமா? முதலில் அந்தப் படம் சரியான அளவுகளில் – to scale - வரையப்பட்டிருக்குமா? அடுத்து அது நீளம், அகலம் என்ற இரண்டு பரிமாணம் கொண்டதுதானே! ஆழம் என்ற மூன்றாவது பரிமாணத்தை எல்லாத் தரப்பு மாணவர்களும் ஒரேபோல கற்பனை செய்ய முடியுமா? தொழுவத்தின் ஈரம், வாசம் (!), அம்மா மா... சத்தம் , அங்கு மொய்க்கும் ஈக்கள், தொழுவத்தில் இருக்கும் பல்வேறு பொருள்கள் மற்றும் மாடு கன்றுக்குட்டிகளின் நிறங்கள், அங்கு நிலவும் மிதமான வெப்பம், உள்ளே ஊடுருவி வரும் சூரிய வெளிச்சம் எல்லாம் அந்தப் படத்தில் தெரியுமா?

இந்தப் பிரி-சப்போசிஷன்ஸ் தரும் படிப்பினை என்ன?

எல்லோரும் ஒரேபோல சிந்திப்பதில்லை. தவறாகப் பதில் சொல்பவர்கள், அலட்சியம் செய்பவர்கள், சாதாரண விஷயத்துக்குக் கோபிப்பவர்கள் என்று எவ்வளவோ நபர்களைத் தவறாகப் புரிந்துகொள்கிறோம். அவர்கள் வரைபடம் வேறு என்று புரிந்துகொண்டால், ஏற்றுக்கொண்டால், அனுமதித்தால் நம் மனம் மாறிவிடும்.

அவ்வளவுதான்.

4. தோல்வி என்பதே இல்லை. எல்லாம் 'பீட்பேக்'தான்.

There is no Failure. Only feedback

மைக்கல் ஜார்டன் சொல்வார், 'என்னால் மக்கள் தோல்வி அடைவதைப் புரிந்துகொள்ள முடிகிறது. ஆனால், அவர்கள் ஏன்

அதன்பின் முயற்சிப்பது இல்லை என்பதைத்தான் என்னால் புரிந்துகொள்ளமுடியவில்லை.'

எல்லோர் வாழ்க்கையிலும் தடங்கல்கள், தவறவிடுவது மற்றும் தோல்விகள் வரும்தான். ஆனால், அதோடு முடிந்தது என்று விட்டு விடலாமா?

என்னுடைய நிகழ்ச்சி ஒன்றுக்கு வந்திருந்த ராமநாதபுரத்தைச் சேர்ந்த நபர் ஒருவர், கொல்கத்தாவில் அரசுப்பணியில் உயரதிகாரி யாக இருந்தவர். அவர் சொன்னார், 'நான் அரசுத் தேர்வில் ஐந்தாவது முறைதான் ஜெயித்தேன்'. அதாவது நான்கு முறை அவர் தேர்வாகவில்லை.

தோற்பதுதான் கற்றுக்கொள்வதற்கான பெரிய வாய்ப்பு.

ஆங்கிலத்தில் ஒரு பழமொழி உண்டு. அது 'Success is a bad teacher. It teaches one way of doing things and strongly rejecting all other.'

வெற்றி ஒரு மோசமான ஆசிரியர். அது, முன்பு வெற்றி தந்த அந்த ஒரே ஒரு வழியில் செய்யச் சொல்லும். ஏனைய அனைத்து வழிகளையும் தீர்மானமாக நிராகரிக்கும்.

என்னுடைய ஐம்பதுக்கும் அதிகமான புத்தகங்களில் ஒன்று சொர்க்கத்தின் சொந்தக்காரர். அள்ள அள்ளப் பணம் 1 புத்தகம் ஒன்றேகால் லட்சம் பிரதிகள் விற்றிருக்கின்றது. இட்லியாக இருங்கள் ஐம்பதாயிரம். எல்லாப் புத்தகங்களுமே நன்றாக விற்கும் நிலையில் சொர்க்கத்தின் சொந்தக்காரர் மட்டும் சரியாகப் போகவில்லை.

அந்தப் புத்தகம் எனக்கு நான் எப்படி எழுதக்கூடாது என்பதற்கான ஒரு படிப்பினை. இயக்குநர் சங்கருக்கு பாய்ஸ் படம், சூப்பர் ஸ்டார் ரஜினிக்கு பாபா ஒரு படம் மட்டுமல்ல ஒரு பாடம். நடிகர் திலகம், மக்கள் திலகம், உலகநாயகன் எல்லோரும் தோல்விகளை சந்தித்தவர்கள்தான். கலைஞர் கருணாநிதி, செல்வி ஜெயலலிதா, காமராஜர், இந்திரா காந்தி போன்ற தலைவர்கள் எல்லாம் தோல்விகளில் இருந்து எழுந்து வந்தவர்கள்தான்.

தோல்விகள் ஆராயப்படவேண்டியவை. அந்தச் சாம்பலில் புதையுண்டு கிடக்கிறது வெற்றியின் சாவி. ஜப்பானியர்கள் 'பெயிலியர் அனாலிசிஸ்' சில் தேர்ந்தவர்கள்.

நடப்பது நிகழ்வு. புரிந்துகொள்ளப்படுவது பாடம்.

3M என்று ஒரு அமெரிக்க நிறுவனம். சாதாரண நிறுவனம் அல்ல. மாபெரும் நிறுவனம். புதுமையான பொருள்கள் கொண்டுவருவதே லட்சியமாகக் கொண்டு இயங்கி வரும் *115* ஆண்டு கால நிறுவனம்.

*1902*ம் ஆண்டு அதன் நிறுவனர்கள் ஐவர் சேர்ந்து மினிசொட்டா மைனிங் - மேனுபேக்சரிங் கம்பெனி என்று ஆரம்பித்து, கொரண்டம் என்கிற தாதுவைத் தேடி, ஒரு சுரங்கத்தை விடாமல் தோண்டியிருக்கிறார்கள். ஏகப்பட்ட பணச் செலவு. காலம் ஓடியது. அந்தத் தாது அங்கே கிடைக்கவில்லை.

அதோடு அவர்கள் விட்டுவிடவில்லை. மாற்றி யோசித்தார்கள். மாற்றி யோசிப்பதையே தங்கள் நிறுவனத்தின் கொள்கையாக எடுத்துக்கொண்டு வேலை செய்ய ஆரம்பித்தார்கள். அவர்களுடைய ஒரு வித்தியாசமான பொருளை உதாரணம் சொல்வதென்றால், 'போஸ்ட் இட் நோட்'.

மஞ்சள் நிறத்தில் சதுர வடிவக் காகிதங்கள். ஒருபக்கம் மட்டும் பசை தடவியிருக்கும். அதை எந்தத் தாள் மீது ஒட்டினாலும் ஒட்டும். மீண்டும் பிரித்தால், சுலபமாக எந்தச் சேதாரமும் இல்லாமல் பிரிந்து வந்து விடும். மீண்டும் ஒட்டினால்? கேள்வியே கேட்காமல் சமர்த்தாக ஒட்டிக்கொள்ளும். (என்ன ஒரு பிளெக்ஸ்சிபிளிட்டி!).

ஒட்டும் பசை-கம்- தயாரிக்க ஆராய்ச்சி செய்து அதன் விளைவாகக் கிடைத்த பொருள், ஒட்டியது ஆனால், காய்ந்து இறுகவில்லை. 'அட சட்! இதென்ன இப்படி இருந்தால் எவர் வாங்குவார்?' என்று யோசிக்காமல் கிடைத்த பொருள் அபூர்வமானது என்று உணர்ந்து, அதையே ஒரு தனிப் பொருளாக விற்பனை செய்ய ஆரம்பித்து, அதில் அவர்கள் மார்க்கெட் லீடர். இப்படி அவர்கள் வசம் அறுபதாயிரம் பொருள்கள் என்றால் நம்ப முடிகிறதா?

இப்படித் தற்செயலாகக் கண்டுபிடிக்கப்பட்ட மற்றொரு அற்புதம் சாக்ரீன் என்றழைக்கப்படும், சர்க்கரைச் சத்துஇல்லாத இனிப்பு.

1880ல் கான்ஸ்டைண்டன் பால்பர்க் என்பவரால் கண்டு உணரப்பட்டது.

5. என்ன பலன் கிடைக்கிறதோ, அதுதான் நாம் சொன்னதன் அர்த்தம்.

Meaning of the communication is the response it gets

முப்பது ஆண்டுகளுக்கு முன்பு நடந்தது இது. நிறுவனம் ஒன்றில் அதிகாரி ஒருவர் அவரது பர்சனல் கடிதம் ஒன்றை பரசுராமன் என்ற அலுவலக அட்டெண்டரிடம் கொடுத்து, 'இது முக்கியமான தபால். விஷயம் அவசரம். உடனே போகவேண்டும். தபால் பெட்டி தெரியுமல்லவா? உடனே போய் அதில் போட்டுவிடு. மாலை 4.30 க்கு தபால்களை எடுத்துவிடுவார்கள். தவறவிட்டால் மீண்டும் நாளைதான் கட்டு எடுப்பார்கள். போ' என்று அனுப்பி வைத்தார்.

போய்விட்டு வந்த பரசுராமனிடம் போட்டாச்சா என்று கேட்டதற்கு பரசுராமன் பலமாகத் தலையாட்ட அதிகாரிக்கு நிம்மதி. மாலை அலுவலக வேலை முடித்து வீட்டுக்குப் போனார். போனவர், தனக்கு ஏதாவது தபால் வந்திருக்கிறதா என்று பார்க்க, வீட்டு கேட்டில் இருந்த இன்பாக்ஸ் (வீட்டு முகவரிக்கு வரும் தபால்களைப் போட வீட்டு கேட்டில் வைக்கப்பட்டிருக்கும் சிறிய தபால் பெட்டி) சைத் திறந்திருக்கிறார். அவருக்கு பேரதிர்ச்சி. காரணம், அவர் அவசரம் என்று சொல்லிக் கொடுத்தனுப்பியிருந்த முக்கியத் தபால் அங்கே கிடந்திருக்கிறது.

அதுதான் மேனேஜர் சொன்ன தபால் பெட்டி என்று நினைத்து அதில், போட்டிருக்கிறார் பரசுராமன்! அவர் ஒரு படிக்காத நபர். நிலம் கொடுத்தவர்கள் பிரிவில் வேலைக்குச் சேர்ந்தவர். அவருக்கு தபால் எழுதிய, போட்ட அனுபவம் இல்லை.

அடுத்ததும் தபால் தொடர்பான நிகழ்வுதான். திருச்சி தலைமை தபால் நிலையத்தில் இருந்த அதிகாரி, புதிதாகச் சேர்ந்த ஒரு தற்காலிக வேலை ஆளிடம் ஒரு கட்டு தபாலைக் கொடுத்து, தெப்பக்குளத்தில் போடு என்று சொல்லியிருக்கிறார். அவர் சொன்னது தெப்பக்குளம் போஸ்ட் ஆபீஸை. பழகிய நபர்களிடம் வழக்கமாகச் சொல்லுவதுபோலத் தெப்பக்குளம் போஸ்ட் ஆபீஸ் என்பதைச் சுருக்கமாகத் தெப்பக்குளம் என்றும், 'தபால் பெட்டிக்குள் போடு' என்பதை, வெறுமனே 'போடு' என்றும் சொல்லி யிருக்கிறார். அந்தப் புதிய நபர், மொத்த தபால் கட்டையும் அய்யா சொன்னபடித் தெப்பக்குளத்தில் போட்டுவிட்டார்.

மூன்றாவது உண்மை நிகழ்வு கல்லூரி ஒன்றில் நடந்தது. தேர்வு கேள்வித்தாளைத் தயார் செய்து சிறிய அளவில் இருந்ததால் அதில் மூன்று முறை அதே கேள்விகளை இடம் விட்டு ரிபீட் செய்து சைகுளோஸ்டையில் செய்தார்கள். தேவையான அளவில் மூன்றில் ஒரு பங்கு மட்டும் பிரிண்ட் போட்டுவிட்டு, ஒருவரிடம் கொடுத்து அதை மூன்று பாகங்களாக கிழிக்கச் சொல்லி யிருக்கிறார்கள்.

தேர்வு அன்று கேட்டால், அவர் சுக்கல் சுக்கலாகக் கிழித்து வைத்திருந்ததை கர்மசிரத்தையாக எடுத்து வந்து கொடுத்திருக்கிறார்.

மூன்றும் நடந்த நிகழ்வுகள். நிகழ்வில் இருந்தவர்கள் பயிற்சி வகுப்புகளில் என்னிடம் சொன்னது. ஆக, இதில் மிகப்படுத்தல் இல்லை. இப்படிக்கூட நடக்கும்.

நாம் எதையோ மிகத் தெளிவாகச் சொல்லிவிட்டதாக நினைக்கலாம். ஆனால் அது அப்படியே நாம் நினைத்த விதமே புரிந்துகொள்ளப்பட்டால்தான் சரி. இல்லாவிட்டால் அது கேட்டுக்கொண்டவர் தவறல்ல. தெரிவித்தவர் தவறுதான்.

மாவீரன் நெப்போலியன் ஒருமுறை போர்க்களத்தில் இருந்து வேறு இடத்தில் இருந்த தளபதி ஒருவருக்குச் செய்தி எழுதினான். அதை அனுப்பும் முன்னர், அருகில் இருந்தவர்களிலேயே அதிகம் விவரம் தெரியாதவன் ஒருவனை அழைத்து, அவனிடம் அந்தக் கடிதத்தைக் கொடுத்துப் படித்து, அதன் அர்த்தம் என்ன என்று கேட்டிருக்கிறான். நெப்போலியன், அவன் எழுதியிருப்பதாக நினைத்துக் கொண்டிருந்ததையே அந்த வீரன் சொல்ல, தான் விளங்கும்படி யாகத்தான் எழுதியிருக்கிறோம் என்று திருப்தியடைந்து அதன் பின்னரே அந்தக் கடிதத்தை அனுப்பியிருக்கிறான்.

சொல்லப்படுவது அல்ல. புரிந்துகொள்ளப்படுவதே செய்தி.

செய்தி சரியாகப் புரிந்துகொள்ளப்படுவதன் முழுப் பொறுப்பு, சொல்பவருக்கே. கேட்பவருக்கு அல்ல.

6. சொல்வது எதிர்பார்த்த பலன் தராவிட்டால், வேறுவிதமாகச் சொல்லவேண்டும்.

பள்ளி மாணவப் பருவத்தில், சென்னை ஆழ்வார்பேட்டையில் வசிக்கையில், வீட்டருகே இருந்த பேர்லேண்ட்ஸ் கிரவுண்டில்

கிரிக்கெட் விளையாடுவோம். கிரிக்கெட் பந்து விலை அதிகம் என்பதால் கார்க் பந்தில் கிரிக்கெட் விளையாடுவோம். அதில் சேகர் என்று ஒரு நண்பன். வேகமாகப் பந்துவீசக்கூடியவன். வேறு அணிகளுடன் போட்டி வைத்து விளையாடுகையில் நாங்கள் சேகரின் வேகப்பந்தை அதிகம் நம்புவோம்.

ஒரு பந்தயத்தில், எதிரணி கிரிக்கெட்டில் நன்கு பயிற்சி எடுத்த அணி போலும். சேகர் ஓடிவந்து வீசினான். எதிரணி பேட்ஸ்மென் அனாயாசமாக அதை அடித்து 'பவுண்டரி'க்கு அனுப்பினான். என்ன இவன் இவ்வளவு அனாயாசமாக அடிக்கிறானே என்று சேகருக்கு அதிர்ச்சி.

அடுத்த பந்தை வீசுவதற்கு அவன் கூடுதல் 'ஸ்டெப்ஸ்' எடுத்துக் கொண்டான். அதாவது அதிக தூரத்தில் இருந்து ஓடிவந்து, முன்னிலும் வேகமாகப் பந்து வீசினான்.

எதிரணி பேட்ஸ்மென் சிரமமின்றி அதையும் ஒரு விளாசு விளாசினான்.

சேகர் இன்னும் ஐந்தடி கூடுதலாகப் பின்னோக்கிப் போய்விட்டு, ஓடி வந்து கடுமையான வேகத்தில் வீச, இப்போதும் ஒரு 'பிளாஷ்' தான். பந்து 'பவுண்டரி'யில்.

சேகர் புரிந்துகொள்ளாதது, எதிரணி பேட்ஸ்மேனுக்கு பந்தின் வேகம் பிரச்னையல்ல என்பதை. பந்தை எங்கே குத்துகிறோம் (பிட்சிங் என்பார்கள்) என்பதும் பந்து பேட்ஸ்மேனுக்கு முன்னால் எவ்வளவு தூரத்தில் குத்தப்படுகிறது என்பதும் (லெங்த் ஆஃப் த பால் என்பார்கள்) முக்கியம். சேகர் அதை மாற்றிச் செய்யவில்லை. வேகத்தை அதிகரித்தால் மட்டுமே போதும், பேட்ஸ்மேன் தடுமாறுவார் என்று நினைத்திருக்கிறான்.

பேச்சிலும் அப்படித்தான். சிலர் சொன்னதையே சொல்வார்கள். மொழி தெரியாத ஒருவரிடம் எவ்வளவு சத்தமாகச் சொன்னாலும் எடுபடுமா? அல்லது புரியாத மொழியில் நிறுத்தி நிதானமாகச் சொன்னால்தான் புரிந்துவிடுமா?

இன்னும் மொழி புரியும் நபர்களிடத்தே கூட சில சமயங்களில் பேச்சு எதிர்பார்த்த பலனைத் தராது. பேச்சு என்று சாதாரணமாகச் சொல்கிறோம். அதிலேயே எத்தனை விதங்கள் உண்டு!

எனக்கு ஒரு காபி வேண்டும் என்கிற வாக்கியத்தை...

வேண்டுகோளாக, கட்டளையாக, கெஞ்சலாக, கொஞ்சலாக, கேலியாக, குதர்க்கமாக, சூசகமாக, பட்டவர்த்தனமாக என்று வெவ்வேறு விதங்களில் சொல்லிப்பாருங்கள். வேறுபாடு தெரியும்.

7. எப்போதும் நாம் எதையாவது தெரிவித்துக்கொண்டுதான் இருக்கிறோம், பேசாத நேரம் உட்பட.

We can not, not communicate. We are always communicating

கருத்துப் பரிமாற்றம், தொடர்புக்கலை என்று என்ன என்னவோ வார்த்தைகள் போட்டாலும், கம்யூனிகேஷன் என்ற ஆங்கிலச் சொல்லின் பொருளை அப்படியே கொண்டுவர முடியவில்லை. அதனால், அந்த ஆங்கிலச் சொல்லை அப்படியே பயன்படுத்த வேண்டியிருக்கிறது.

கம்யூனிகேஷன் நடைபெறுவதை பாகங்கள் பிரித்துப் பார்த்திருக்கிறார்கள். பார்த்திருக்கிறார்கள் என்றால், சில குழுவினரிடையே நடத்தப்பட்ட ஆராய்ச்சிகள் மூலம் கண்டறிந்திருக்கிறார்கள். அவற்றில் தெரிய வந்தவை என்ன?

வெற்றிகரமான கம்யூனிகேஷனில் மூன்று பகுதிகள் உண்டு.

- முதலாவது, பயன்படுத்தப்படும் வார்த்தைகள் - ஆங்கிலத்தில் 'வெர்பல்'.
- இரண்டாவது, சொல்லப்படும் விதம் - ஏற்ற இறக்கம், அழுத்தம், ஆகிவை சேர்ந்த 'டோனாலிடி'
- மூன்றாவதாக, உடல்மொழி. தோரணை, பாவம் போன்றவை. சுருக்கமாக 'பிசியாலஜி'

இந்த மூன்றும் செய்தி தெரிவிப்பதில் ஒரே அளவு பங்களிப்புச் செய்வதில்லை என்பதுதான் ஆராய்ச்சிகள் மூலம் கண்டறிந்தது.

கருத்துப் பறிமாற்றத்தில், பலரும் அதிகம் நம்பும், சொற்களின் பங்களிப்பு வெறும் 7% மட்டுமே.

'டோனாலிட்டி'யின் பங்கு 38%

மீதமுள்ள 55%, அதாவது சரிபாதிக்கும் மேல், 'பிசியாலஜி'யின் காரணமாகத்தான்.

பாபநாசம் என்று ஒரு திரைப்படம். கமலஹாசன் நடித்தது. அவர் குற்றம் செய்துவிடுவார். செய்தபின் அவர் வழக்கமாக வரும் தேநீர் கடைக்கு வருவார். இயல்பாக இருக்க முயற்சிப்பார். அவர்மீது சந்தேகப்படும் போலீஸ் கான்ஸ்டபிள் கலாபவன் மணி அதே தேநீர் கடைக்கு வருவார். ஜாடை மாடையாக கமலை கவனிப்பார். கமல் பெரிய முயற்சியுடன் இயல்பாக இருக்கப் பார்ப்பார். ஆனால், அவர் போனபின்பு கலாபவன் மணி சொல்வார், 'அவன்மீது சந்தேகம் வருகிறது. காரணம், அவன் இவ்வளவு அமைதியாக, என்னோடு வம்புக்கு வராமல் போகமாட்டானே!' என்று.

அப்படியென்றால், கமல் முயன்று அமைதியாக, பேசாமல் விட்டது கூட ஒரு கம்யூனிகேஷன்தான். பேசினால் தெரிந்துவிடும் என்று கமல் நினைக்க, மிக எச்சரிக்கையாகப் பேசாமல் இருந்ததே அவரது நிலையைக் காட்டிக்கொடுக்கிறது.

ஒருமுறை நான் காலை நடைப்பயிற்சிக்குச் சென்றுவிட்டு எனது ஸ்கூட்டரில் வீடு வந்துகொண்டிருந்தேன். அப்போது எதிரில் வந்த, வெகுநாட்களுக்குப் பின் என்னைச் சந்திக்கும் நண்பர் கேட்டார்,

'என்ன வள்ளியப்பன்! நீங்கள் போய் ஸ்கூட்டர் ஓட்டி வரலாமா?'

'ஏன்? அதனால் என்ன?'

'நீங்கள் காரில்தான் வரவேண்டும், போகவேண்டும்'

'ஏன் அப்படி!'

'நீங்கள் என்ன மாதிரி வண்டி வைத்திருக்கிறீர்கள் என்பது உங்களைப் பற்றி மற்றவர்களுக்குத் தகவல் சொல்லும். அதனால்தான்.'

ஆக, நாம் ஏதும் சொல்லாமலேயே, நம்மைப் பார்ப்பவர்கள், நம்மைப் பற்றி முடிவுக்கு வருகிறார்கள். நம் உடை, நாம் சாப்பிடும் இடம், சாப்பிடும் பொருள், சாப்பிடும் விதம் என்று ஒவ்வொன்றும் ஒரு தகவல் தெரிவிக்கிறது. இதெல்லாம் சேர்ந்ததுதான் 'பிசியாலஜி'.

நாம் ஒரு வாட்ஸ் அப் குழுவில் இருக்கிறோம். சிலர் போடும், பார்வர்ட் செய்யும் மெசேஜ்களை வைத்து அவர்களைப் பற்றி அபிப்பிராயம் ஏற்படுத்திக்கொள்கிறோமே! அது எப்படி? அவர்கள், நான் இப்படி என்று அவர்களைப் பற்றிச் சொன்னார்களா? இல்லையே. அதேபோல ஒருவரைப் பற்றி

மோசமாக இன்னொருவர் எழுத, அந்தத் தாக்கப்பட்ட நபர், வாட்ஸ் அப் குழுவில் அதற்கு பதில் போட்டால், அந்தப் பதிலின் தன்மையை வைத்தும், பதில் போடா விட்டால் அவரது மௌனத்திற்கான காரணம் என்று நாம் ஊகிப்பதை வைத்தும் அவரைப் பற்றி அபிப்பிராயம் கொள்கிறோமே! இவை எல்லாமே 'பிசியாலஜி கணக்கில்தான் வரும். ஆமாம், அந்த 57% தில்தான்.

ஆக, நாம் எப்போதுமே பல்வேறுவிதங்களில் ஏதாவது 'கம்யூனிகேட்' செய்துகொண்டுதான் இருக்கிறோம்.

8. தாங்கள் விரும்புகிறவற்றை அடையத் தேவையான எல்லா வளங்களும் ஒவ்வொருவரிடமும் இருக்கின்றன.

   Individulas have all the resources they need to achieve their desired outcomes.

பூஞ்சையான உடல்வாகு கொண்ட சில பெண்கள், சாமி வந்து ஆடும்போது காட்டும் சக்தி பார்ப்பவர்களை அதிசயப்பட வைக்கும். சாமி ஆடும் பெண்களை ஒன்றுக்கும் மேற்பட்டவர்கள் பிடிக்க, அழுத்தி அமர வைக்க முயல்வார்கள். ஆனால், அவர்களை எல்லாம் மீறி அந்தப் பெண்கள் ஆடுவார்களே பார்க்க வேண்டும். இப்படி ஆடும் ஆண்களும் உண்டு.

சாமி வந்ததால்தான் அவர்கள் அப்படி ஆடுகிறார்கள். ஆனால் எங்கிருந்து அவர்களுக்கு அந்தச் சக்தி வந்தது? அவர்கள் உடம்பிலேயே இருந்ததுதான். அந்தச் சமயம் வெளிப்பட்டது.

நீயே செய். முடியும். செய்து பார் என்று சொன்னால், சிலர் போய்ச் செய்துவிடுவார்கள். ஆனால், அதே நபர்கள் முன்பு தங்களால் முடியாது என்று சும்மா இருந்தவர்கள்.

பிரச்னை என்று வரும் பிள்ளைகளை சில பெற்றோர் இப்படித்தான் நீயே சமாளி என்பார்கள். அந்தப் பிள்ளைகள் சமாளித்துவிடும்.

உடல் உபாதைகள் உட்பட எல்லாவற்றையும் சமாளிக்கும் சக்தி உடம்புக்கு உண்டு. ஆற அமர யோசித்தால், தீர்வுகளும் கிடைக்கும். எதுவும் வெளியில் இருந்து வரத்தேவையில்லை என்று என்.எல்.பி. சொல்கிறது.

9. மனிதர்கள் அவர்கள் நடத்தை மட்டுமல்ல. அதைவிட மேலானவர்கள்

   People are much more than their behavior

கவிஞர் கண்ணதாசனைப் பிடிக்குமா என்று கேட்டால் பிடிக்காது என்று சொல்லும் தமிழர்கள் உண்டா?

கண்ணதாசன் மதுப்பழக்கம் உள்ளவர் என்பது தெரியுமா? என்று கேட்டால் வரும் பதில், தெரியுமே என்பதுதான்.

அப்படியென்றால் அவரிடம் அப்படி ஒரு பழக்கம் இருக்கிறது என்று தெரிந்தும் அவரை கோடிக்கணக்கானவர்கள் நேசிக்கிறார்கள்.

மதுப்பழக்கம் மட்டுமே கண்ணதாசன் அல்ல. கர்மவீரர், பெருந்தலைவர் காமராஜர் சிகரெட் குடிப்பார். பேரறிஞர் அண்ணாதுரை மூக்குப் பொடி போடும் பழக்கம் வைத்திருந்தார். அதனால் கேன்சர் வந்து இறந்துபோனார். அந்தப் பழக்கங்களுக்கும் மேலாக மக்கள் அவர்களைப் பார்த்தார்கள். மதித்தார்கள், போற்றினார்கள்.

அப்படித்தான் எல்லோரும். 'தங்கத்திலே ஒரு குறை இருந்தாலும் அது தரத்தினில் குறைவதுண்டோ, உங்கள் அங்கத்திலே ஒரு குறை இருந்தாலும் அன்பு குறைவதுண்டோ!' என்று கண்ணதாசன் பாடியதுபோல.

கணவன், மனைவி, பிள்ளைகள், மாமனார், மாமியார், சகோதரர்கள், ஊழியர்கள், மேலாளர், வாடிக்கையாளர்கள், சப்ளையர்கள், ஆடிட்டர் என்று அது எவராகவும் இருக்கலாம். அவர்களை நமக்குப் பிடிக்காமல் இருப்பதற்கு நம்மிடம் சரியான காரணங்களும் இருக்கலாம். ஆனால், அவர்கள் என்ன அந்தக் காரணம் மட்டுமா? அதற்கு மேல் அவர்கள் ஏதுமில்லையா?

அதைத்தான் சொல்கிறது என்.எல்.பி. யாராகிலும் நாம் கவனிக்கும் ஒருவருடைய ஒரு செயல்பாடு அல்லது நடத்தை மட்டுமே அல்ல. அவர் அதுக்கும் மேலே.

ஒருவர் நமக்கு தீமையே செய்தாலும், அதைத்தாண்டி அவரை நேசிக்க முடியும்.

10. எல்லாச் செயல்களுக்குப் பின்னாலும் ஒரு நேர்மறை நோக்கம் இருக்கிறது.

    Every behavior has a positive intention behind it.

'ஒருவர் அடிக்கடி டீ அல்லது காபி குடிக்கிறார். அது நல்லதா? '

'இல்லை. '

'அவர் அப்படிச் செய்யலாமா?'

‘கூடாது’.

‘ஆனாலும் அவர் ஏன் அப்படிச் செய்கிறார்?’

இந்த இடத்தில் என்ன பதில் சொல்லலாம்? பொதுவாக எப்படிப்பட்ட பதில்கள் வரும்?

‘கெட்ட பழக்கம் பழகிட்டார்’. அல்லது ‘உடல்நலக்கேடுக்குத்தான்’. அல்லது ‘காசுக்குப் பிடித்த கேடு’.

இதெல்லாம் எப்படிப்பட்ட பதில்கள்? குடிப்பவரைக் குறைகூறும், குறைத்து மதிப்பிடும் பதில்கள். என்.எல்.பி.யில் இதற்கான பதில் வித்தியாசமானது.

‘அவர் அப்படிக் குடிப்பதற்கு ஏதோ ஒரு நேர்மறை – பாசிடிவ்- நோக்கம் இருக்கிறது’ என்பதுதான் அந்தப் பதில்.

அடிக்கடி டீ அல்லது காபி குடிப்பதில் அப்படி என்ன பாசிடிவ் நோக்கம் இருக்க முடியும்?

அவர் சுறுசுறுப்பாக இருக்க விரும்புகிறார் என்று சொல்லலாம். முழுச்சாப்பாடு சாப்பிடும் அளவு அவரிடம் காசில்லை. அதைச் சமாளிக்க இப்படிச் செய்கிறார் என்று சொல்லலாம்.

அடிக்கடி தேநீர் அல்லது காபி குடிப்பதற்கு மட்டுமல்ல. எல்லாச் செயல்களுக்குப் பின்னாலும் இப்படிப்பட்ட, அவரே அவருக்குச் சொல்லிக்கொள்ளும், அவர் நம்பும் ஒரு பாசிடிவ் நோக்கம் இருக்கும் என்று என்.எல்.பி. சொல்கிறது. அதைப் பயன் படுத்துபவர்களையும் நம்ப, அப்படி நம்பி, அணுகக் கேட்டுக் கொள்கிறது.

11. எல்லாக் குணங்களுமே எங்கோ ஓரிடத்தில் பயன்படும்

Every behavior is useful somewhere

ஒரு கார் சர்வீஸ் செய்யும் நிறுவனத்தில் தொழில்படிப்பு படித்தவர்களுக்கான நேர்முகம் நடக்கிறது. மெக்கானிக் வேலைக்கு ஆள் எடுக்கிறார்கள். வேலை தேடி வந்திருந்த பலரும் ஒவ்வொருவராக மேலாளர் அறைக்குள்போய் அவர் கேட்கும் கேள்விகளுக்கு பதில் சொல்லிவிட்டு வந்தார்கள்.

அடுத்து ராஜேந்திரன் என்பவர் போனார். முதல் கேள்வியே ராஜேந்திரனுக்கு சிரமமானதாக இருந்தது. மெல்லிய புன்னகையுடன், ‘சாரி சார். பதில் தெரியவில்லை’ என்றான். அடுத்த கேள்விக்கு ஓரளவு பதில் சொன்னான். அடுத்து

மூன்றாவது கேள்விக்கும் 'சாரி சார். பதில் தெரியவில்லை' என்று சொன்னான். அடுத்து நான்காவது ஐந்தாவது கேள்வியுமா அப்படி அமையவேண்டும். மாறாத புன்னகையுடன், 'சாரி சார். பதில் தெரியவில்லை' என்றானே பார்க்கவேண்டும். மேனேஜருக்கு எரிச்சல், 'என்ன! எந்தக் கேள்வி கேட்டாலும் சாரி சார் தெரியலை என்கிறாய். அதுவாவது பரவாயில்லை. கொஞ்சம்கூட வருத்தப் படாமல், அதைப் புன்னகையுடன் சொல்கிறாய்!' என்று சத்தம் போட்டார். அதற்கு ராஜேந்திரன் பதில் ஏதும் சொல்லவில்லை. ஆனால், முகம் கோணாமல் அவரைப் பார்த்து ஒரு சிறு புன்னகை செய்தான். 'கெட் அவுட்.' என்று கத்தினார் மேனேஜர்.

நேர்முகத்தின் ரிசல்ட் வாசிக்கப்பட்டது. வந்திருந்த பதினான்கு பேரில் மூன்று பேர் மட்டுமே வேலையில் சேர தேர்ந்தெடுக்கப் பட்டார்கள். எதிர்பார்த்ததுபோலவே ராஜேந்திரன் பெயர் வாசிக்கப்படவில்லை. அது சமயம் அறையில் இருந்து வெளியே வந்த மேனேஜர் ராஜேந்திரன் அங்கிருப்பதைப் பார்த்து விட்டு, 'தம்பி, ஒரு நிமிடம் உள்ளே வருகிறாயா?' என்று அழைத்துப் போனார்.

மெக்கானிக் வேலைக்கு ஆள் எடுத்தாயிற்று. வேறு ஒரு வேலையும் காலியாக இருக்கிறது. நீ அதற்குப் பொருத்தமாக இருப்பாய் என்று நினைக்கிறேன். நீ சேருகிறாயா?'

'அது என்ன வேலை சார். வேறு எதுவும் எனக்குத் தெரியாதே!'

'அது முகப்பறை (ஃபிரண்ட் ஆபீஸ்) வேலை தம்பி. அங்கே வரும் வாடிக்கையாளர்களில் சிலர் எரிச்சலுடன் வருவார்கள். கோபமாகப் பேசுவார்கள். அவர்களுக்கு எல்லாம் முகம் சுளிக்காமல் பதில் சொல்லவேண்டும். நீ பொருத்தமாக இருப்பாய் என்று நினைக்கிறேன்'

எனவே, எதற்கும் பயன்படாதது என்று ஏதுமில்லை.

கடுமையான விஷம்தான். உடலில் சேர்ந்தால் மரணம்தான். ஆனால், அப்படிப்பட்ட விஷமேகூட சில நோய்களுக்கு மருந்து உருவாக்கப் பயன்படுகிறது தெரியுமா? ஆம், நல்ல பாம்பின் விஷத்தில் இருந்து சீனாவில் கல்லீரல், நுரையீரல் மற்றும் தோல் கேன்சர் நோய்களுக்கும், லுக்குமியா மற்றும் ஆர்த்தரைடிஸ் வியாதிகளுக்கும் மருந்து செய்கிறார்கள். நல்ல பாம்பின் விஷத்தில் இருந்து அற்புதமான வலிபோக்கும் (பெயின் கில்லர்) மருந்துகளும் தயாரிக்கிறார்கள்.

10

அறிதுயில் – ஹிப்னோசிஸ்

ஹிப்னாடிசம் பற்றி கேள்விப்பட்டிருக்கிறோம். கதைகளில் படித்திருப்போம். சில திரைப்படங்களில்கூட அதுபற்றிப் பார்த்திருக்கலாம். ஆனால், பெரும்பாலானவர்களுக்கு ஹிப்னாடிசம் என்றால் என்ன என்று சரியாகத் தெரியாது என்பதுதான் உண்மை. பலரும் அவர்களாகக் கற்பனை செய்துகொண்டதையும், பிறர் சொல்லக் கேள்விப்பட்டதையும் வைத்து ஹிப்னாடிசம் பற்றி முடிவுகளுக்கு வந்திருக்கிறார்கள். அவற்றில் பல தவறானவை.

ஹிப்னாடிசம் பற்றிப் பரவலாக நம்பப்படுபவைகளும், உண்மை நிலையும்

பரவலாக நம்பப்படுபவை	உண்மை நிலை
ஹிப்னாடிசம் செய்பவர்களிடம் அதற்கான சக்தி இருக்கிறது.	அந்தச் சக்தி செய்யப்படுவர்களிடம்தான் இருக்கிறது. செய்பவர், அது நடக்க ஏதுவாக இருப்பவர். அவ்வளவே.
ஹிப்னாடிசம் செய்பவரால், உட்படுத்தப்படுபவரின் மனதைக் கட்டுப்படுத்த முடியும்.	இல்லை. முடியாது.

பரவலாக நம்பப்படுபவை	உண்மை நிலை
உட்படுத்தப்படுபவர் தனது கட்டுப்பாட்டை, செய்பவரிடம் ஒப்புக்கொடுத்துவிடுகிறார்.	இல்லை.
பலவீனமான மனதுடைய வர்களைத்தான் ஹிப்னாடி சத்திற்கு உட்படுத்த முடியும்.	இல்லை. நேர்மாறானது. வலிமையான மனதுடையவர்களைத்தான் ஹிப்னாடிசத்திற்கு உட்படுத்த முடியும்.
உட்படுத்தப்படுபவர் சுயநினைவு இழந்துவிடுவார்.	இல்லை.
ஹிப்னாடிசத்தின்போது உட்படுத்தப்படுபவர் அவரது பரம ரகசியங்களைச் சொல்லிவிடுவார்.	இல்லை.
ஹிப்னாடிசத்திற்கு உட்படுத்தப்படுபவர், அவராக அதிலிருந்து மீண்டு வரமுடியாது. செய்தவர் வெளிக்கொணர்ந்தால்தான் உண்டு.	இல்லை.

வரலாறு

ஹிப்னொடிசம், ஹிப்னொ தெரபி என்றெல்லாம் அதிகம் பேசப் பட்டது 1840 க்களுக்குப் பின்தான். ஆனால் அதன் தொடக்கம் என்பது இந்தியாவில் இருந்துதான் என்கிறார்கள் வரலாற்று அறிஞர்கள். அதன் பெயர் 'டெம்பிள் ஸ்லீப்'. கோயிலில் வந்து உறங்குவது என்று சொல்கிறார்கள்.

ஸ்காட்லேண்டு அறுவை சிகிச்சை நிபுணர் ஜேம்ஸ் பிரைடு (James Braid) என்பவர்தான் 1842ம் ஆண்டு, அவர் எழுதிய பிரசுரமாகாத Practical Essay on the Curative Agency of Neuro - Hypnotism என்ற கட்டுரையில் முதன்முதலில் 'ஹிப்னாடிசம்' என்ற சொல்லைப்

பயன்படுத்தினார். நியுரோ ஹிப்னாடிசம் என்பதுதான் அவர் சொன்னது.

ஜேம்ஸ் பிரைடு

பிரான்ஸ் அண்டன் மெஸ்மர் (Franz Anton Mesmer) என்பவர் சொன்னது, ஹிப்னாசிஸ் என்பது செய்யப் படுபவரின் மனது செய்வதுதான். அரை மயக்க நிலைக்குப் போகப் போகிறோம் என்கிற எதிர்பார்ப்பும், அவர் மனது கொடுக்கும் ஒத்துழைப் பும் சேர்ந்துதான் அவர் ஹிப்னடைஸ் ஆகிறார்.

நியுரோ ஹிப்னாடிசம் என்றால் நரம்புகளின் உறக்கம் என்று பொருள்.

ஹிப்னாடிசத்தை தமிழில், அறிதுயில் என்கிறார்கள்.

ஹிப்னாடிசத்தின்போது கான்ஷியஸ் மைண்ட், வெளிமனம் செயல்திறன் குறைந்து அமைதியாகிவிடும். அதனால், வலி போன்றவை பதிவாகாது.

ஹிப்னாடிசத்தில், கான்ஷியஸ் வெளிமனம் அயர்ந்துவிட, நேரடியாக ஆழ்மனதுடன் தொடர்புகொள்ள முடியும். விவரங்கள் கேட்கலாம். தெரிவிக்கும். பரிந்துரைகள் செய்யலாம் எதிர்ப்பின்றி ஏற்றுக்கொள்ளும்.

மூளையும் ஹிப்னாடிசமும்

மூளையில் கோடிக்கணக்கான நியூரான்கள் இருக்கின்றன. அவை ஒன்றோடு ஒன்றும் பலவோடு பலவும் செய்யும் பரிவத்தனை களால்தான் எண்ணங்கள், உணர்வுகள் எல்லாம் உருவாகின்றன. நியூரான்கள் நகர்தலின்போது மூளையில் அலைகள் உருவாகின்றன. இதை 'பிரைன் வேவ்ஸ்' என்கிறார்கள்.

இந்த அலைகளை கருவிகள் வைத்து அளக்க முடியும். இசையமைப்பாளர்கள் இசைக்கு 'நோட்ஸ்' எழுதுகிறார்கள் அல்லவா. வெறும் நோட்சை வைத்தே வாத்தியக் கலைஞர்கள் சரியாக வாசிக்கிறார்கள் அல்லவா. அந்த விவரமான நோட்ஸ் போன்றதுதான் பிரைன் வேவ்ஸ்ஸின் படமும்.

இசை நோட்ஸ்

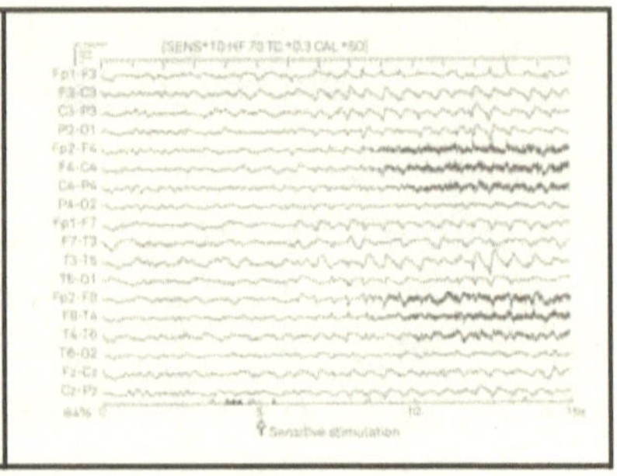

பிரைன் வேவ்ஸ்

எந்த நேரம் அதிகம் இருக்கிறது, எதைச் செய்யும்போது குறைகிறது. எப்போது மிகவும் குறைந்து போகிறது என்றெல்லாம் கண்டுபிடித்திருக்கிறார்கள்.

வெவ்வேறு நிலைகளுக்கு ஆல்பா, பீட்ட தீட்டா, டெல்ட்டா என்று பெயர்களும் வைத்திருக்கிறார்கள்.

- நாம் விழித்திருக்கும்போது இருக்கும் நிலை பீட்டா – Beta state. அந்த நேரம் நம் மூளையில் பரவும் அலைகளின் அளவு வினாடிக்கு 14முதல் 40 சைக்கிள்ஸ்.
- தூங்கும் நேரம் மூளை, ஆல்பா நிலைக்குப் போகும் -Alpha State.
- அரைத் தூக்கமாக இருக்கையில்தான் கனவுகள் வரும். அப்போது அலைகளின் எண்ணிக்கை வினாடிக்கு 8 முதல் 14.
- ஆழ்ந்த தூக்கத்துக்குள் போகப் போக, எண்ணிக்கை 4 முதல் 7 என்றும், மேலும் ஆழ்ந்து தூங்க அலைகள் 0.5 முதல் 3 என்கிற குறைந்த நிலைக்குப் போய்விடும். அதுதான் ஆழ்ந்த உறக்கம். இடியே விழுந்தாலும் தெரியாது என்று வேடிக்கையாகச் சொல்வார்கள் அல்லவா. அப்படிப்பட்ட ‘டீப் ஸ்லீப்’.
- தீட்டா ஸ்டேட் 4 முதல் 7 வரை
- டெல்டாஸ்டேட் 1 முதல் 3 வரை

மூளை அலைகள்பிரிகுவன்சி/நொடிக்கு மனநிலை

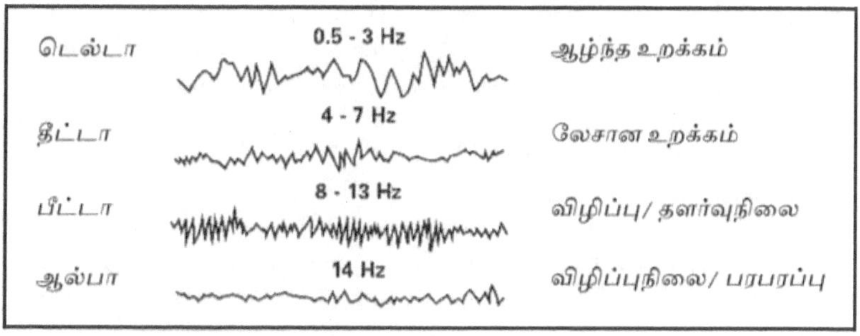

அரைத் தூக்கம், அரை விழிப்பு (டிரான்ஸ்) நிலையில் வைத்து ஒருவரது ஆழ்மனதிற்கு பரிந்துரை - சஜஸ்ட் – செய்யலாம்.

ஆழ்ந்த உறக்கத்துக்குப்பின் உடம்பும் மனதும் புத்துணர்வு பெற்றிருக்கும்.

ஹிப்னாசிஸ்ஸில் என்ன செய்கிறார்கள்?

1. பரபரப்பு நிலையில் இருந்து நல்ல தளர்வான (ரிலாக்ஸ்டு ஸ்டேட் ஆஃப் மைண்ட்) நிலைக்கு மனதைக் கொண்டு போவார்கள்.

2. தேவைப்படும் பரிந்துரைகள் (Suggestions) சொல்வார்கள்.

யோகாசனாவில் வரும் யோக நித்ரா, சவாசனா போன்றவை மற்றும் ‘டிரான்ஸ்டென்டென்டல் மெடிடேஷன்’ (TM) போன்றதுதான் இது.

ஒரு வேறுபாடு, ஹிப்னாஸஸில் பரிந்துரைகள் உண்டு. அதனால் தான் ஹிப்னாஸிஸ் என்.எல்.பி.யில் பயன்படுத்தப்படுகிறது.

செல்ப் ஹிப்னாசிஸ்ஸில், ‘ரிலாக்ஸ்’, ‘ரிலாக்ஸ்’ என்று சொல்லிச் சொல்லியே பீட்டா நிலையில் இருந்து ஆல்பா மற்றும் தீட்டா நிலைக்குப் போய்விடுவார்கள். பின்பு பரிந்துரைகள்தான்.

ஹிப்னாசிஸ்ஸின் பயன்பாடுகள்

மயக்க மருந்து கொடுக்காமலேயே, ஹிப்னாடிசம் பயன்படுத்தி பெரிய அறுவை சிகிச்சைகூட செய்திருக்கிறார்களாம். சென்னையில் டாக்டர் பார்த்தசாரதி என்பவர் ஒருமணி நேரம் நடந்த அறுவை சிகிச்சையை அனஸ்தீசியா கொடுக்காமல் ஹிப்னாடிச முறையில் வலி தெரியாமல் செய்திருக்கிறார்.

என்.எல்.பி.நிபுணர் ஆரவாமுதன் ஹிப்னாடைஸ் செய்து திரு. நாராயணன் என்பவருக்கு பல்லில் 'ரூட் கெனால்' சிகிச்சை நடந்திருக்கிறது. இவை ஒரு பயிற்சி வகுப்பில் பகிர்ந்து கொள்ளப்பட்ட தகவல்கள். இப்படி எவ்வளவோ நிகழ்வுகள், உலகத்தில் பல்வேறு இடங்களில் நடந்துகொண்டிருக்கின்றன.

பயங்கள், தயக்கங்களை ஹிப்னாஸிஸ் மூலம் போக்கலாம். சிலர் அவர்களே அவர்களுக்கு சுய ஹிப்னாஸிஸ் - செல்ப் ஹிப்னாஸிஸ்- செய்துகொள்வார்களாம். இப்படித் தனது சிக்கன் குனியா ஜுரத்தைக் குணப்படுத்திக்கொண்டவர்கள்கூட உண்டாம். என்.எல்.பி. பயிற்சியாளர் திருமதி சுமதி அவர்களின் கணவர் திரு. நாராயணன், இப்படிச் செய்துகொண்டதாகப் பயிற்சி ஒன்றில் தெரிவித்தார்.

இதை ஒருவர் அவராகவே எவர் உதவியும் இன்றிச் செய்துகொள்ள முடியும். 20 முதல் 30 நிமிடங்கள்வரை ஆகும்.

தேவைகள் மற்றும் வழிமுறை:

- உணவு சாப்பிட்டுக் குறைந்தது ஒருமணி நேரம் கழித்து...
- தொந்திரவு இல்லாத இடத்தில்.
- தரையில் அல்லது விரிப்பில் படுத்துக்கொண்டு...
- தலை முதல் பாதம்வரை தளர்வு (ரிலாக்ஸ்) செய்து கொண்டே வரவேண்டும்.

தளர்வு (ரிலாக்ஸ்டு) நிலைக்குப்போக வழிமுறைகள் இருக்கின்றன.

தளர்வு நிலைக்குப்போன பின்பு, ஆழ்மனதுக்கு பரிந்துரைகள் செய்யலாம்.

வேண்டுமானால் ஒருவர், அவர் தளர்வு நிலைக்குப்போக, அவரே அவருக்குச் சொல்லிக்கொள்ளும் வழிமுறைகளை முன்கூட்டியே பேசி, பதிவுசெய்து வைத்துக்கொண்டு, அதை ஒலிக்கச் செய்யலாம்.

அந்த ஒலிப்பதிவின் இறுதியில், அவர், அவருக்குச் சொல்லிக் கொள்ள விரும்பும், அவர் கடைப்பிடிக்க விரும்பும், அவர் மாற்ற விரும்பும் விஷயங்களை, பரிந்துரைகளாகப் பதிவு செய்து வைத்துக் கொண்டு, தொடர்ந்து ஒலிக்குமாறு ஏற்பாடு செய்து கொள்ளலாம்.

பரிந்துரைகள் சொல்லப்பட்ட அன்றே ஏற்றுக்கொள்ளப்பட்டு, உடனடியாக மாற்றங்கள் வராமல் போகலாம். அதனால் ஓரிரு

நாட்கள் அல்ல. தொடர்ந்து பல நாட்களுக்கு தளர்வு நிலைக்குப் போய், பரிந்துரைகள் செய்ய வேண்டும்.

நிச்சயம் பலன் இருக்கும்.

•

ஒருவர் முகத்தில் வடுக்கள் இருந்தால், அவர் அவரைப் பற்றி என்ன நினைப்பார்? கண்ணாடியில் தெரியும் தன் முகத்தைப் பார்த்து வருத்தப்படுவார். காரணம், அவரது வெளிமனம் அதன் அறிவை வைத்து, 'உலகில் எல்லோரும் எப்படி இருக்கிறார்கள், நீ எப்படி இருக்கிறாய் பார்' என்று பேசும். அதே நபரை ஹிப்னாடைஸ் செய்து அவர் ஆழ்மனதில் வடுக்கள், அழகு என்று பதிய வைத்துவிட்டால், அதன்பின் அவர் தனது முகத்தைப் பார்க்கும் போது வருத்தப்படமாட்டார். அவர் ஆழ் மனதிடம் ஒருமுறை அல்ல, 21 நாட்கள் முதல் 90 நாட்கள் வரை வடுக்கள் அழகு என்று திரும்பத் திரும்பச் சொல்லவேண்டும்.

•

ஹிப்னாடிசத்தில் ஒருவருக்கு மிக அதிகமான ரூபாய்த் தாள்களை எண்ணுவதுபோல் சஜஸ்ட் செய்ய, சிறிது காலத்தில் அவர் ஒரு வங்கியில் காசாளராகி நோட்டுக்கள் எண்ணும்படி ஆனதாம். ஏராளமான நோட்டுகளுக்குச் சொந்தக்காரர் ஆகவேண்டும் என்று தெளிவாகக் கேட்காமல், என் கையில் நிறைய பணநோட்டுகள் புழங்க வேண்டும் என்று கேட்டதால் வந்த விளைவு.

•

ப்ரதீப் அகர்வால் ஒரு ஹிப்னாடிச வல்லுனர். நான் கலந்துகொண்ட என்.எல்.பி. பயிற்சிக்குச் சிறப்பு விருந்தினராக வந்திருந்தார். அவர் பல்வேறு தகவல்களை எங்களுடன் பகிர்ந்துகொண்டார். அவற்றில் சில.

அவர் தனது 14 வயதில் ஹிப்னாசிஸ் கற்றுக்கொண்டவராம். பல மாஸ்டர்களிடம் பயின்றவர். பல்வேறு விளையாட்டு வீரர்களுக்கு பயிற்சி கொடுப்பவர். அவர் சொல்வது, நான் வீரர்களின் வார்த்தைகளைக் கவனிப்பேன். அதிலேயே அன்றையப் போட்டியில் அவர்கள் வெற்றி பெறுவார்களா இல்லையா என்று என்னால் சொல்லிவிடமுடியும் என்றார். அவரைப் பொறுத்தவரை ஒருவர் சொல்லும் வார்த்தைகள் மிக மிக முக்கியம்.

ஒருவர் எதை எப்படிச் சொல்கிறாரோ அது, அப்படி, அவரது மனதில் படம்போல இருக்கிறது. அதுவே ஆழ்மனதிற்குப் போகிறது. அதை நிகழ்த்திக் காட்ட ஆழ்மனம் தேவையான எல்லாம் செய்கிறது.

அவர் சொன்ன ஒரு அனுபவம், 1996ம் ஆண்டு ஒரு கோல்ஃப் பந்தயத்தில் ஒருவர் ஆறு ஷாட்ஸ் வித்தியாசத்தில் முன்னணியில் இருந்தார். அவரிடம் அன்று மாலை அது பற்றிப் பேசிக்கொண்டிருந்தபோது, 'நான் இன்னும் கடுமையாக விளையாடவேண்டும்' என்றார். 'I have to play hard' என்பது அவர் சொல்லிய வார்த்தைகள். அந்தப் போட்டியில் அவருடன் ஆடிக்கொண்டு ஆறு ஷாட்ஸ் குறைவாக இருந்தவர் சொன்ன வார்த்தைகள், 'நான் நன்றாக விளையாடுவேன்' என்றார். 'I will play well'.

இறுதியில் ஆறு ஷாட்ஸ்கள் குறைவாக இருந்தவர் 12 ஷாட்ஸ் வித்தியாசத்தில் ஜெயித்தார். கூடுதலாக இருந்து கடுமையாக விளையாடவேண்டியிருக்கும் என்று நினைத்தவர் தோற்றுப் போனார்.

நீங்கள் என்ன பேசுகிறீர்களோ அதன் படம் மனதில் இருக்கிறது. அது நடக்கும்.

அதே 1996ல் பிரதீப் அகர்வால் பிரபல கிரிக்கெட் வீரர் ஒருவருக்கும் 'செய்வதை அற்புதமாகச் செய்யும்' பயிற்சி கொடுத்திருக்கிறார். பந்தயத்திற்கு ஏகப்பட்ட கூட்டம். டிக்கெட்டுகளுக்கு கெடுபிடி, அடிதடி... அந்த வீரர், பிரதீப் அகர்வாலிடம் இரண்டு டிக்கெட்டுகள் கொடுத்து, 'இன்று நீங்கள் வந்து அவசியம் மேட்ச் பாருங்கள். நான் என் பெஸ்டைக் காட்டி ஆடுவேன்' என்று சொல்லியிருக்கிறார்.

அந்த வீரர் அன்று எடுத்த ஓட்டங்கள் 67. மிகச்சிறப்பான ஆட்டம்.

நீங்கள் கவனித்திருக்கலாம். ஒலிம்பிக்ஸ் பந்தயத்தில் மூன்று முறை (2008, 2012, 2016) 100 மீட்டர் ஓட்டப்பந்தயத்தில் தங்கம் வென்ற உசைன் போல்ட் எப்போதும் என்ன சொல்வார் என்று.

அவர் சொல்லும் வாக்கியம், 'நான்தான் கிரேட்டஸ்ட்'.

மைக் டைசன், முகமது அலி போன்ற உலக குத்துச் சண்டை சாம்பியன்கள் இப்படியாக ஆட்டக்களத்தில் மேடையில் கத்துவதைப் பார்த்திருக்கலாம்.

உசைன் போல்ட்

திரைப்படங்களில் ராஜ்கிரண் போன்றோர் தங்கள் எதிரிகளை, ஒரு காலைத் தூக்கி நெஞ்சில் எட்டி உதைத்துக் கீழே தள்ளுவார்கள் அல்லவா? அப்படி உங்களுக்குக் கேடு செய்யும் ஒருவனைச் சந்திக்கிறபோது உங்களால் உதைக்க முடியுமா?

முடியும். எப்போது தெரியுமா?

உங்கள் மனதில் உங்கள்மீது அப்படி ஒரு நம்பிக்கை இருந்தால். தன்னால் அப்படி உதைத்துத் தள்ள முடியும் என்று நம்பாதவர்களால் அதைச் செய்ய முடியாது.

அடிப்பது உதைப்பது மட்டுமல்ல. எதையும் செய்ய முடியும்.

பளு தூக்கும் போட்டியில் கையில் மாவை எடுத்துப் பூசிக்கொள்வார்கள். அதுவரை தூக்கியிராத எடையை ஒருமுறை தீர்க்கமாகப் பார்ப்பார்கள். 'தூக்கறண்டா இன்னைக்கு' என்பது போல முணுமுணுப்பார்கள். தூக்கிவிடுவார்கள்.

N.L.P. தெரிந்த ஒருவருக்கு பாண்டிச்சேரியில் ஒரு விபத்து. 45 நிமிடங்கள் பயணம் செய்துதான் மருத்துவமனைக்குப் போகமுடியும். மனதுக்குள் தனக்கு இன்னும் 45 நிமிடங்களுக்கு அடிபட்ட இடம் வீங்காது என்று நினைத்துக்கொண்டு பயணப்பட்டார். வீங்கவில்லை.

இங்கிலாந்து மகாராணி மரணப்படுக்கையில் இருக்கையில் இங்கிலாந்துக்கு வந்திருந்த ஒரு தூதுக்குழு அவரைப் பார்க்க வந்தது. மகாராணி படுக்கையில் இருந்து எழக்கூடாது என்று

மருத்துவர் குழு கேட்டுக்கொண்டது. படுக்கையில் இருந்து எழுந்தார். வந்திருந்த தூதுக்குழு நபர்களைச் சந்தித்தார். இரண்டுநாட்கள் கழித்துத்தான் இறந்தார்.

உங்கள் உலகை மாற்ற வேண்டுமென்றால், உங்கள் மனதிலிருக்கும் படத்தை மாற்றுங்கள். அதன் மூலம் உணர்வுகளை மாற்றுங்கள்.

வார்த்தைகளிலேயே சக்தியைக் குறைக்கும் மற்றும் அதிகரிக்கும் வார்த்தைகள் என்றுஉண்டு.

இப்படிச் சொல்பவர்களுக்கு சக்தி அதிகம்	**இப்படிச் சொல்பவர்களுக்கு சக்தி குறைவு**
என்னால் முடியும்	என்னால் முடியாது
நான் செய்வேன்	நான் செய்யமாட்டேன்
என்னிடம் திறமைகள் உண்டு	என்னிடம் திறமை இல்லை

மனது உள் வாங்கும் வார்த்தைகள் சிலவற்றுக்குக் கூடுதல் முக்கியத்துவம் கொடுக்கும். அப்படிப்பட்ட வார்த்தைகளில் ஒன்று, 'ஏன் என்றால்' என்கிற பொருள்படும் ஆங்கிலச் சொல் 'பிகாஸ்'. பிகாஸ் (Because) என்றால் காரணம்.

ஒரு ஜெராக்ஸ் கடை. பலரும் 'போட்டோ காப்பி' எடுக்கக் காத்திருக்கிறார்கள். பின்னால் வந்த ஒருவர் மற்றவர்களைப் பார்த்துப் பொதுவாகச் சொல்கிறார், 'நான் முதலில் போட்டுக்கொண்டு போய்விடவா? காரணம், என் குழந்தையை ஸ்கூலில் கொண்டுவிடணும்'.

'நான் முதலில் போட்டுக்கொண்டு போகிறேன். எனக்கு அவசரம்' என்று சொல்லியிருந்தால் கிடைக்கும் ஒத்துழைப்பைக் காட்டிலும், இப்படி ஏதாவது காரணம் சொல்லிக் கேட்கும்போது கிடைக்கும் ஒத்துழைப்பு அதிகம் என்கின்றன ஆராய்ச்சிகள்.

ஆழ்மனது, காரணம் இருந்தால் அனுமதிக்கலாம் என்று புரிந்துவைத்திருக்கிறது. அதுதான் காரணம்!

அதேபோன்ற கூடுதல் முக்கியத்துவமும் அனுசரணையும் பெற்றுத்தரும் மற்றொரு சொல், 'இப்போது' எனும் பொருள்படும் ஆங்கிலச் சொல்லான 'நவ்' (Now).

குழந்தைகள், பெரியவர்கள், ஊழியர்கள், கடைக்காரர்கள் என்று அது எவரிடமாகவும் இருக்கட்டும். இதைச் செய்து தாருங்கள் என்று சொல்வதற்கும், இதை இப்போது செய்து தாருங்கள் என்று சொல்வதற்கும் இடையே கிடைக்கும் மதிப்பு மற்றும் அனுசரணையில் (ரெஸ்பான்ஸ்) நிச்சயம் வேறுபாடு உண்டு.

'I want it' மற்றும் 'I want it now' ஆகிய இரண்டுக்கும் இடையே வேறுபாடு உண்டு.

பிரி - சப்போசிஷன் பயன்படுத்தி, பேசும் திறன்

இது மெட்டா மாடலில் பயன்படுவது. ஹிப்னோசிஸ் செய்யும் போது பயன்படக்கூடியது.

சொல்லும் விதத்தில் சொல்லாததையும் நம்ப வைப்பதுதான் 'பிரி - சப்போசிஷன்'. உதாரணம் சொன்னால் புரிந்துகொள்ள எளிதாக இருக்கும்.

'நான் இனி ஹாஸ்டலுக்குப் போகமாட்டேன்' என்று ஒருவர் சொல்கிறார். அவர் இதற்கு முன்னர் ஹாஸ்டலுக்குப் போயிருக்கிறாரா இல்லையா என்று கேட்டால் நாம் என்ன பதில் சொல்வோம்? போயிருக்கிறார் என்றுதானே!

அதெப்படிச் சொல்லலாம்? நமக்குத் தெரியுமா என்ன? தவிர, அவர் போயிருப்பதாகச் சொல்லவேயில்லையே! இனி போகமாட்டேன் என்றுதானே சொல்கிறார்?

ஆனாலும் கேட்பவர் அனைவருமே ஒரேபோல, இனி போகமாட்டேன் என்று சொன்னால் இதற்கு முன் போயிருக்கிறார் என்றுதான் புரிந்துகொள்வோம்.

இதுதான் சொல்வதற்கு முன்பாகவே அனுமானம் செய்யவைப்பது. குறிப்பிட்டவிதமாகச் சொல்லாமலேயே அப்படிச் சொன்னதன் தாக்கத்தை ஏற்படுத்துவது. இப்படிச் சொல்லப்படுபவை எல்லாம், வார்த்தைகளால் சொல்லாமலேயே அப்படி நினைக்க வைக்கும் 'பிரி - சப்போசிஷன்' கள்.

நாலு நண்பர்களுடன் நிற்கையில், 'என்ன பாண்டியா, சிகரெட் பிடிப்பதை நிறுத்திட்டியா?' என்று கேட்டால், மற்றவர்கள் பாண்டியன்பற்றி என்ன நினைப்பார்கள்? பாண்டியன் முன்பு சிகரெட் குடித்துக்கொண்டிருந்தார் என்றுதானே!

தமிழகத்தில் ஒரு கட்சித் தலைவரைப் பற்றி இப்படிச் சொல்வதுண்டு, துக்ளக் இதழ் ஆசிரியர் மறைந்த நடிகர் சோ நடத்தும் நாடகங்களில் கூட இதைக் கேலியாகச் சொல்வார்.

’தொண்டர்களே, எதிர்கட்சித் தலைவர் பாவம். ஏதோ தெரியாமல் என்னைப்பற்றித் தவறாகச் சொல்லிவிட்டார். அதற்காக அவர் போஸ்டரைக் கிழிக்காதீர்கள். அதன்மீது சாணி அடிக்காதீர்கள். அவர் நடத்தும் கூட்டங்களில் கல் எறியாதீர்கள்’. என்பது போன்று.

தொண்டர்கள் அப்படியெல்லாம் செய்ய நினைக்கவில்லை. ஆனால் அவர்கள் நினைத்ததுபோல அவர்களே எண்ணுமாறு தலைவர் பேசுவதும் ‘பிரி - சப்போசிஷன்’ வகைதான்.

இந்த யுக்தியை வியாபாரம் செய்பவர்கள் பயன்படுத்தாமல் விடுவார்களா என்ன? (இந்த வாக்கியம் கூட ஒரு ‘பிரி - சப்போசிஷன்’ தான். தெரிகிறதா?) மெக்டொனால்ட்ஸ் என்ற நிறுவனம் பற்றித் தெரிந்திருக்கும். அவர்களுடைய பர்கர் வைத்துத் தரும் சிறிய உணவு பெட்டியின் உள்ளே மேல் பக்கம் திறந்தவுடன் கண்ணில் படுமாறு ஒரு வாசகம் எழுதியிருக்கிறார்கள்.

‘என்ன, தனித் தன்மையானதாகத் புதுமையாகத் தெரிகிறதோ? விட்டால், மேலும் இதன் சுவை அற்புதம் என்றுகூடச் சொல்வீர்கள் போல!’ (Unique? You might even say it's delicious!)

அந்த உணவுப் பொட்டலத்தை வாங்கிப் பிரித்ததும் இப்படி ஒரு வாசகம் கண்ணில் பட்டால் என்ன நினைக்க வைக்கும்?

உடன் வாயில் வைத்து ஒரு கடி. அதன் பேக்கரி வாசனை, இளஞ்சூடு, மொறுமொறுப்பு, சுவை எல்லாம் சேர்ந்து, அட! அற்புதமாக இருக்கிறதே என்று நினைக்கையிலேயே, ஆமாம் புதுமையும்தான் என்றும் நம்ப வைக்கும்.

விற்பனையாளர் அப்படி வெளிப் படையாக அது புதுமை என்று சொல்லவில்லை. ஆனால் அப்படி எண்ண வைத்துவிட்டார். அப்படி ஒரு வாக்கியத்தை எழுதியதால்.

விளம்பரங்களில் மட்டுமல்ல. இதில் கை தேர்ந்தவர்கள் மட்டு மல்ல. நடைமுறை வாழ்க்கையில் சிலர் அது ‘பிரி - சப்போசிஷன்’ என்று தெரியாமலேயே வெற்றி கரமாக செய்துகொண்டிருக்கிறார்கள்.

அலுவலக கேண்டீனில் நாம் அதிகம் விரும்பும் ஒருவருடன் நின்று பேசிக்கொண்டிருக்கிறோம். அப்போது மற்றொருவர் நம்

பக்கம் வருகிறார். அவர் அவ்வளவு தூரம் வேண்டியவர் இல்லை. தவிர நமக்கு வேண்டியவர் அவருடன் பேச ஆரம்பித்துவிட்டால் நமக்குக் கிடைத்த நல்ல சந்தர்ப்பம் வீணாகும். என்ன செய்யலாம்?

கைதேர்ந்தவர்கள் என்று சொன்னோம் அல்லவா அவர்கள் என்ன செய்வார்களாம் தெரியுமா? புதிதாக வந்தவரைப் பார்த்தபடி ‘ஏதோ முக்கியமா பேச வந்திருக்கீங்கபோல. நீங்க பேசுங்க. நான் கிளம்புகிறேன்’ என்று கைகொடுப்பார்களாம்.

வந்தவர் என்ன சொல்வார்? என்ன செய்வார்?

‘இல்லை. இல்லை. நான் சாதாரணமாகத்தான் பேச வந்தேன். நீங்க தொடர்ந்து பேசுங்க. நான் அப்புறம் வர்றேன்’ என்று சொல்லி ஒதுங்கிவிடுவார்.

புதிதாக வந்தவர் பேச ஏதும் முக்கியமானது இல்லை என்று அவர் வாயாலேயே சொல்ல வைத்து அவராகவே நகர்ந்து விலக வைப்பது.

அவர் சொன்னாரா, தான் முக்கியமானதாக ஏதோ பேச வந்திருக்கிறேன் என்று?

இல்லை.

இவராக அந்தக் கோணத்தில் இருந்து எதிராளியை யோசிக்க வைத்திருக்கிறார், தேர்வு செய்த வார்த்தைகளைப் பயன் படுத்தியதன் மூலம்.

இப்படி எல்லாச் சந்தர்ப்பங்களிலும் பேச முடியும். உதாரணத்திற்குச் சில.

‘என்ன நீங்க! இவ்வளவு உபசரிக்கிறீங்க! எங்க, சாப்பிடாம போகக் கூடாதுன்னு சொல்லிடுவீங்க போல!’

‘என்ன நீங்க இவ்வளவு மதிக்கிறதைப் பார்த்தா, நீங்க என்னை ரோட்டரி விருதுக்கே பரிந்துரை செய்வீர்கள்போல இருக்கே!’

’போங்கங்க நீங்க... நல்ல வேலை செய்தோம்ன்னு பாராட்டுறது சரி. இதுக்காகப் புடவை எல்லாம் வாங்கிக்கொடுக்கணுமின்னு நினைக்காதீங்க. நாங்க அதெல்லாம் எதிர்பார்த்து வேலை செய்யவில்லை.’

ஹிப்னாசிஸ் செய்யும்போது, வெளிமனதை எச்சரிக்கை மற்றும் அதி கவன நிலையில் இருந்து தளர்வு நிலைக்குக் கொண்டு போக, அவர்களிடம் இந்த முறைகளைப் பயன்படுத்திப் பேசுவார்கள்.

11

அவரைப்போல் எவரும்– மாடலிங்

நாம் எல்லோருமே ஏதாவது ஒரு வேலை அல்லது தொழில் அல்லது வியாபாரம் செய்துகொண்டிருக்கிறோம். நாம் செய்யும் அதே வேலையை அல்லது தொழிலை அல்லது வியாபாரத்தை வேறு எவரோ ஒருவர் மிக அற்புதமாகச் செய்கிறார். நாம் அதைப் பார்த்து வியக்கிறோம். சிலர் அவர்களைப் பாராட்டுவார்கள். சிலர் கூடவே பொறாமையும் படுவார்கள்.

அதோடு நிறுத்திக்கொள்ள வேண்டும் என்பதில்லை என்கிறது என்.எல்.பி. அப்படி நீங்கள் மதிக்கும் வியக்கும் ஒரு நபரிடம் உள்ள எதாவது ஒன்று அல்லது இரண்டு அம்சங்களைத் தேர்வுசெய்து அந்த விஷயத்தை எவரும் பெற முடியும் என்கிறது என்.எல்.பி.

அதெப்படிச் சாத்தியம்? அதற்கு என்ன செய்யவேண்டும்? என்ற கேள்விகள் வரலாம். ஒரு உதாரணத்துடன் பார்த்தால் சுலபமாக இருக்கும்.

பாண்டியன் அலுவலகத்தில் மேலதிகாரி ஒருவர் இருக்கிறார். அவர் பெயர் அத்துல். பாண்டியனுக்கு அத்துல்மீது மரியாதை. அத்துல் போல தானும் வரவேண்டும், வளர வேண்டும் என்று நினைக்கிறார். மாடலிங் பற்றித் தெரியவந்த பின், அத்துலை நுட்பமாகக் கவனிக்கிறார். எந்த விஷயங்களில் எல்லாம் அத்துல் சிறப்பானவர் என்று ஆராய்ச்சி மனநிலையோடு பார்க்க ஆரம்பிக்கிறார்.

அப்படிக் கவனிப்பதில் அவர் ஒரு முறையைக் கையாளுகிறார். அந்த முறையின் பெயர், Looking at the differences that make the difference என்பது.

பாண்டியனும் அத்துலும் ஒரே மாதிரியானவர்கள் இல்லை. அவர்கள் இருவருடைய செயல்பாடுகளில், நடத்தையில், பழக்க வழக்கங்களில் நிச்சயமாக பல வேறுபாடுகள் இருக்கின்றன. அதனால்தான் பாண்டியன் அத்துலை மதிக்கிறார், வியக்கிறார்.

பல வேறுபாடுகள் இருந்தாலும் அவை எல்லாம் ஒரே தாக்கத்தை தருபவன அல்ல. உதாரணத்திற்கு அத்துலின் உயரம். அல்லது அத்துலின் படிப்பு. அல்லது அத்துல் மற்றவர்களை நடத்தும் முறை. இப்படிப்பட்ட பல்வேறு வேறுபாடுகளில் இருந்து அத்துலை குறிப்பிட்ட விதத்தில் மேம்பட்டவராக ஆக்கிய ஒன்றிரண்டை மட்டும் ஆராய்ந்து கண்டுபிடிக்க வேண்டும்.

அதாவது பாண்டியனுக்கும் அத்துலுக்கும் இடையே இருக்கும் வித்தியாசங்களுக்குக் காரணமான வேறுபாடுகளைக் கண்டறிவது. அதுதான் differences that make the difference. வேறுபாட்டுக்கு காரணமான வேறுபாடுகள்.

பாண்டியனுக்கு முதலில் தோன்றியது அத்துலின், எவர் பேசினாலும் மனது கொடுத்துக் கேட்கும் திறன். ஆங்கிலத்தில் 'லிசனிங் ஸ்கில்ஸ்'.

அது முதல் அத்துல் எப்படி கவனித்துக் கேட்கிறார் என்பதை பாண்டியன் கவனிக்க ஆரம்பித்து, அதைத் தானும் செய்து பார்த்து, செய்து பார்த்து அதில் மேல் நிலை அடைகிறார்.

எவரைக் கவனித்துப் பார்த்தாலும் அவர்களிடம் ஒரு குறிப்பிட்ட பாணி –பேட்டர்ன்- இருப்பதைப் பார்க்க முடியும். இப்படி வேறு ஒருவருக்கு முன்மாதிரியாக இருப்பவரை, எவர் அல்லது எதுபோல தாங்கள் ஆகவேண்டும் என்று நினைக்கிறார்களோ அதன் பெயர், எக்ஸெம்பிளார் (Exemplar). மேலே பார்த்த எடுத்துக்காட்டில் அத்துல், எக்ஸெம்பிளார். பிறருக்குக் கொடுப்பதில் கர்ணன் ஒரு எக்ஸெம்பிளார். கற்றுக்கொள்வதில் ஏகலைவன் ஒரு எக்ஸெம்பிளார்.

ஒருவரே பலரை தனது எக்ஸெம்பிளார் ஆக வைத்துக்கொள்ள முடியும். ஒவ்வொரு குணத்துக்கு அல்லது திறனுக்கு ஒருவர் என்று.

நான் உயர விரும்பும் துறையில் எக்ஸெம்பிளார் யார் என்று கண்டுணர்ந்து அவரிடம் இருந்து எந்த அம்சத்தைக் கற்றுக் கொள்ளலாம் என்று முடிவு செய்யவேண்டும். அவரைப் போல சிலவற்றைச் செய்ய நான் என்னிடம் எதை அதிகரிக்கவேண்டும், எவற்றைக் குறைக்க வேண்டும் என்று திட்டமிடுவது. பின்பு செயல்படுத்துவது.

அவர் செய்வதைப் போலவே தானும் சிறப்பாகச் செய்ய வேண்டும் என்று நினைப்பவர்

மாடலிங்

சிறப்பாகச் செய்பவர்களின் செய்கைகளை வைத்து அதையே செய்து அந்த வெற்றியைப் பெறுவது.

சிறப்பாகச் செய்பவர்களுக்கு அவர்கள் எப்படிச் செய்தார்கள் என்று சொல்லத் தெரியாது. குயவர் களிமண் குழைத்துப் பானைகளை நேர்த்தியாக மட்டுமல்ல வேகமாகவும் செய்வார். எப்படிச் செய்தீர்கள் என்று கேட்டால் அவருக்கு விவரிக்கத் தெரியாது. வேண்டுமானால் இன்னொருமுறை செய்து காட்டுவார்.

காரணம், அது அவரது ‘அன்கான்சியன்ஸ் காம்பிடென்ஸ்’.

அவருக்குத் தெரியாது. ஆனால் அவரால் முடியும்.

கிரிக்கெட் வீரர் விராட்கோலிக்கு நன்றாக விளையாடத் தெரியும். குறிப்பிட்ட நேரத்தில் எப்படி அவ்வாறு ஆடினீர்கள் என்று கேட்டால், அடுத்தவரும் அதே விதம் ஆடக்கூடிய வகையில் அதை விவரிக்கத் தெரியாது.

ஆனால் ரவி சாஸ்திரி, கேரி கிரிஸ்டின் போன்ற கிரிக்கெட் பயிற்சியாளர்களுக்கு டெண்டுல்கர், விராட் கோலி அளவு பிரமாதமாக விளையாடத் தெரியாது. ஆனால் டெண்டுல்கரோ அல்லது விராட் கோலியோ என்ன செய்கிறார்கள்? எதனால் அவர்கள் ஆட்டம் பரிமளிக்கிறது என்று அவர்களால் புரிந்து கொள்ளவும், பிறருக்கு அதைச் சொல்லிக்கொடுக்கவும் தெரியும்.

இதேதான் என்.எல்.பி. மாடலிங்கிலும்.

சிலர் நல்ல மேடைப் பேச்சாளர்கள். அவர்களுக்கு அவர்களின் முறை அல்லது வெற்றி ரகசியம் தெரியாமல் இருக்கலாம்.

ஆனால் பேச்சுப் பயிற்சியாளர்கள் அவர்கள் பேச்சுக்களை, பேசும் முறைகளைக் கவனித்து, உள்வாங்கி, அவற்றை எல்லாம் பிறரும் புரிந்துகொள்ளும் வண்ணம் எடுத்துச் சொல்வார்கள்.

மேடைப் பேச்சுபோல விளையாட்டுகள், வியாபார வெற்றி, தலைமைப் பண்பு, தொடர்புக்கலை என்று பலவற்றையும் மற்றவர்களுக்குச் சொல்லிக்கொடுப்பார்கள்.

ஆக, வெற்றியாளர்களை, சிறப்பாகச் செய்பவர்களைக் கவனித்து அவர்களைப்போலவே செய்து வெற்றி பெற முயல்வதுதான் என்.எல்.பி. மாடலிங்.

மற்றவரைப் பார்த்து அவரைப்போல செய்வது. ஆனால் மாடலிங்கில் அது மட்டுமல்ல.

ஒருவர் எல்லா நேரமும் ஒரேபோல இருப்பதில்லை. எல்லா நேரங்களிலும் மிகச் சிறப்பாகச் செயல்படுவதில்லை. எல்லா விஷயங்களிலும் சிறப்பாக இருப்பதில்லை. உதாரணத்திற்குக் கணக்கில் புலியாக இருக்கும் ஒரு மாணவன், மொழிப்பாடத்தில் அப்படியில்லாமல் இருக்கலாம். மாதக்கடைசியில் வரும் சுறுசுறுப்பு சில விற்பனை அதிகாரிகளுக்கு மாத ஆரம்பத்தில் இல்லாமல் போகலாம். இப்படிப்பட்ட வேறுபாடுகளையும் என்.எல்.பி. மாடலிங் மூலம் சரி செய்யலாம்.

ஒரு நேரம் அல்லது ஒரு விஷயத்தில் சரியாகச் செய்ய முடிவதைத் தேவைப்படும் பிற நேரங்களிலும், பலன் தரும் பிற விஷயங்களிலும் செய்ய முடியும். ஓரிடத்து, ஓர் விஷயத்துத் திறனை மற்றொரு இடத்திற்கும் நகர்த்துவது.

அமெரிக்காவில் நடக்கும் ‘ஸ்பெல்பீ’ என்றழைக்கப்படும் ஆங்கில ஸ்பெல்லிங் போட்டிகளில் அதிக இந்தியர்கள் பெரும் வெற்றிபெறுகிறார்கள். சிலர் என்.எல்.பியின் மாடலிங் முறைகளை இதற்குப் பயன்படுத்துவதாகச் சொல்லப்படுகிறது.

சிலர் அவர்கள் வாழ்க்கையில் சோர்ந்துபோய் உட்கார்ந்து விடுவதற்கும், தவறான முடிவுகள் எடுப்பதற்கும் காரணம் அவர்களுக்கு இருந்த வழிகள் அடைக்கப்பட்டுவிட்டன என்று நினைப்பதுதான்.

அவர்களைப் பொறுத்தவரை எல்லாம் இரண்டுக்குள்தான். கணித முறையில் சொல்வது என்றால் பைனரி. *1* அல்லது *0*.

வெற்றி அல்லது தோல்வி. கிடைக்கும் அல்லது கிடைக்காது. கருப்பு அல்லது வெள்ளை.

ஒருவருக்குச் செய்தி சொல்ல எத்தனை வழிகள் இருக்கின்றன. போன் அல்லது எஸ்.எம்.எஸ். அல்லது வாட்ஸ் அப். அல்லது மெயில். அல்லது தபால். அல்லது ஆள் மூலம். அல்லது பேஸ் புக் மெசெஞ்சர். அல்லது இன்ஸ்டாகிராம். அல்லது...

என்.எல்.பி.சொல்வது, உலகில் எல்லாவற்றுக்குமே, எல்லா நிலைகளுக்குமே, எல்லாப் பிரச்னைகளுக்குமே பல தீர்வுகள் உண்டு. நாமாக அதைக் குறுக்கிக்கொள்ள வேண்டாம்

என்.எல்.பி. சொல்கிறது, பி கிரியேட்டிவ். அதாவது கற்பனைத் திறனோடு யோசியுங்கள். புதிய புதிய வழிகள் தென்படும். யோசித்தால் பல்வேறு வழிகள் வாய்ப்புகள் இருப்பது தெரியவரும்.

சொல்ல நன்றாக இருக்கும். ஆனால் செய்ய முடியுமா? என்று சிறு சந்தேகம் இருந்தாலும் விட்டுவிடுங்கள். இரண்டு உதாரணங்கள், நம்மூர், சமீபத்திய உதாரணங்கள் பார்க்கலாம்.

அவர் பெயர் சாந்தி. புகழ்பெற்ற டி.டி.கே. குடும்பத்தைச் சேர்ந்தவர். அவருடைய கணவர் ரங்கநாதன் குடிப்பழக்கத்திற்கு ஆளாகி அதைவிட முடியாமல் சிரமப்பட்டார். பின்பு அதனாலேயே இறந்துபோனார்.

சாந்திக்கு வயது இருபத்து ஐந்திற்கும் குறைவு. அவருடைய அந்தக் காலத்தில் மறுமணம் என்பதெல்லாம் கிடையாது. அவர் முன் இரண்டு கேள்விகள். முதல் கேள்வி எவராலும் யூகிக்கக் கூடியதுதான்.

வாழ்க்கையின் சொச்ச காலத்திற்கும் என்ன செய்வது?

இரண்டாவது கேள்விதான் முக்கியமானது. என் கணவருக்கு அந்தப் பழக்கத்தில் இருந்து மீள்வதற்கான சிகிச்சை உள்நாட்டில் கிடைக்காமல்தானே இறந்தார். இப்படி இன்னும் எத்தனை நபர்கள் சிரமத்துக்குள்ளாகிறார்களோ. அவர்களும் இப்படி ஒரு நிலையை சந்திக்க வேண்டுமா? அதற்காக நான் ஏதும் செய்ய முடியாதா?

இரண்டு கேள்விகளுக்குமான ஒரே பதில்தான் அவர் உருவாக்கிய டி.டி.கே. பவுண்டேஷன். 'ஹால்கஹாலிக் அனானிமஸ்' அமைப்பின் அங்கம். போதைப்பழக்கத்துக்கு ஆளான ஆயிரக் கணக்கான மனிதர்களுக்கு கடந்த 30 ஆண்டுகளுக்கும் மேலாக

உதவி வரும் நிறுவனம்.

சாந்தி ரங்கநாதன் மூலையில் அமர்ந்து அழவில்லை. இனி வேறு வழியில்லை என்று தவறான முடிவுகள் எடுக்க வில்லை. யோசித்தார். புதிய வாய்ப்புகள் கண்டார். அமெரிக்கா போய் குடிப் பழக்க மீட்பு பற்றிய சிகிச்சை கற்று வந்தார். சொந்த நிறுவனம் தொடங்கினார். போதைப்பழக்கத்திலிருந்து விடுபட ஏராளமானவர்களுக்குச் சிகிச்சை அளித்தார்.

மற்றொருவர் ஆயிக்குடி ராமகிருஷ்ணன். கப்பற்படையில் சேர முயற்சிக்கையில் விபத்துக்கு உள்ளாகி, கழுத்திற்குக் கீழ் எதுவும் அசைக்க முடியாது என்கிற நிலையில் 'அமர் சேவா சங்கம்' என்ற அமைப்பை உருவாக்கி தன்னைப்போலச் சிரமப்படும் ஆயிரக் கணக்கானவர்களுக்கு சக்கர நாற்காலியில் அமர்ந்தபடியே, நிர்வாகம் செய்து உதவி வருகிறார்.

காதல் தோல்வி, பிசினஸ் நஷ்டம், உறவு செய்த துரோகம் என்று அது எதுவாகவும் இருக்கட்டுமே. யோசித்தால் புதிய வழிகள் தென்படும்.

வாய்ப்புகளைப் பார்க்கத் தவறக்கூடாது. சம்பந்தப்பட்டவரின் மனமே வாய்ப்புகளை கவனிக்கத் தவறும். அதன் பெயர் டெலிஷன். வேறு ஒரு அத்தியாயத்தில் அதன் விவரங்கள் கொடுக்கப் பட்டிருக்கின்றன.

என்.எல்.பி.சொல்வது, உங்கள் மாடலை சுருக்கிக்கொள்ளாதீர்கள். விரிவுபடுத்திக்கொள்ளுங்கள்.

12

அழுத்திப்போடு – அபர்மேஷன்ஸ்

அபர்மேஷன் என்றால், நமக்கு வேண்டியவற்றை நாமே நம்மிடம் உறுதியாகச் சொல்லிக்கொள்வது.

பாசிட்டிவ் அபர்மேஷன்ஸ்

எலினா இசன்பயிவா என்ற ரஷ்ய நாட்டு போல்வால்ட் வீராங்கனை, கையில் அந்த நீண்ட கழியை எடுத்துப் பிடித்துக் கொண்டு ஓடிச் சென்று, தாவ ஆயத்தம் ஆகும்போது, அவர் வாய் எதையோ முணுமுணுப்பதைப் பார்க்க முடியும். இப்போதும் அவை யு டியூபில் வீடியோக்களாக இருக்கின்றன.

அவர் வாய் முணுமுணுப்பது, 'என்னால் முடியும். என்னால் முடியும்' என்பதைத்தான். மனதுக்குள் அல்ல. அவர் தனது வாயாலேயே அதிகச் சத்தமின்றிச் சொல்கிறார். இல்லை இல்லை. அவரிடமே சொல்லிக்கொள்கிறார். ஒருமுறை அவர் வாய் முணுமுணுப்பதை வைத்து வார்த்தைகளைக் கண்டுபிடித் திருக்கிறார்கள். அந்த வார்த்தைகள் 'செய், செய், சும்மா செய்துவிடு. தைரியமாக இரு... எல்லாம் சரியாகத்தான் இருக்கிறது' (Do it, do it, just do it. Just be confident, I'm OK).

இப்படி அவர் சொல்வதன் பெயர், அபர்மேஷன்.

அபர்மேஷன் என்றால், ஒருவர் தனக்கு வேண்டியவற்றை அவரே அவரிடம் உறுதியாகச் சொல்லிக்கொள்வது.

‘நான் முழு ஆரோக்கியத்துடன் இருக்கிறேன்’, ‘எனக்கு வெற்றி கிடைக்கும்’, ‘என் முயற்சிக்குப் பலன் உண்டு’ என்பதுபோல எதை வேண்டுமானாலும் சொல்லிக்கொள்ளலாம்.

அபர்மேஷன்கள் முன்பே பார்த்ததுபோல நேர்மறையானதாக இருக்கவேண்டும். (எதெல்லாம் வேண்டும் என்று இருக்க வேண்டுமே தவிர, எதெல்லாம் வேண்டாம் என்றல்ல). தவிர, உறுதியாகக் கிடைக்கும் என்பதுபோல இருக்கவேண்டும்.

அபர்மேஷன்ஸ் என்பவை ஒன்றல்ல இரண்டல்ல பலநூறு தடவைகள் சொல்லிக் கொள்ளப்படவேண்டியவை. அவை ஆழ்மனதிற்குப் போகும் அளவு திரும்பத் திரும்பச் சொல்லிக் கொள்ளவேண்டும்.

கடவுள்களுக்குச் சொல்லப்படும் ஆயிரத்து எட்டு போற்றி, லட்சார்ச்சனைகள் போலத்தான்.

இப்படிச் சொல்லும்போது நமது தலைக்குள் ஒலியின் அளவை (வால்யூம்) அதிகரித்துக்கொள்ள வேண்டும். இப்படி நம்மிடம் நாமே சொல்லிக்கொள்ளும் அபர்மேஷன்ஸ்களின் ஒலி அளவு எப்படி இருக்கலாம் தெரியுமா? சில சமயங்களில் கல்யாண வீடுகளில் இருந்து சத்தம் வருமே அப்படி. முன்பெல்லாம் டீக்கடைகளில் இருந்துகூட வருமே அப்படி. அந்த அளவு சத்தமாக மனதில் ஒலிக்கச் செய்யலாம்.

அரசியல் கூட்டங்களில் மக்கள் தலைவர்களால் டிரான்ஸ் நிலைக்கு அழைத்துப் போகப்பட்டு, அபர்மேஷன்ஸ் வழங்கப்படுகிறது.

ஊர்வலம் நெடுக பல மணி நேரங்கள் போடப்படும் கோஷங்கள் எல்லாம் ஒரு விதத்தில் அபர்மேஷன்ஸ்தான். அதையே தொடர்ந்து சொல்லும் தொண்டன் அதை நம்ப ஆரம்பித்துவிடுவான். பஜனை களிலும் இப்படித்தான் ஒரேவிதமான சொற்களை மீண்டும் மீண்டும் சொல்ல, மனது பாதி டிரான்ஸ் நிலைக்குப் போய்விடுகிறது.

நான் பூரண ஆரோக்கியத்துடன் இருக்கிறேன்.

இப்படிச் சொல்லும்போது நமது தலைக்குள் ஒலியின் அளவை (வால்யூம்) அதிகரித்துக்கொள்ள முடியும்.

13

மாற்ற முடியுமே – டிரான்ஸ்ஃபர்மேஷன்ஸ்

என்.எல்.பி.யினால் கிடைக்கும் பலன்களுக்குப் பெயர், டிரான்ஸ்ஃபர்மேஷன்ஸ். மாற்றங்கள். வல்லுனர்கள் செய்யும் சில உரையாடல்களால் வரும் மாற்றங்கள். மிக எளிய வழிமுறைகள் மூலம் பிரமிக்கத்தக்க மாற்றங்கள் வெறும் முப்பது முதல் 45 நிமிடங்களுக்குள் ஏற்பட்டுவிடும். ஏதோ மேஜிக் , மாயம் போல இருக்கும். எல்லாம் ஆழ்மனப் புரோகிராம்களை மாற்றுவதன் விளைவுதான்.

என்.எல்.பி.யில் நூற்றுக்கணக்கான டிரான்ஸ்ஃபர்மேஷன்ஸ் உண்டு. மாதிரிக்குச் சிலவற்றை மட்டும் பார்க்கலாம்.

அசோசியேஷன்ஸ்

மணி அடித்தால் சோறு கிடைக்கும் என்று நாய் தொடர்புபடுத்திக் கொண்டுவிட்டது. அப்படியென்றால் அது ஒரு ஆங்கர், தூண்டி. இதுபோல நம் ஒவ்வொருவரிடமும் பல்வேறு உதவிகரமான மற்றும் தொந்திரவு தரும் ஆங்கர்கள் உண்டு. காலப்போக்கில் ஏற்பட்டவை. சிலருக்கு சுருட்டு அல்லது சிகரெட் புகைத்தால் தான் மலம் கழிக்க முடியும். தொடக்கத்தில் எவருக்கும் தெரியாமல் இருக்க மலம் கழிக்கும் இடத்தில் புகைக்க ஆரம்பித்து, அப்படியே தொடர்ந்து செய்ய, புகைப்பது தூண்டியாகிவிட்டது. எப்போது புகைத்தாலும் மலம் கழிக்கத் தோன்றும். அல்லது மலம் கழிக்க வேண்டும் என்றால் புகைத்தாகவேண்டும்.

இது போல நம்மிடம் ஆயிரக்கணக்கான அசோசியேஷன்ஸ் உண்டு. சில நன்மை தருவன. சில தீங்கு செய்வன.

நம்மிடம் எல்லா பலங்களும் உண்டு. எல்லா வளங்களும் உண்டு. எல்லோரும் வல்லவரே. ஆனால், அவை எல்லா நேரமும் வெளிப்படுவதில்லை. தேவைப்படும் நேரம் அவற்றை வெளிக் கொணர, நமக்குப் பயன்படுத்த என்ன செய்யலாம்? அதேபோல, எதாவது ஒன்றில் நாம் மிகச் சிறப்பாகவே செய்கிறோம். அப்படிச் சிறப்பாகச் செய்யும் பகுதிகளைக் கண்டுபிடித்து அந்த 'சிறப்பாகச் செய்யும் திறனை' ஏனைய இடங்களிலும் பயன்படுத்தலாம்.

அதற்கு ஒரு வழி இருக்கிறது. அதன் பெயர் ஆங்கரிங். (Anchoring).

ஆசிரியர்கள் பொதுவாக மாணவர்கள் முன்பு தைரியமாக இருப்பார்கள். ஆனால் வேறு ஆசிரியர்கள் இருக்கும் கூட்டத்தில் பேசும்போதோ, பெற்றோர் முன்னிலையில் பேசும்போது அப்படி இல்லாமல் பதட்டமாக உணரலாம்.

பரதநாட்டியம் ஆடும் நேரம் தைரியமாக இருக்கும் பெண், சமையல் போட்டிகளின்போது பயந்துவிடுகிறார். பரதம் ஆடும் போது இருக்கும் தைரியத்தை, சமையல் போட்டியின்போது அந்தப் பெண்ணிடம் வருமாறு ஆங்கரிங் மூலம் செய்யலாம்.

ஆங்கரிங்கின் அடிப்படை, வெற்றிகரமான அனுபவத்தின் ஒரு சிறுபகுதியைக்கொண்டு வேறு ஒரு இடத்தில், வேலையில் மற்றொரு வெற்றிகரமான முழு அனுபவத்தையும் உண்டாக்கலாம்.

சிறு நெருப்பு வைத்து அடுப்பு பற்ற வைப்பதுபோல.

சிலருக்கு ஜனகணமன பாட்டைக் கேட்டால், உடம்பு சிலிர்க்கும். சிலருக்குப் பலாப்பழ வாசனை கிடைத்தால் சொந்த ஊர் ஞாபகம் வரும். சில கிரிக்கெட் வீரர்களுக்கு அவர்களது பிரியமான பேட் அல்லது கிளவுஸ் கிடைத்தால், போட்டியில் அடித்து ஆடும் தைரியம் வரும்.

சிலருக்கு மருந்து வாசனை வந்தாலே அவர்கள் வேலை செய்யும் மருத்துவமனை நினைவுக்கு வரும். சிலருக்குப் புத்தம் புதுத்துணியின் வாசனை, அவர்களது பள்ளிக்கூட முதல் நாளை நினைவுபடுத்தும். ஒருவருடைய குழந்தையை ஆம்புலன்சில் கொண்டுபோய், அது திரும்பி வரவில்லை. அந்த அம்மாவிற்கு

அதன்பின் ஆம்புலன்ஸ் சத்தம் எப்படிப்பட்ட நினைவைக் கொண்டுவரும்.

ஒரு சிறு விஷயம் அதனுடன் தொடர்புடைய பெரிய விஷயத்தை உடனடியாக நினைவுபடுத்துகிறது. சில சொற்கள் (உதாரணத்திற்கு என்.சி.சி.யில் கதம்தால், குரல் (தாலாட்டுப் பாட்டு, அம்மாவை), உடைகள் (கதர் வேட்டி, அப்பாவை), வாசனைகள் (வேர்வை- நண்பனை) அலங்காரம் (கோயிலை) என்று நாம் அறியாத நம்முடைய பல சின்னச் சின்ன 'ஆங்கர்'கள் இருக்கின்றன.

நாம் எப்போதெல்லாம் ஒரு முக்கிய மற்றும் தீவிரமான சூழ்நிலையில் இருக்கிறோமோ - தீவிரமான என்றால் நல்லது கெட்டது இரண்டும்தான் - (இன்டென்ஸ்சிவ் ஸ்டேட்) அது சமயம் நமது உடலும் மனமும் பிணைந்திருக்கும். அதுபோன்ற நேரங்களில் நாம் பார்த்த அல்லது கேட்ட அல்லது உணர்ந்த அல்லது சுவாசித்த ஏதோ ஒரு வித்தியாசமான நிகழ்வு அல்லது ஓசை அல்லது வாசனை அந்த நிகழ்வுடன் தொடர்புடையது.

அப்படிப்பட்ட ஒரு இன்டென்ஸ் ஸ்டேட்டில் உடன் செய்யும் ஒரு செயல், அந்த இன்டென்ஸ் ஸ்டேட்டைக் கொண்டு வர ஒரு டிரிகர் ஆகிவிடுகிறது.

ஆங்கர் எப்படிப்பட்டதாக இருக்க வேண்டும்?

- தொடர்புடையதாக - அசோசியேட்டட்
- தனித்தன்மை உடையதாக – யுனீக்
- நிகழ்வின் உணர்வின் உச்சத்தில் கிடைத்ததாக (ஸ்டாண்டிங் ஓவேஷன், கைதட்டல் , விருது போல)- அட் த பீக்
- தெளிவானதாக – பியூர்
- வலுவானதாக – இன்டென்ஸ்

இன்டென்ஸ் என்றால் பல சென்சரி ஆர்கன்ஸ் - கண், காது, மூக்கு, உடல் என்று பலவும் தீவிரமாகக் கலந்துகொண்டிருக்கும் நேரம். (தாலி கட்டும் நேரம், சத்தம், புகை, கூட்டம், கோஷம், வேர்வை, நெரிசல், கேலி - அல்லது பேருந்து நிலையத்தில் ஒருவருடன் தகராறு...)

சர் லாரன்ஸ் என்று ஒரு நடிகர். ஷேக்ஸ்பியர் நாடகங்களில் நடிப்பவர். ஒருமுறை மிகப் பிரமாதமாக நடித்துவிட்டார். அந்த

நாடகம் முடிந்ததும் அவர் உள் அறையில் கோபமாக நடமாடிக் கொண்டிருந்தார். அவரது நண்பர் அவரை நெருங்கி, அதான் பிரமாதமாக நடித்துவிட்டாயே, பிறகு என்ன கோபம் என்று கேட்டிருக்கிறார். அதற்கு லாரன்ஸ், எப்படி நன்றாக நடித்தேன் என்று எனக்குத் தெரியவில்லையே. அதனால் அதே போன்ற நடிப்பை இனி எப்படிக் கொண்டுவருவேன் என்றாராம். அவருக்கு ஆங்கர் கிடைக்கவில்லை. அதுதான் கோபத்திற்குக் காரணம்.

ரிவர்ஸ் ஆங்கர்களும் உண்டு - மைக் டைசன் ஹோலிபீல்ட் 'ஹெட் பட்' செய்ததும் கொதித்து எழுந்துவிட்டார். அவர் உள் மனது அவரது தோல்வியையும் ஹெட்பட்டையும் அசோசியேட் செய்து கொண்டுவிட்டது அவருக்குத் தெரியாது.

1. தன் கடந்த காலத்தை சரித்திரத்தை மாற்றுவது

Getting unstoppable confidence

கண்களை மூடிக்கொள்ளுங்கள். நீண்ட ஆழமான பெருமூச்சு இழுத்து நிதானமாக வெளியேற்றுங்கள்.

உங்கள் உருவப் படத்தைக் கற்பனை செய்யுங்கள். பெரிய படம். பெரிது என்றால் கட் அவுட்போல மிகப்பெரியது. உயரம் அறுபது அடி. அதற்கு ஏற்ற அகலம். உங்களைவிடப் பெரிய நாற்காலி ஒன்றில் கம்பீரமாக கால்மேல் கால் போட்டு அமர்ந்திருக்கிறீர்கள்.

இப்போது நீங்கள் எழுந்துபோய் அந்தப் படத்தில் இருக்கும் உங்கள் உருவத்திடம் கைகுலுக்குகிறீர்கள். கைகுலுக்கும்போதே, ஹலோ என்று படு சத்தமாகச் சொல்கிறீர்கள். அப்படியே அந்த உருவத்துடன் கலந்துவிடுகிறீர்கள்.

பின்பு அங்கு கம்பீரமாக கால் மேல் கால் போட்டு அமர்ந்தபடியே மொத்த உலகையும் 60 அடி உயரத்தில் இருந்து குனிந்து பார்க்கிறீர்கள்.

சத்தமாக ஹலோ என்கிறீர்கள்.

கண்களை மூடிக்கொண்டு ஒரு பெரிய, கண்ணாடி போன்ற டிரான்ஸ்பரண்ட் குமிழ் (பபுள்-bubble) ஒன்றை கற்பனை செய்யுங்கள். சோப்பு நுரையை ஊதினால் பறக்குமே அப்படிப் பட்ட ஆனால், ஒரு ஆள் உள்ளே போகக்கூடிய அளவு பெரிய, ஆளைத் தாங்குகிற அளவு வலுவான பபுள்.

அந்த பபுள் சக்தி வாய்ந்தது என்றும், உங்களுக்குப் பக்கத் துணையாக இருக்கும் என்றும் கற்பனை செய்யுங்கள். மனதில் நிறுத்திக்கொள்ளுங்கள்.

பின்னால் எப்போதேனும் உங்களைச் சுற்றி வேண்டாதவர்கள், துன்பம் செய்பவர்கள் வந்தால்/இருந்தால் கண்ணை மூடிக் கொண்டு அந்தக் கற்பனை பபுளை மனதில் கொண்டு வாருங்கள். அதன் பின், காலைத் தூக்கி அப்படியே அந்த பபுள் உள்ளே இறக்கி விடுவதாக கற்பனை செய்துகொள்ளுங்கள். அது போதும். அந்த பபுள் ஒரு பாதுகாப்பு வளையம்போல. அதைத் தாண்டி உங்களை அவர்களால் ஏதும் செய்ய முடியாது.

உங்களை எவரேனும் கடுமையாகப் பேசும்போது, ஏசும்போது இந்த பபுளுக்குள் இறங்கிவிடலாம். அவர்கள் சொல்லும் எந்தச் சொல்லும் உங்களைப் பாதிக்காது. பபுளுக்கு வெளிப்புறமே அவை நின்றுவிடும். உள்ளே வராது.

அதன்பின் ஜீபூம்பா போலத்தான். அற்புத விளக்கைத் தேய்த்தால் வரும் பூதம்போல, நீங்களும் கையைப் பிசைந்தோ, காலைத் தரையில் தட்டியோ எதாவது ஒன்றை, ஒரேபோல, அதே மாதிரி தேவைப்படும் நேரமெல்லாம் செய்து, பபுளை வரவழைக்க முடியும்.

வேலை இடங்கள் அல்லது வீட்டில் உங்கள்மீது கூடுதல் அன்பும் அக்கறையும் கொண்டவர்கள் இருப்பார்கள் அல்லவா. அவர்களிடம் சொல்லி வைத்துவிடவேண்டும். உங்களை யாராவது மதிப்புக் குறைவாகவோ அல்லது வருத்தப்படும்படியோ பேச அல்லது நடத்த ஆரம்பித்தவுடன், இவர்கள் உங்களைப் பார்த்து ஏதாவது ஒரு சொல் சொல்லவேண்டும். உதாரணத்துக்கு ,'குதி'.

குதி என்றால், 'உங்களைப் பாதுகாக்கும் அந்தக் குமிழுக்குள் குதியுங்கள்' என்பதை அவர்கள் நினைவூட்டுகிறார்கள். காரணம், வருத்தப்பட ஆரம்பிக்கும் நேரம் நமக்கு குமிழ் பற்றியெல்லாம் நினைவு வராமல் போகலாம்.

குதி என்பதற்குப் பதில், 'ஜம்ப்', 'கெட் இன்', 'மூவ் இன்', 'நுழையுங்கள்' என்று எப்படி வேண்டுமானாலும் 'கோட் வேர்ட் ' வைத்துக்கொள்ளலாம். இப்படியெல்லாம் சொன்னால் மற்றவர்கள் என்னவோ ஏதோ என்று பார்ப்பார்களே என்று நினைத்தால்,

ஏதாவது ஒரு எண் (ஐந்து) அல்லது ஒரு சாதாரணச் சொல்லைக் கூட தூண்டுச் சொல்லாக வைத்துக்கொள்ளலாம். உதாரணத்துக்கு 'வாவ்' அல்லது 'சோ..' அல்லது 'எஸ்ஸ்ஸ்...'

2. தவறான மற்றும் தேவையற்ற பழக்கங்களை விடுவது- ஸ்விஷ்

குறிப்பிட்ட பழக்கங்களுக்கு அடிமையானவர்கள் அவர்களைப் பற்றித் தாழ்வாக நினைப்பார்கள். தன்னைக் கொஞ்சம் வெறுக்கக்கூட செய்வார்கள்.

அவர்களுடைய இந்தச் சுயபிம்பத்தை மாற்றவேண்டும்.

என்.எல்.பி.மூலம் இந்தப் பழக்கங்களில் இருந்து விடுபட முடியும்

- நகம் கடிப்பது
- புகை பிடிப்பது
- இனிப்புகள் சாப்பிடுவது

நிச்சயமாக இவற்றைச் செய்வதில் ஒருபாணி அதாவது - 'பேட்டர்ன்' இருக்கும். அதைக் கண்டுபிடிக்கவேண்டும். எப்போது அதைச் செய்தீர்கள் என்று யோசித்துப் பாருங்கள். அதைச் செய்வதற்குச் சில வினாடிகள் முன்பு என்ன நடந்தது? அதுதான் சாவி... அதைக் கண்டுபிடியுங்கள். அதாவது எதனால் அதைச் செய்யவேண்டும் என்று உங்களுக்குத் தோன்றுகிறது? டிரிகர் எது?

அந்த 'கணம்' உங்களது 'கியு பிக்சர்' – Cue Picture இதைச் சுருக்கமாக CP என்று குறிப்பிடுவோம்.

புகை பிடிப்பவர் ஒருவரிடம் 'புகை பிடிப்பதற்கு முன் இருக்கும் உங்கள் CP என்ன? அதை விவரிக்க முடியுமா?' என்று கேட்டதற்கு அவர் சொன்ன பதில் இப்படி இருந்தது,

'நல்லாச் சாப்பிட்டாச்சு. வயிறு ஃபுல். வெற்றிலை பாக்கும் போட்டாச்சு. இப்ப ஒரு சிகரெட் குடிக்கணும்.'

அடுத்து ஒரு எதிர்கால படம் உருவாக்கிக்கொள்ளவேண்டும். அதாவது சிகரெட் பிடிப்பதை நீங்கள் நிறுத்திவிட்டால் உங்கள் நிலை எப்படி இருக்கும். அதுதான் எதிர்காலப் படம். அதை

கற்பனை செய்து, அதை ஒரு படமாக்கவேண்டும். அதன் பெயர் - 'பியூச்சர் பிக்சர்' – Future Picture - சுருக்கமாக 'FP'.

சிகரெட்டை நிறுத்திவிட்டால் உங்கள் உடல்நலம் எப்படி இருக்கும்? உங்களுக்கு வேண்டியவர்களின் மனநிலை சந்தோஷம் எப்படி இருக்கும். உங்கள் தொடர் செலவு குறைந்து பொருளாதார வசதி எப்படி இருக்கும்.

அந்த நிலையின் படம்தான் பியூச்சர் பிக்சர்.

அதை ஒரு அற்புதமான, செய்யத் தூண்டும் படமாக கம்பெல்லிங் பிக்சராக உருவாக்கிக்கொள்ளவேண்டும்.

அந்தப் படம் வண்ணமயமானதாக, பிரகாசமானதாக, பெரிதாக, நகர்வதாக இருக்கவேண்டும்.

நகர்வது என்றால், மூவிங். புகைப்படம் போலல்ல. வீடியோ போல.

இரண்டு படங்களும் தயார்.

இனி மூன்றாவது வேலையைச் செய்யவேண்டும். அது படங்கள் இரண்டையும் வைத்து செய்யும் வேலை.

முதலில் 'கியு பிக்சரை' மனதில் கொண்டுவரவேண்டும். ஆயிற்றா?

அடுத்து அந்தப் படத்தினுள் இடது பக்க கீழ் மூலையில் சிறிய அளவாக பியூச்சர் பிக்சரை வைக்கவேண்டும்.

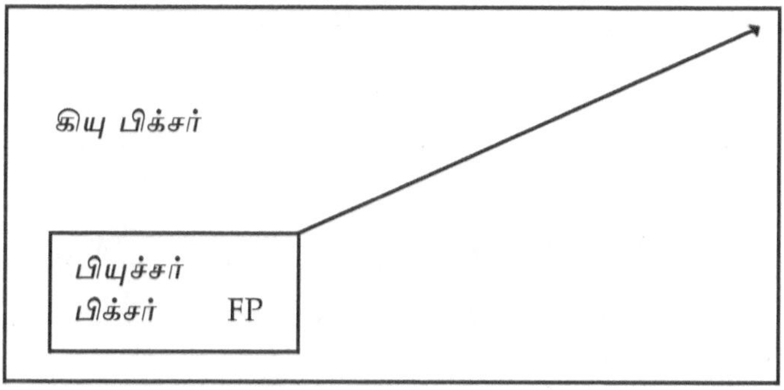

இரண்டு படங்களும் நன்றாகத் தெரிகிறதா? இப்போது 'ஸ்விஷ்...' என்று சொல்லியபடி மனதினில் தெரியும் சிறிய படத்தை அப்படியே பெரிதாக்கி, பெரிய படம் மறையும்படிச் செய்துவிடவேண்டும். வேகமாக.

கண்களை மூடிக்கொண்டு, 'ஸ்விஷ்...' என்று சொல்லியபடி இப்படிச் செய்ய, சின்னப்படம் பெரிதாகி, 'கியு பிக்சரை' தள்ளி ஒழித்துவிடும்.

இப்படியாக மீண்டும் மீண்டும் செய்யவேண்டும்.

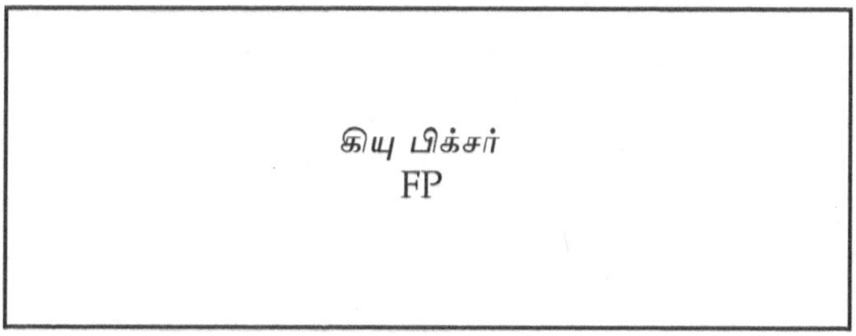

இடையில் வேறு எதுவும் செய்யவோ நினைக்கவோ கூடாது. அதாவது நோ 'பிரேக் ஸ்டேட்'

இப்படிச் செய்வதன் மூலம் நீங்கள் விட நினைக்கும் எதையும் விட்டுவிடமுடியும்.

3. சில கசப்பன துன்பம் தந்த நினைவுகளை அடிக்கடி நினைத்துப் பார்ப்பதால் அவை மனதில் பதிந்துவிடுகின்றன.

மும்பையில் உடன் வேலை செய்த பிரேம் என்பவன் என்னை 250 ரூபாய் ஏமாற்றிவிட்டான். அதை மறக்காமல் இருந்தால் நான் 250 தடவைக்கும் மேலாக வருத்தப்படுகிறேன்.

நினைவுகளுடன் இருக்கும் உணர்வுகள் தொந்திரவு தரும். அதைக் கழற்ற வேண்டும்.

நெகட்டிவ் எமோஷன் என்று ஏதுமில்லை. தேவையற்ற எமோஷன்கள் உண்டு.

சேல்ஸ் மக்கள் சிலவற்றை சீக்கிரம் மறக்கவேண்டும். அப்போது தான் அடுத்ததைச் செய்ய முடியும். குறிப்பாக சேல்ஸ் போன் கால் செய்பவர்கள்.

சில தேவையற்ற கசப்பான அனுபவங்களை அழிக்கலாம். 'ரீவைண்ட் ராகா' மூலம்.

எந்த நிகழ்வும் வரிசையான சீன்கள் தான்.

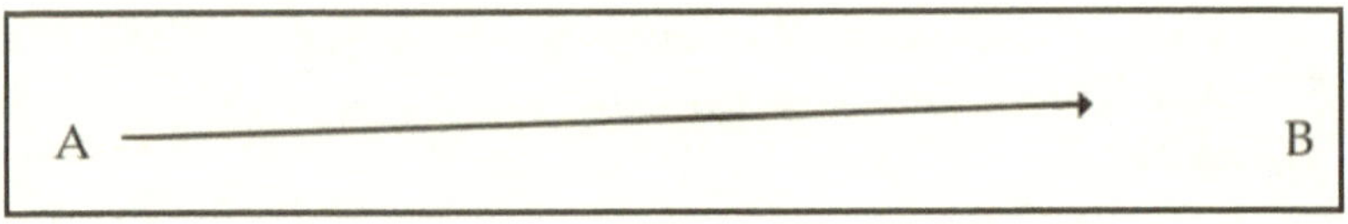

முடிவு ஆரம்பம்

கண்களை மூடிக்கொண்டு, ஒரு சீனை மனதில் சீன் பை சீன் ஆகப் பாருங்கள். பின்பு கண்களைத் திறவுங்கள்.

இப்போது மீண்டும் கண்களை மூடிக்கொண்டு கடைசி சீனில் இருந்து முதல் சீனுக்கு வேகமாக ரீவைண்ட் செய்யுங்கள்.

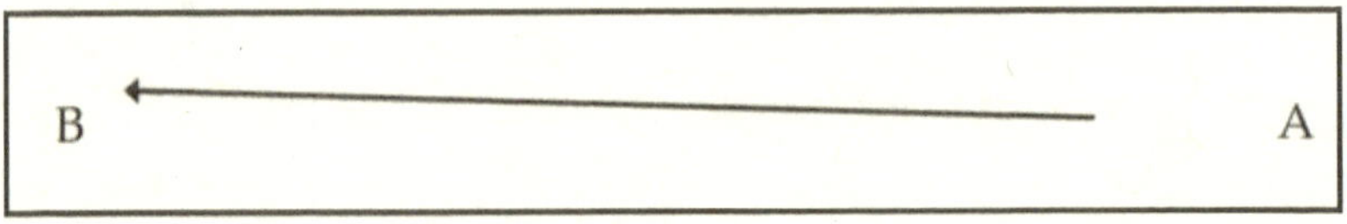

முடிவு ஆரம்பம்

இதே போல வேக வேகமாக ஐந்து முதல் பத்துதடவைவரை ரிவர்ஸ் செய்யுங்கள். ஒரு முறை ரிவர்ஸ் செய்ய அரை வினாடிதான் எடுத்துக்கொள்ளவேண்டும். எல்லா சீனும் போகவேண்டும். அதே சமயம் அது அரை வினாடிக்குள் முடியவேண்டும்.

நிகழ்வுகள் மூளையில் பதிவாகின்றன. அவற்றை அழிக்க முடியாது. பேப்பரில் பென்சிலால் எழுதியதை ரப்பரால் அழிப்பது

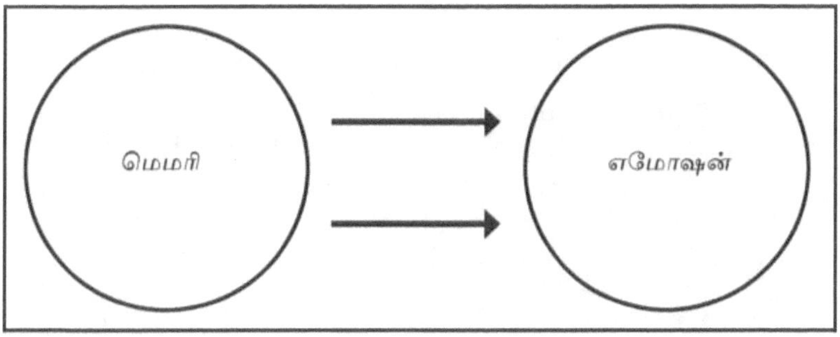

போலவோ அல்லது கம்ப்யூட்டரில் டெலீட் அதுவும் ஷிப்ட் டெலீட் செய்வது போலவோ இல்லாமல் போகச் செய்ய முடியாது.

ஆனால் அவற்றால் ஏற்படும் வலியை வருத்தத்தை மனதிற்குக் கொண்டுபோகும் பாதையை அடைக்கமுடியும். பல் மருத்துவர்கள், சொத்தைப் பல்லை எடுத்துவிட்டு, அதன் கீழ் இருக்கும் நரம்புத் தொடர்பை அறுத்துவிடுவார்களே அப்படி.

நினைவு மனதில் இருக்கும். ஆனால் அதற்கும் மனதிற்கும் தொடர்பு துண்டிக்கப்படுகிறது.

இதைச் சரி செய்ய இன்னொரு வழியும் இருக்கிறது. அது 'ரீவைண்ட்' செய்யும்போது நாம் விரும்பும் ஒரு இசையை குறிப்பாகக் கருவிகளால் வரும் 'இன்ஸ்டிருமெண்டல்' இசையைக் கேட்பது.

உதாரணத்திற்கு கிரிக்கெட் பேட்ஸ்மென் ஒருவர் அதிவேகப்பந்து வீச்சாளர் ஒருவரின் பந்து வீச்சைக் களத்தில் சந்திக்க அஞ்சுகிறார். அவர் நினைப்பு வருகிறபோதெல்லாம், மனதிற்குள் சத்தமாக அந்த இசையைக் கேட்கலாம். (இது ஆடிட்டரி முறை)

மற்றொரு (விஷுவல் அசோசியேஷன் வேண்டுவோருக்கு) 'ரீவைண்ட்' டின் போது மனதிற்குள் ஒரு பூவையோ அல்லது இஷ்டமான வேறு எதையோ கற்பனை செய்துகொண்டு, அது பூப்பது போல நினைக்கலாம். அதைப் படமாக மனதில் பார்க்கலாம்.

4. Six step reframing

Six step reframing முறையை வைத்து உடல் தொந்திரவுகள், உபாதைகள், பழக்கங்கள், நடத்தை. என்று எதை வேண்டு மானாலும் மாற்றலாம்.

1. முதலில் உங்கள் ஆழ்மனம் உங்களிடம் ஆம் அல்லது இல்லை என்று தெரிவிப்பதற்கான சமிக்ஞைகளை (சிக்னல்) முடிவு செய்துகொள்ளுங்கள். உதாரணத்திற்கு, ஆம் என்றால் இடது கை ஆள்காட்டி விரல் மேலும் கீழுமாக அசையும். இல்லை என்றால் கட்டை விரல் அசையும் என்பதுபோல, வெளிப்படையாகத் தெரியக்கூடிய தெளிவான சமிக்ஞைகளை முடிவு செய்து கொள்ளுங்கள்.

2. அந்தப் பழக்கம் வேண்டும் என்று நினைக்கும் அல்லது உபாதை இருக்கிறது என்று நினைக்கும் உடலின் பாகத்தைத் தொடுங்கள்.

3. அதனுடன் பேசுங்கள்

4. மாற்று வழிகளில் அதே தேவையை நிறைவு செய்யும் வழியை அந்த உடல் பாகத்துக்குச் சொல்லுங்கள்.

5. பிறகு, ஆழ்மனதிடம், உடலின் வேறு எந்தப் பாகத்திற்காவது இது குறித்து ஆட்சேபணை உண்டா என்று கேளுங்கள். விரல் அசைவைக் கவனியுங்கள்.

6. ஆட்சேபணை இல்லை என்றால், இந்த மாறுதல்களைச் செய்ய அனுமதித்த ஆழ்மனதிற்கு நன்றி சொல்லுங்கள்.

5. ஸ்டேட்ஸ் ஆஃப் எக்ஸலென்ஸ் - அற்புதமான கணங்கள்

நிலை 1: உங்கள் வாழ்க்கையின் எந்த அற்புத நேரத்தை நீங்கள் அடிக்கடி சந்திக்க விரும்புகிறீர்கள்? எந்த அற்புதமான நேரத்தில் உங்கள் பலம் முழுக்க வெளிப்பட்டது. எப்போது, எது போன்ற சமயங்களில் உங்கள் முழுத் திறமையும் வெளிப்படும்? அதைக் கண்டுபிடியுங்கள். Identify your excellent state.

நிலை 2: உங்களுக்கு என்று ஒரு 'அற்புதத் திறன் வட்டத்தை' (Circle of Excellence) நீங்கள் கற்பனை செய்யவேண்டும். அது உங்களுக்கு எதிரில் தரையில் இருப்பது போல கற்பனை செய்யுங்கள். அதன் நிறம் என்ன? அதிலிருந்து ஏதாவது சப்தம் வருகிறதா?

நிலை 3: இப்போது நீங்கள் அப்படி ஒரு அற்புதமான நிலையில் இருந்து உங்கள் திறமை முழுதும் காட்டி பரிமளித்த, உங்களுக்கு நன்கு திருப்தியளித்த அந்த நேரத்தை நினைவுக்குக் கொண்டு வாருங்கள். அந்த நேரத்தை உங்களால் உணரமுடிந்த உடன், நிற்கும் இடத்தில் இருந்து முன்னே நகர்ந்து, நீங்கள் கற்பனை செய்து வைத்திருக்கும் அந்த 'அற்புதத் திறன் வட்டத்துள்' கால்களை வைத்து, உள்ளே நில்லுங்கள். இந்த நேரம் நீங்களோ அல்லது நீங்கள் முன்கூட்டிச் சொல்லி உதவிக்கு வைத்திருக்கும் ஒருவரோ, உங்கள் தோள்பட்டையை அழுத்தித் தொட வேண்டும். இப்படித் தொடப்படுவதற்குப் பெயர், 'ஆங்க்கர்'. தமிழில் 'தூண்டி' என்று சொல்லலாம்.

நிலை 4: இப்போது 'அற்புதத் திறன் வட்ட'த்தில் இருந்து வெளியே வரலாம். சற்று நேரம் சும்மா இருக்கலாம். பின்பு மீண்டும் அந்த 'அற்புதத் திறன் வட்டத்திற்குள் காலடி எடுத்து வைத்துப் போக வேண்டும். நீங்களோ உங்கள் உதவியாளரோ உங்கள் தோளைத் தொடவேண்டும். ஆமாம், தூண்டத்தான். முன்பு நீங்கள் உணர்ந்த உங்களின் அந்த அற்புத நேரத்து உணர்வுகள் கிடைக்கப் பெறுகிறீர்களா என்று நினைத்துப் பாருங்கள். நிச்சயம் கிடைக்கும்.

நிலை 5 : இனி எப்போது நீங்கள் நினைத்து தோள்பட்டையின் அந்தக் குறிப்பிட்ட பகுதியை முன்பு அழுத்தித் தொட்டது போலத் தொட்டாலும், உங்களின் அற்புத நேர ஆற்றல் தூண்டப்படும்.

அடுத்து, வருங்காலத்தில் நீங்கள் எந்தச் சூழ்நிலையில் அல்லது சந்தர்ப்பத்தில் அந்த அற்புத நேர ஆற்றல் தேவைப்படும் என்று நினைக்கிறீர்களோ, அந்தச் சந்தர்ப்பத்தில் அற்புதத் திறன் வட்டத்தை உங்கள் கற்பனையில் தரையில் கொண்டுவந்துவிட்டு, பின்பு உங்கள் தோளைத் தோடுங்கள். அதுதான் ஸ்விட்ச் போல, உடனடியாகத் தூண்டு. அந்த நேரம் உங்களுடைய அதே முந்தைய அற்புதத் திறன் வெளிப்படும்.

இதை எப்படிச் செய்கிறார்கள் என்பதை நான் ஒரு சிறுகதையாக எழுதினேன். கல்கி பத்திரிக்கையில் அந்தக் கதை வெளிவந்தது. அது புத்தகத்தின் பின் இணைப்பில் கொடுக்கப்பட்டிருக்கிறது. தொடர்புடைய ஒருவரே என்னிடம் சொல்லிய நிகழ்வு அது. பெயர்கள் மற்றும் ஊர் மாற்றப்பட்டிருக்கிறது.

14

இலக்கு நிர்ணயித்தல் – கோல் செட்டிங்

நீங்கள் கார் ஓட்டிக்கொண்டு போகிறீர்கள். அது தேசிய நெடுஞ்சாலை. வேகமாக ஓட்டமுடியும். நிதானமாக பாட்டுக் கேட்டுக்கொண்டு மணிக்கு 70 கி.மீ வேகத்தில் போகிறீர்கள். பின்னால் ஹார்ன் சத்தம் கேட்கிறது. ரியர் வியு கண்ணாடி வழியாகப் பார்க்கிறீர்கள். ஒரு பெரியவிலைக் கார் உங்களை முந்த முயற்சிப்பது தெரிகிறது.

எதிரில் பார்க்கிறீர்கள். அங்கு அவ்வளவு இடமில்லை. சற்றுப் பொறு என்பதுபோல ஜன்னலுக்கு வெளியே கைநீட்டிப் பின்னால் வரும் காருக்கு ஜாடை செய்கிறீர்கள். ஆனால், அதை ஓட்டும் இளைஞர் கேட்பதாக இல்லை. முந்த முயல்கிறார்.

அவர் செய்வது உங்களுக்குப் பிடிக்கவில்லை. நீங்கள் உங்கள் காரின் வேகத்தை 70ல் இருந்து 80 க்கு உயர்த்துகிறீர்கள். அவரும் உயர்த்தியிருப்பார்போல. இப்போது அவர் வண்டியும் உங்கள் வண்டியும் ஒன்றுக்கு ஒன்று இணையாக, வேகமாகப் போகின்றன.

நீங்கள் சாலையின் இடது பக்கம் இருக்கிறீர்கள். வேகத்தை 100 க்கு ஏற்றுகிறீர்கள். உங்களைப் பக்கவாட்டில் பார்த்து கேலியாகச் சிரித்தபடி அந்த இளைஞன் 110 க்கு ஏற்றி முன்னேறுகிறார். நீங்கள் ஐந்தாவது கியருக்கு வேகமாக மாறி... 120 ஐத் தொடுகிறீர்கள்..

அடுத்து என்ன நடக்கிறது என்று பார்க்கவேண்டுமா? அதை விடுங்கள். அதுவா முக்கியம்? அதைவிட முக்கியமான ஒரு விஷயம் இருக்கிறது. அதற்குப் பதில் சொல்லுங்கள்.

உங்கள் காரை ஓட்டுவது யார்? நீங்களா அல்லது அந்த இளைஞனா?

இதுதான் மேட்டர்.

நிதானமாக 70 கி.மீ வேகத்தில் இயற்கையை ரசித்தபடி பாதுகாப்பாக கார் ஓட்டிக்கொண்டிருந்த நீங்கள் இப்போது ஆபத்தான முறையில், 120 கி.மீ வேகத்தில் கடும் கோபத்துடன் ஓட்டிக்கொண்டிருக்கிறீர்கள். காரணம்? யாரோ எவரோ!

வாழ்க்கையையும் சிலர் இப்படித்தான் 'ஓட்டுகிறார்கள்'. தங்களுக்கு என்ன பிடிக்கும், என்ன வேண்டும், தனக்கு எது முக்கியம் என்பதெல்லாம் தெரியாமல் அடுத்தவர்களைப் பார்த்து, பொறாமையில், போட்டியில் ஏதேதோ செய்கிறார்கள். சிலர் மாட்டியும்கொள்கிறார்கள்.

நம்முடைய வாழ்க்கை எனும் வண்டியைப் பிறர் ஓட்டுமாறு செய்துவிடவேண்டாம். தவிர, யாரோ ஓட்ட அதில் நாம் வெறும் பிரயாணி போலவும் இருக்கவேண்டாம். நாமே ஓட்டவேண்டும்.

நீண்ட பயணம், சுகமான பயணம், நாமே செலுத்தும் வண்டி. Long drive, Pleasant drive and Self-drive.

குற்றம் காண்பதை விடுத்து, தேவையை நினைப்பது

வருங்காலம் சிறப்பாக இருக்கவேண்டும் என்று நீங்கள் விரும்பினால், உங்கள் மனது அதற்கு ஏற்பாடு செய்யும். அமையும் என்று நம்பினால், அது அமைந்தே விடும்.

பிறர் மீது குற்றம் காண்பது, பழி சொல்வது ஆகியவற்றை (பிளேம் பிரேம் -Blame frame) விட்டுவிட்டு, என்ன செய்யவேண்டும் என்கிற (அவுட்கம் பிரேம் - outcome frame) மிற்கு மாறினால், வெற்றி நிச்சயம்.

அதற்கு என்ன செய்யவேண்டும்?

கோல் செட்டிங் செய்யவேண்டும்.

கோல் செட்டிங்

எம்.பி.ஏ. படிப்பிற்கு உலக அளவில் புகழ்பெற்ற அமெரிக்காவில் அமைந்திருக்கும் ஹார்வேர்டு பல்கலைக்கழகம். அங்கே எம்.பி.ஏ. படிப்பில் சேர்ந்திருந்த மாணவ மாணவியரிடம் ஒரு எளிமையான கேள்வி கேட்டு பதில் பெற்றார்கள்.

அந்தக் கேள்வி:

நீங்கள் அடைய வேண்டிய இலக்கு என்ன என்று முடிவு செய்து அதை எழுதி வைத்திருக்கிறீர்களா? அந்த இலக்கை அடைய செயல்திட்டம் உருவாக்கி அதையும் எழுதி வைத்திருக்கிறீர்களா?

மொத்தம் மூன்று வகையான பதில்கள் வந்திருக்கின்றன.

1. இல்லை

2. இலக்கு உண்டு. ஆனால், அதை எழுதவில்லை

3. இலக்கும், திட்டமும் முடிவு செய்தாகிவிட்டது. அவற்றை எழுதியும் வைத்திருக்கிறேன்.

நூற்றுக்கு 84 பேர் சொன்னது: இல்லை.

உண்டு. ஆனால் அது எழுத்து வடிவத்தில் இல்லை என்றவர்கள் 13%

இலக்கும், திட்டமும் இரண்டையுமே யோசித்து முடிவு செய்தாகி விட்டது. எழுதி வைத்திருக்கிறேன் என்றவர்கள் 3%.

இந்தக் கேள்வி பதில் நடந்தது 1979ம் ஆண்டு.

பத்து ஆண்டுகள் கழித்து, 1989 ஆண்டு அதே நபர்களைத் தேடிக் கண்டுபிடித்து அது சமயம் அவர்களது வருமானம் என்ன என்று விசாரித்திருக்கிறார்கள். அவர்களுக்குக் கிடைத்த தகவல்கள் அவர்களை பெரும் அதிர்ச்சிக்கு உள்ளாக்கியிருக்கிறது.

1979ல் இலக்கும் அதை அடையும் திட்டமும் பற்றி யோசிக்காமலே இருந்த 84% மாணவர்களை ஓர் அடையாளத்திற்காக A என்று வைத்துக்கொள்வோம். யோசித்து ஆனால், எழுதாமல் இருந்த 13% மாணவர்களை B என்றும், இலக்கையும் திட்டத்தையும் எழுத்து வடிவில் வைத்திருந்தவர்களை C என்று வைத்துக்கொள்வோம்.

மொத்த பேரின் வருமானங்களையும் A, B மற்றும் C என்று வகை வாரியாகக் கூட்டிப் பார்த்ததில் A குழுவில் இருந்த மொத்த பேரின் வருமானத்தைவிட B குழுவில் இருந்தவர்களின் வருமானம் இரு மடங்காக இருந்திருக்கிறது. இத்தனைக்கும் A குழுவில் 84 சதவிகிதம் பேர். B குழுவில் 13 தான்.

அதைவிட ஆச்சரியம், இந்த அ மற்றும் ஆ குழுவில் இருந்த 97 சதவிகிதம் நபர்களின் மொத்த வருமானத்தைக் காட்டிலும் இ

குழுவில் இருந்த வெறும் 3% நபர்களின் மொத்த வருமானம் கூடுதலாக இருந்தது.

இதுதான் இலக்கு ஏற்படுத்திக்கொண்டு செயல்படுபவர்களுக்கும், அப்படி இல்லாதவர்களும் இடையே உள்ள வேறுபாடு.

இரண்டு கார்கள் கிளம்புகின்றன. ஒன்றில் எங்கே போகவேண்டும் என்று முடிவு செய்துவிட்டவர்கள். மற்றொன்றில் காரில் ஏறிய பின்பும் அது பற்றி யோசிக்காதவர்கள்.

எந்த வண்டி வேகமாகப் போகும் என்று சொல்லவும் வேண்டுமா?

இலக்கு நிர்ணயிப்பதற்கு முன்பாக முடிவு செய்துகொள்ள வேண்டியவை.

(ஆல்பிரட் ஹாப்டான்க் ஸ்கார்பெக் கார்ஸைஸ்கி சொல்லும் வழிமுறையில் இருந்து)

தகவல் சேகரிப்பு

1. உங்களுக்கு என்ன வேண்டும்?
   - நேர்மறையான முறையில் சொல்லவேண்டும்
   - உங்கள் கட்டுப்பாட்டில் இருப்பதாக இருக்க வேண்டும்
   - பார்ப்பதற்கு, கேட்பதற்கு, உணர்வதற்கு அது எப்படியிருக்கும்?
   - அதன் சிறு சிறு பகுதிகள் என்ன?
2. அது உங்களுக்கு என்ன தரும்?
3. அது கிடைத்துவிட்டது? அதை நீங்கள் அடைந்துவிட்டீர்கள் என்பதற்கான அடையாளம் என்ன?
4. எப்போது எந்த இடத்தில் யாருடன் இருக்கையில் அது கிடைக்கவேண்டும்?
5. அதை அடைந்துவிட்டால் அது எப்படி உங்களுடைய அல்லது மற்றவர்களின் வாழ்க்கையை மேம்படுத்தும்?
6. ஏன் நீங்கள் அதை ஏற்கெனவே அடையவில்லை?
7. உங்களிடம் இப்போது இருக்கும் என்ன வளங்கள் அதை அடைய உதவியாக இருக்கும்?

8. மேலும் தேவைப்படும் வளங்கள் என்ன?

9. அதை எப்படி அடையப்போகிறீர்கள்?

- அதை நோக்கி நீங்கள் செய்யப்போகும் முதல் வேலை என்ன? குறிப்பான காரியம்.
- அதை அடைய ஒன்றுக்கும் மேலான வழிகள் இருக்கின்றனவா?

10. இந்த இலக்கை அடையாவிட்டால் என்ன நேரும்?

11. இந்த இலக்கை அடையாவிட்டால் எது நேராது?

குறிப்பு:

இலக்குகள் எப்படியிருக்கவேண்டும் என்பதை, 'திட்டமிடுவோம் வெற்றி பெறுவோம்' புத்தகத்தில் விரிவாக எழுதியிருக்கிறேன். இயன்றால் அதையும் பாருங்கள்.

இலக்கு நிர்ணயித்தல்

முதல் கட்டம்

தனியாக அமர்ந்து 20 முதல் 30 நிமிடங்கள்வரை எடுத்துக்கொண்டு, உங்கள் எல்லாக் கனவுகளையும் எழுதுங்கள்.

1. நீங்கள் எப்படிபட்ட மனிதராக ஆக விரும்புகிறீர்கள்?
2. நீங்கள் என்ன செய்ய விரும்புகிறீர்கள்?
3. நீங்கள் எவற்றை அடைய/பெற விரும்புகிறீர்கள்?

உங்கள் புத்திசாலித்தனம், இது சாத்தியமா, மற்றவர்கள் என்ன நினைப்பார்கள், சொல்வார்கள் என்றெல்லாம் யோசிக்காமல், மனதுக்குத் தோன்றியவற்றை எல்லாம் தொடர்ந்து இடைவிடாமல் 20 முதல் 30 நிமிடங்களுக்கு எழுதுங்கள்.

இரண்டாம் கட்டம்

நீங்கள் எழுதியவற்றைப் படித்துப் பார்த்து, அதில் கீழ்கண்ட வாழ்க்கைப் பகுதிகள் பற்றிய விருப்பங்கள் ஏதேனும் இருக்கிறதா இல்லையா என்று பாருங்கள்.

- சமுதாயம்
- தனி விருப்பங்கள்

- ஆன்மிகம்
- உடல்நலம்
- மனநலம்
- நிதி, செல்வம்
- உறவுகள்

ஏதாகிலும் விடுபட்டிருந்தால் அது சார்ந்தும் உங்கள் விருப்பம் குறித்து எழுதுங்கள்

மூன்றாம் கட்டம்

மேலே உள்ள தலைப்புகளில் நான்கைத் தேர்வு செய்து, அதில் ஒன்றை இந்த ஆண்டு செய்ய எடுத்துக்கொள்ளுங்கள்.

நான்காம் கட்டம்

நீங்கள் உங்கள் இலக்கை அடைந்துவிட்டதாகக் கற்பனை செய்து கொள்ளுங்கள். உங்கள் 'சப் மோடாலிட்டீஸ்' அனைத்தையும் பயன்படுத்தித் தேர்வு செய்த இலக்கை விரும்புமாறு செய்யுங்கள்

ஐந்தாம் கட்டம்

அந்தப் படத்திற்கு நேர இலக்கு முடிவு செய்யுங்கள்.

15

இந்தப் புத்தகம் சொல்வதென்ன?

1. நடப்பது எப்படி இருந்தாலும் அதை எடுத்துக்கொள்ளும் விதத்தில்தான் வலியோ, வருத்தமோ, ஆனந்தமோ, மனநிறைவோ வருத்தம் போன்றவையோ உண்டாகின்றன.

   தீராத வியாதிகளையும் நம்பிக்கையுடனான முயற்சியுடன் வெல்ல முடியும்.

   போதும், போதாது; இருக்கிறது, இல்லை; அழகு, அசிங்கம் என்பதெல்லாம் மனது காட்டும் பிம்பமே தவிர, அதில் உண்மை பொய் என்று ஏதும் இல்லை.

   இருப்பது இல்லாததாகவும் இல்லாததை இருப்பதாகவும் காட்ட, நம்ப வைக்க வல்லது மனது.

   நம் எண்ணங்களால்தான் நம் உலகம் உருவாக்கப்படுகிறது. இருக்குமிடம் நரகம் என்றோ சொர்க்கம் என்றோ முடிவு செய்யப்படுவது இடங்களால், பொருள்களால், வசதிகளால் அல்ல. அதுபற்றிய எண்ணங்களால்தான்.

2. ‘பர்பஸ்’, ‘அவேர்னெஸ்’ மற்றும் ‘பிளெக்ஸ்சிபிளிட்டி’ ஆகிய மூன்றும் வெற்றிக்கு உதவுபவை என்று என்.எல்.பி. சொல்கிறது.

3. கண், காது, மூக்கு, நா, மற்றும் உடல் என்ற ஐம்புலன் களையும் முழுதும் பயன்படுத்துதல் முயற்சிகளில் பெருவெற்றி கிடைக்க உதவும்.

4. ஒருவருடன் இருக்கும் இணக்கம் என்ற ராப்போ என்பது, இரண்டு இதயங்களுக்கு இடையேயான இணைப்புப் பாலம் போல. இணக்கம் இருந்தால் உரையாடல், பரிவர்த்தனை எல்லாம் சுலபமாக முடியும். முயன்று ராப்போ உருவாக்க இயலும். அதற்குச் சில வழிகள் இருக்கின்றன.

5. மனதிற்கு இரண்டு பகுதிகள். ஆழ்மனம் என்ற நமக்கே தெரியாத வலிமையான பெரும்பகுதி மற்றும் வெளிமனம் என்ற நமக்குத் தெரிந்த சிறிய பகுதி. ஆழ்மனம்தான் முதலாளி போல. ஆழ்மனது எடுக்கும் முடிவுகளே இறுதியானவை. ஆழ்மனதை நெருங்க ஒருவர் வெளிமனதைத் தாண்டிச் செல்லவேண்டும். டிரான்ஸ் என்ற அரைமயக்க நிலையில், ஹிப்னடைஸ் என்ற அறிதுயில் நிலைகளில் வெளிமனதைத் தாண்டி ஆழ்மனதிடம் செய்திகள் பரிவர்த்தனை செய்யலாம். மாற்றங்கள் உருவாக்கலாம்.

6. எவராலும் வெளி உலகத்தை, மனிதர்களை உள்ளது உள்ள படியே புரிந்துகொள்ளமுடியாது. காரணம், உலகத்தையும், உலகத்தில் உள்ளோரையும் எவரும் அவர்தம் 'பொதுமைப் படுத்தல்' 'விட்டுவிடுதல்' மற்றும் 'மாற்றிப் புரிந்து கொள்ளல்' என்ற மூன்று வடிதட்டுகளின் மூலம் பெறும் தகவல்கள் மூலமே காண, உணர முடியும்.

   ரெட்டிகுலர் ஆக்டிவேட்டிங் சிஸ்டம். (Reticular Activating System) சுருக்கமாக 'ராஸ்' (RAS) எனப்படும் ஒரு வலை ஒருவருக்குக் கிடைக்கும் தகவல்கள் அனைத்தையும் தடுத்து, உயிர்வாழ அவசியமான, புதுமையான, சுவாரசியமான மற்றும் உணர்வு தொடர்பானவற்றை மட்டுமே அவரது கவனத்துக்குக் கொண்டுபோகிறது. இதன் காரணமாக, சிலவற்றைப் பார்க்காமலும், கேட்காமலும் உணராமலும் போகும் வாய்ப்புகள் உண்டு.

7. நம்புவதை நடைபெறவைக்க ஆழ்மனதானது அதனால் ஆனது எல்லாவற்றையும் செய்யும். ஆகவே நம்பிக்கை அவசியம்.

8. நாம் எதிர்பார்த்து நம்புவது எதையும் ஆழ்மனதால் செய்து கொடுக்க முடியும். ஆழ்மனதின் சக்தி அபாரமானது. கொடும் நோய்களில் இருந்து மரணத்தைக்கூட ஆழ்மனதால் தள்ளி வைக்கமுடியும்.

9. எப்படிப்பட்ட நம்பிக்கைகள் மனிதர்களின் மனநிம்மதிக்கும், வாழ்க்கை வெற்றிகளுக்கும் உதவியாக இருக்கும் என்று என்.எல்.பி.யை உருவாக்கியவர்கள் ஆராய்ந்திருக்கிறார்கள். அப்படி அவர்கள் முடிவுக்கு வந்த சிலவற்றுக்கான பொதுப் பெயர், 'பிரி-சப்போசிஷன்ஸ் (Pre-suppositions)'.

10. ஹிப்னாடிசத்தின்போது கான்ஷியஸ் மைண்ட், வெளிமனம் செயல்திறன் குறைந்து அமைதியாகிவிடும். அதனால், வலி போன்றவை பதிவாகாது.

ஹிப்னாடிசத்தில், கான்ஷியஸ் வெளிமனம் அயர்ந்துவிட, நேரடியாக ஆழ்மனதுடன் தொடர்புகொள்ள முடியும். விவரங்கள் கேட்கலாம். தெரிவிக்கும். பரிந்துரைகள் செய்யலாம். எதிர்ப்பின்றி ஏற்றுக்கொள்ளும்.

11. நாம் மதிக்கும், வியக்கும் ஒரு நபரிடம் உள்ள எதாவது ஒன்று அல்லது இரண்டு அம்சங்களைத் தேர்வுசெய்து அந்த விஷயத்தை எவரும் பெற முடியும் என்கிறது என்.எல்.பி.

12. அபர்மேஷன் என்றால், தனக்கு வேண்டியவற்றை ஒருவர், அவரே அவரிடம் உறுதியாகச் சொல்லிக்கொள்வது. 'நான் முழு ஆரோக்கியத்துடன் இருக்கிறேன்'. 'எனக்கு வெற்றி கிடைக்கும்' 'என் முயற்சிக்குப் பலன் உண்டு' என்பதுபோல எதை வேண்டுமானாலும் சொல்லிக்கொள்ளலாம். அபர்மேஷன்கள் நேர்மறையானதாக இருக்கவேண்டும். தவிர, உறுதியாகக் கிடைக்கும் என்பதுபோல இருக்கவேண்டும்.

13. என்.எல்.பி. யினால் கிடைக்கும் பலன்களுக்குப் பெயர் , டிரான்ஸ்பார்மேஷன்ஸ். மாற்றங்கள். உரையாடல்களால் போன்ற மிக எளிய வழிமுறைகள் மூலம் ஆழ்மனப் புரோகிராம்களை மாற்றி, முப்பது முதல் 45 நிமிடங்களுக்குள் பிரமிக்கத்தக்க மாற்றங்களை வல்லுனர்கள் உண்டாக்குகிறார் கள்.

14. பிறர்மீது குற்றம் காண்பது, பழி சொல்வது ஆகியவற்றை விட்டுவிட்டு, என்ன செய்யவேண்டும் என்று சிந்தித்து இலக்கு நிர்ணயித்துச் செயல்பட்டால் வெற்றி நிச்சயம்.

பின் இணைப்பு – 1

புத்தகத்தில் குறிப்பிடப்படும் சில ஆங்கிலப் பதங்களும், அதற்கான தமிழ் சொற்களும், ஆங்கில அகர வரிசைப்படி.

Anchor *ஆங்கர்:*	-	தூண்டி
Beliefs *பீலிப்ஸ்:*	-	ஆழ்ந்த நம்பிக்கைகள்
Circle of Excellence *சர்கிள் ஆப் எக்ஸ்சலென்ஸ்:*	-	அற்புதத் திறன் வட்டம்
Concept *கான்செப்ட்:*	-	கருத்துப்படிவம்
Conscious mind *கான்ஷியஸ் மைண்ட்:*	-	வெளிமனம், பிரக்ஞை மனம்
Filters *ஃபில்டர்கள்:*	-	வடிதட்டுகள்.
Hypnosis *ஹிப்னாசிஸ்:*	-	அறிதுயில்
Neuro-linguistic programming *நியுரோ லிங்விஸ்டிக் புரோகிராமிங் (N.L.P.)*	-	மொழி வழி எண்ணங்கள் மாற்றும் நிகழ்முறை
Perception *பெர்செப்ஷன்:*	-	மனக்கருத்து
Pre-suppositions *பிரிசப்போசிசன்ஸ்:*	-	முன் அனுமானங்கள்
States of excellence *ஸ்டேஸ் ஆப் எக்ஸ்சலென்ஸ்:*	-	அற்புதமான கணங்கள்
Rapport *ராப்போ:*	-	இணக்கம்
Trance *டிரான்ஸ்:*	-	அரை மயக்கநிலை
Trans words *டிரான்ஸ் வேர்ட்ஸ்:*	-	மயக்கம் தரும் வார்த்தைகள்
Unconscious mind *அன்கான்ஷியஸ் மைண்ட்:*	-	ஆழ்மனம், உள் மனம்

பின் இணைப்பு – 2

தொடர்புடைய சில புத்தகங்கள்

Book	Author
The structure of Magic Volume I - II	- Richard Bandler - John Grinder
Biology of Belief	- Bruce Lipton
Belief a pathway to health & happiness	- Robert dilits & Others
How to be here and now	- Rob Bell
Outliers	- Malcom Gladwell
Tipping point	- Malcom Gladwell
Blink	- Malcom Gladwell
Power of intentions	- Wayne dyer

பின் இணைப்பு– 3

ஆங்கரிங் சிறுகதை

சாமிநாதன்

- சோம வள்ளியப்பன்

புரபசர் செந்தில்நாதன் வகுப்பை முடித்துவிட்டு காரில் ஏறிய போது, செல்போனில் 'டிங்' என்று ஒரு சத்தம். 'வாட்ஸ் அப்'பில் செய்தி. போனை எடுத்து பாஸ்வேர்ட்டை கோலம் போடுவது போல எண்களின்மீது சுட்டுவிரலால் இழுத்துவிட்டு, திறந்து, போனின் மேல் பகுதியைப் புத்தகத் தாள் தள்ளுவது போலத் தள்ளி, வாட்ஸ் அப் இருக்கும் பகுதிக்கு நகர்ந்தார்.

> வரும் புதன் இரவு இந்தியா வருகிறேன். வியாழன் அன்று உங்களைச் சந்திக்க விரும்புகிறேன். இயலுமா?
>
> நன்றி
>
> ராஜன்.ரங்கராஜன்

'ஓ! ராஜனா? ஏன் இந்தியா வருகிறார்? பிரச்னை தீரவில்லையோ!' என்று யோசித்தபடி ராஜனின் புகைப்படத்தை ஆள்காட்டி விரலால் தட்டி, பெரிதுபடுத்திப் பார்த்தார். 'புதிய போட்டோவில் ராஜன் மலர்ச்சியான முகத்துடன்தான் தெரிந்தார். 'நம்மைப் பார்க்கவேண்டுமென்று கேட்கிறாரே! ஏன்?' என்று யோசித்த படியே காரைக் கிளப்பாமல் அப்படியே செல்போனில் இருந்த காலண்டர் பக்கத்தைப் புரட்டினார். வரும் வியாழனென்றால்... பதினைந்தாம் தேதி. வரிசையாக காலை 9 மணி முதல் மாலை ஏழு வரை வேலைகள் குறிக்கப்பட்டிருந்தன. வெள்ளிக்கிழமையைப் பார்த்தார். மதியம் 2 முதல் 4 வரை அப்பாயிண்ட்மெண்ட் ஏதும் இல்லை. ஃப்ரிதான்.

> 'ஒருநாள் தள்ளி, வெள்ளிக்கிழமை பார்க்கலாமா?' மெசேஜ் அனுப்பினார்.

மீண்டும் ஒரு டிங்.

'வெள்ளிக்கிழமை ஸ்ரீரங்கத்தில் ஒரு வேலை இருக்கிறது. அதற்காகத்தான் இந்தியா வருகிறேன். வியாழன் இரவு ராக்போர்ட் எக்ஸ்பிரஸ்சுக்கு டிக்கெட் எடுத்திருக்கிறேன். பகலில் சென்னை வேலைகளை முடிப்பதாகத் திட்டம். அப்படியே உங்களையும் பார்த்துவிடலாம் என்றுதான் கேட்கிறேன்.'

'நன்கு வளர்த்து மருத்துவம் படிக்கவைத்த ஒரே மகனை, படிப்பை முடிக்கும் முன்பே டைபாய்டு அரக்கனுக்கு பலிகொடுத்தவர் ராஜன். அதிர்ச்சியைத் தாங்கிக்கொள்ளமுடியாமல் இரண்டு மாதங்கள் வீட்டிலேயே முடங்கிக்கிடந்தவர். இந்தியா வருகிறேன், ஸ்ரீரங்கம் போகிறேனென்றெல்லாம் எழுதுகிறாரே! என்ன விஷயமாக இருக்கும்!' யோசித்தபடியே டைப் அடிக்காமல், வாய்ஸ் மேசேஜ் ஆக,

'நாமிருவரும் சந்தித்துப் பேசவேண்டும். அவ்வளவுதானே! தினமும் காலை 6.30க்கு வாக்கிங் போவேன். வியாழன் அன்று நீங்களும் வருகிறீர்களா? நடந்தபடியே பேசிவிடலாம். ஆறரையில் இருந்து எட்டு வரை. உங்களுக்குச் சரிதானா?' என்று பேசி அனுப்பினார். பதிலுக்கு ராஜனிடமிருந்து வாய்ஸ் மேசேஜ்.

'தாராளமாக. வியாழன் காலை 6.30 க்கு எங்கே வரவேண்டும்?'

'பெசன்ட்நகர் பீச். வேளாங்கண்ணி சர்ச் முன்னால் சந்திக்கிறோம்'

'நிச்சயமாக'

காரைக் கிளப்பினார். அவர் கண்கள் சாலையில் இருந்தாலும் மனதிற்குள் ராஜன் பற்றிய சின்ன டாக்குமெண்டரி படம் ஓடியது.

முழுப்பெயர் ராஜன்.ரங்கராஜன். வயது நாற்பத்து எட்டு. திருச்சி அந்நாளைய ஆர்.இ.சி யில் படித்தவர். பின்பு கொல்கத்தா ஐ.ஐ.எம். பிரிலியண்ட் என்பது ராஜனைப் பொருத்தவரை சாதாரண வார்த்தை. இந்திய சராசரி உயரம். அடர்த்தியான ஆனால் முக்கால்வாசி நரைத்துவிட்ட கோரைபோன்ற தலைமுடி. குறுகிய தாடையெங்கும் பரவியிருக்கும் பெப்பர் - சால்ட் நிற தாடி. பளபளக்கும் மெல்லிய பிரேம் கண்ணாடி.

இருபது ஆண்டுகளுக்கு முன்பு சிங்கப்பூர் நிறுவனத்தில் வேலைக்குச் சேர்ந்து, பிரமாதமாக முன்னேறி, மனைவியையும், ஐந்து வயது மகனையும் அங்கே அழைத்துச் சென்றவர். பின்பு வேலையை விட்டுவிட்டுச் சொந்தக் கம்பெனி ஆரம்பித்து வளமாக வாழ்பவர்.

மகன் சாமிநாதன் விரும்பிய மருத்துவப் படிப்பு படிக்க வைத்தார். அப்பாவைவிட உற்சாகமானவன் மகன் சாமிநாதன். படிப்பில்

மட்டுமல்ல விளையாட்டுகளிலும் குவிஸ் போன்றவற்றிலும் சூரப்புலி. பல்வேறுநாட்டு நண்பர்கள்.

சென்ற ஆண்டு விடுமுறையில் தனியாக ஒருமுறை திருச்சி வந்து விட்டு சிங்கப்பூர் போனவனுக்குக் காய்ச்சல். மருத்துவம் நான்காம் ஆண்டு என்பதாலும் மருத்துவம் கற்றுத்தரும் பேராசிரியர்களுடன் பழக்கம் என்பதாலுமோ, என்னவோ சாமிநாதன் ஆரம்பத்தில் அசட்டையாக இருந்து, தானே மருந்து சாப்பிட்டிருக்கிறான். பின்பு என்ன காய்ச்சல் என்று தெரியாமல் சில நாட்கள். பிறகு அது டெங்குவா அல்லது மலேரியாவா என்றெல்லாம் சோதனைகள். இறுதியாக அது டைபாயிடு என்று தெரியவந்தபோது, கிருமிகள் வலுவாகிவிட்டிருந்திருக்கின்றன..

சிரித்த முகமாக மருத்துவமனையில் படுத்திருக்கும்போது, இப்படிப்பட்ட வியாதிகளை ஒழிக்கவேண்டும் என்றும், எழுந்து வந்து படிப்பை முடிப்பதற்கு முன்பாகவேகூட, 'என்ன நோய் என்று கண்டறியும் துறையில்' செய்யவேண்டிய மாற்றங்கள் பற்றி அவனது பிளாக்கில் எழுதவும் திட்டமிட்டிருந்தான். சந்திக்க வரும் நண்பர்கள், புரபசர்கள், குடும்பத்தாரிடம் இதேதான் பேச்சு.

டைபாயிடில் இரண்டு வகை உண்டாம். அதில் ஒருவகை சற்று கடுமையானதாம். 5% பேருக்குத்தான் வருமாம். அதற்கான வைத்தியம் தாமதமாகிவிட்டால் ஆள் பிழைப்பது அரிதாம். அவனே சொல்லியிருக்கிறான்.

'இவ்வளவு பேசுறியே, உனக்கு எப்படி டைபாயிடு வந்தது சொல்', என்று அப்பா கேட்டிருக்கிறார்.

'திருச்சி போயிருந்தேன்ல, ரோட்டுக் கடையில பிரண்ட்ஸ்சோட பரோட்டா சாப்பிட்டேன். அங்கதான் மாட்டியிருக்கேன்'

'அது எப்படிடா அதான் என்று கரெக்ட்டா சொல்லுற?'

'இன்பெக்ட் ஆகி கரெட்டா 21ம் நாள்தான் அது வேலையை வெளியில் காட்டும். எனக்கு ஜுரம் வந்த தேதியைக் கணக்குப்பண்ணி பார்த்தேன்'

ஒரு ஞாயிற்றுக்கிழமை மாலை அவனைப்பார்க்க வந்திருந்த அவன் அப்பா ராஜனிடம், பெட்டில் படுத்திருந்தபடியே கலகலப்பாகப் பேசிக்கொண்டிருந்தவன், திடீரென அடிவயிற்றைப் பிடித்துக் கொண்டு 'அப்பாபா!! பயங்கரமாக வலிக்கிறது, நர்சை சீக்கிரம் கூப்பிடுங்கள்' என்று கத்தியிருக்கிறான். ஓடி அழைத்து

வந்திருக்கிறார். வலியால் துடித்தவனின் போர்வையை நர்ஸ் விலக்கி உடையையும் நகர்த்திப் பார்ப்பதற்குள் அவன் வயிறு அவர்கள் இருவர் முன்பாகவே புசு புசுவென பலூன் போல வீங்கி... அவன் கண்கள் குத்திட்டு...

'ஸ்பிலீன் வெடித்து... ரத்தம் வயிற்றுக்குப் பாய்ந்து...' என்று என்ன என்னவோ சொல்லியிருக்கிறார்கள். ராஜன் காதில் எதுவும் விழவில்லை. திக் பிரமை பிடித்தவர் போலாகிவிட்டார். கண்ணெதிரே ஒரே ஆசை மகனின் மரணத்தைப் பார்த்தவராயிற்றே! உறைந்து போய்விட்டார்.

இரண்டுமாதங்கள் வீட்டிற்குள்ளாகவே அடைந்துகிடந்திருக்கிறார். வீட்டைப் பார்க்கவில்லை. வியாபாரத்தைப் பார்க்கவில்லை. மகனை மறக்க முடியாமல் ஆள் மெலிந்து, உருக்குலைந்து... வேறு காரணத்திற்காகச் சென்னைக்கு வந்தவர், புரபசர் செந்தில் நாதனை தற்செயலாகச் சந்தித்தார். விபரங்கள் சொல்லி 'என்னை எல்லோரும் எதிர்பார்க்கிறார்கள். எனக்கும் புரிகிறது. ஆனால் எதைச் செய்ய ஆரம்பித்தாலும் மகன் சாமிநாதன் இல்லாமல் இதையெல்லாம் செய்து என்ன என்று தோன்றுகிறது. அதோடு விட்டு விடுகிறேன்' என்றார்.

புரபசர் பொறுமையாக அனுசரணையாக விபரங்கள் கேட்டார். 'எதைச் செய்யப்போனாலும் அவன் வயிற்றைப் பிடித்தபடி அப்பா என்று கத்தியதும் அவன் கண்கள் செருகிக்கொண்டதும் தான் கண் முன் வருகிறது. அதோடு நான் அப்படியே ஆஃப் ஆகிவிடுகிறேன்'

புரபசருக்கும் ராஜன் வருத்தம் புரிந்தது. ராஜனைத் தொடர்ந்து பேசவிட, சிங்கப்பூருக்கு மனைவியையும், மகன் சாமிநாதனையும் அழைந்துவந்தபோது, நிறுவனத்தில் வேலை அதிகம் இருந்ததால் ராஜன் பெரும்பாலான நாட்கள் தாமதமாக வீட்டிற்கு வந்ததையும், அவரை எதிர்பார்த்து மாலை முழுக்கக் காத்திருந்த ஆறு வயது சாமிநாதன், அவர் வந்ததும் அவர் முன்னால் கோபமாக சற்று நேரம் நின்றுவிட்டுப் பின் அவர் ஆசையாக அழைக்க அழைக்க, அவர் கையில் சிக்காமல் வீடு முழுக்க ஓடுவதையும், பிறகு அதற்குச் சமாதானமாக அவர் தோளில் அவன் ஏறி உட்கார்ந்து கொண்டு, வீடு முழுக்க ராஜனை அங்கும் இங்கும் ஓடச் சொல்லி விரட்டிய நிகழ்ச்சிகளையும் சொன்னார்.

'கமான் கமான். அங்க போங்க. இதை எடுங்க' என்று என்னை விரட்டுவான். நானும் சிரமப்படுவதுபோல நடித்தபடி சந்தோஷ

மாக ஓடுவேன்'. இப்படி பல நாட்கள் நடந்திருக்கின்றன. சொல்லிவிட்டு அழுதார். இதைக் கேட்ட புரபசர் சற்று நிமிர்ந்து உட்கார்ந்தார். புரபசருக்கு ஒரு யோசனை வந்தது. அதன்பின் ராஜனிடம் இரண்டுமணி நேரம் பேசினார்.

முயற்சிசெய்து பார்க்கிறேன் என்று ராஜன் கிளம்பி சிங்கப்பூர் போய்விட்டார். அதன் பிறகு புரபசரைத் தொடர்புகொள்ள வில்லை. இப்போது வருகிறேன், சந்திக்கவேண்டும் என்கிறார். வரட்டும் பாவம் என்று நினைத்துக்கொண்டார் புரபசர்.

ஆறு இருபத்து ஐந்துக்கே, கால் டாக்சியில் வந்து இறங்கிய ராஜன், புரபசர் கையைத் தனது இரு கைகளாலும் அழுந்தப்பிடித்து நன்றி சொன்னார். 'நான் பழையபடி ஆகிவிட்டேன் புரபசர். உங்க சஜஷன் ரொம்ப நல்லா ஒர்க் அவுட் ஆகிக்கிட்டிருக்கு' என்றார்.

நடந்தபடியே பேசினார்கள்.

'எஸ். உங்க முகத்தில நல்ல தேஜஸ் தெரியுது. தெளிவாகவும் உற்சாகமாகவும் இருக்கீங்க. வெரிகுட்'

புரபசர் மனதிற்குள் கொஞ்சம் ஆச்சரியம். என்னதான் செய்தாலும் இவ்வளவு சீக்கிரத்தில் இவ்வளவு நார்மலாக மாறிவிட்டாரே!

'என்ன செய்தீர்கள் அதைச் சொல்லுங்கள்' என்றார் புரபசர் ஆவலை அடக்கமுடியாமல்.

வேறு ஒன்றுமில்லை. நீங்க சொன்னதை அப்படியே செய்தேன் புரபசர்.

'உம்.ம்ம்...'

'உங்களிடம் பேசிவிட்டுப் போனபோது நீங்கள் சொன்னதன்மீது அவ்வளவு நம்பிக்கையில்லை. செய்ய முயற்சிக்கும் மனநிலையு மில்லை. சிங்கப்பூர் போய்விட்டேன். அதற்கு அடுத்த இரண்டு நாளில், நண்பர் ஒருவரின் மகள் மயக்க நிலையில் மருத்துவமனை யில் அனுமதிக்கப்பட்டாள். தகவல் கிடைத்து நானும் என் மனைவியுடன் போயிருந்தேன். சோகமாகவும் சோர்வாகவும்தான் இருந்தேன்.

எதனால் அவள் மயங்கியிருக்கிறாள் என்று தெரியவில்லை. பெண்ணின் அம்மா பதறுகிறார்கள். உடன் நின்ற நண்பர்களும் பதறுகிறார்கள். ஆனால் மருத்துவமனை நிர்வாகமோ 'சாலையில் இவர் மயங்கிவிழுந்திருக்கிறார், நீங்கள் போலீஸில் புகார் கொடுத்து

விட்டு வாருங்கள்' என்று சொல்லிக்கொண்டிருந்தார்கள். நேரம் ஓடிக்கொண்டிருந்தது.

'பிறகு...?'

'நண்பனின் மனைவியைப் பார்க்கிறேன். அழுதபடி செய்வதறியாமல் நிற்கிறார். நண்பனின் மகளைப் பார்க்கிறேன். பேச்சுமூச்சின்றி மயங்கிக் கிடக்கிறார். பரிதாபமாகத்தான் இருந்தது. ஆனாலும் நான் அசையவில்லை. அப்போதுதான் நீங்கள் சொன்னது நினைவிற்கு வந்தது. கொஞ்சம்தான் முயன்றேன். என் மகன் சாமிநாதன் சின்ன வயதில் என் தோளில் அமர்ந்துகொண்டு என்னை வீடெங்கும் ஓடச் சொல்லி விரட்டும் அந்தக் காட்சியை நினைவுபடுத்திக்கொண்டேன். தொடர்ந்து முயன்று அதை ஆழமாக நினைத்தேன். அவ்வளவுதான். சடாரென அவன் என் தோளில் வந்து அமர்ந்துவிட்டான்!

'என்னப்பா பார்த்துக் கொண்டிருக்கிறீர்கள்? போங்கள். போய் அவர்களுக்கு உதவுங்கள். உங்களுக்குத்தான் இந்த புரசீஜர் எல்லாம் நன்றாகத் தெரியுமே!' என்று கத்தினான். 'கமான் அப்பா, போங்க... கமான், கமான்...' என்று விரட்டினான். அவன் சொன்ன பிறகு வேறு என்ன?

அதன்பிறகு நடந்தவற்றை என் மனைவியே ஆச்சரியத்துடனும் மகிழ்ச்சியுடனும் பார்த்தாள். பழைய ராஜனாக போய் சட்டம் பேசினேன். மருத்துவம் பார்க்க வைத்தேன். நண்பனின் மகள் கண்விழித்தாள்.

அதன் பிறகு எப்போதும் காலையில் மகன் சாமிநாதன் என் தோளில் அமர்ந்துகொண்டுவிடுகிறான். அவனைச் சுமந்தபடியே எல்லா வேலைகளையும் சந்தோஷமாகச் செய்கிறேன், இதோ இப்போது கூட அவன் சொல்லித்தான் உங்களைப் பார்க்க வந்திருக்கிறேன்.

இதோ பாருங்கள், நாம் பேசுவதையே அவன் எப்படி கவனித்துக் கொண்டிருக்கிறான் என்று...'

- 2014 கல்கியில் நினைவுச் சிறுகதைப் போட்டியில்
தேர்ந்தெடுக்கப்பட்ட கதை

•

www.ingramcontent.com/pod-product-compliance
Lightning Source LLC
LaVergne TN
LVHW060441051026
849518LV00002B/567
* 9 7 8 8 1 8 4 9 3 8 9 1 3 *